மகாகவி பாரதியார்

மகாகவி பாரதியார்

வ.ரா. (1889–1951)

பாரதியின் சமகால எழுத்தாளர். நண்பரும் கூட. தமிழை ஜனநாயகப் படுத்தியதில் முன்னின்றவர், புதிய உரைநடையின் முதல்வர் எனவும் கொண்டாடப் பெற்றவர். புகழ்பெற்ற மணிக்கொடி இதழைத் தொடங்கிய மூவருள் ஒருவர்.

வ.ரா. என்று அழைக்கப்பட்ட வரதராஜன் ராமசாமி ஐயங்கார் நாவலாசிரியர், கட்டுரையாசிரியர், விடுதலைப் போராளி, சமூக சீர்திருத்தவாதி எனப் பன்முகம் கொண்டவர்.

தமிழ்நாட்டில் இன்றும் நின்றுலவும் பாரதியின் பண்புருவை முன்னுரைத்த வ.ரா. எழுதிய இந்நூல் பாரதியின் வாழ்க்கை வரலாற்றில் முன்னோடி நூல்.

பழ. அதியமான் (1961)
பதிப்பாசிரியர்

வ.ரா.வின் படைப்புகளில் ஆய்வுசெய்து முனைவர் பட்டம் பெற்றவர்.

'தி.ஜ.ர.', 'அறியப்படாத ஆளுமை: ஜார்ஜ் ஜோசப்', 'வ.ரா.', 'சக்தி வை. கோவிந்தன்', 'சென்னைக்கு வந்தேன்', 'கு. அழகிரிசாமி சிறுகதைகள்: முழுத் தொகுப்பு', 'பெரியாரின் நண்பர்: டாக்டர் வரதராஜுலு நாயுடு வரலாறு', 'சேரன்மாதேவி குருகுலப் போராட்டமும் திராவிட இயக்கத்தின் எழுச்சியும்', 'பாரதி கவிதைகள் முழுத் தொகுப்பு', 'பாரதியின் பாஞ்சாலி சபதம்', 'நவீனத் தமிழ் ஆளுமைகள்', 'கிடைத்தவரை லாபம்', வைக்கம் போராட்டம்', 'சலபதி 50: தொடரும் பயணம்', 'சரஸ்வதி காலம்', 'நான் கண்ட எழுத்தாளர்கள்' ஆகிய நூல்களின் ஆசிரியர்/தொகுப்பாசிரியர், பதிப்பாசிரியர். தமிழ்ச் சிந்தனை வரலாறு தொடர்பான ஆய்வுகளில் ஈடுபட்டிருப்பவர். அகில இந்திய வானொலியில் உதவி இயக்குநராகப் பணியாற்றி ஓய்வுபெற்றவர். சென்னையில் வசிக்கிறார்.

மனைவி: டாக்டர் அமுதா, மகள்: ஆழி

வ.ரா.

மகாகவி பாரதியார்

பதிப்பாசிரியர்
பழ. அதியமான்

காலச்சுவடு பதிப்பகம்

அன்பார்ந்த வாசகருக்கு,

வணக்கம்.

காலச்சுவடு நூலை வாங்கியமைக்கு நன்றி.

நூலின் உள்ளடக்கம், உருவாக்கம், அட்டைப்படம் இன்ன பிற அம்சங்கள் பற்றிய உங்கள் கருத்துகளையும் ஆலோசனைகளையும் காலச்சுவடு வரவேற்கிறது. தகவல், எழுத்து, வாக்கியப் பிழைகள் தென்பட்டால் கட்டாயம் தெரிவித்து உதவுங்கள். நூல் தயாரிப்பில் கடும் குறைபாடு இருப்பின் மாற்றுப் பிரதி உங்களுக்குக் கிடைக்கக் காலச்சுவடு ஏற்பாடு செய்யும்.

மின்னஞ்சல்: publisher@kalachuvadu.com

காலச்சுவடு நாகர்கோவில் தலைமையகத்துக்கும் கடிதம் அனுப்பலாம்.

தங்கள்

எஸ்.ஆர். சுந்தரம் (கண்ணன்)

பதிப்பாளர் – நிர்வாக இயக்குநர்

மகாகவி பாரதியார் ❖ வாழ்க்கை வரலாறு ❖ ஆசிரியர்: வ.ரா. ❖ பதிப்பாசிரியர்: பழ. அதியமான் ❖ பதிப்புரிமை: பழ. அதியமான் ❖ முதல் பதிப்பு: செப்டம்பர் 11, 1944 ❖ காலச்சுவடு முதல் பதிப்பு: டிசம்பர் 2022 ❖ வெளியீடு: காலச்சுவடு பப்ளிகேஷன்ஸ் (பி) லிட்., 669, கே.பி. சாலை, நாகர்கோவில் 629001

காலச்சுவடு பதிப்பக வெளியீடு: 1158

makaakavi paaratiyaar ❖ Biography ❖ Author: Va.Ra. ❖ Editor:Pazha. Athiyaman ❖ Compilation, editorial format and arrangement © Pazha. Athiyaman ❖ Language: Tamil ❖ First Edition: September 11, 1944 ❖ Kalachuvadu First Edition: December 2022 ❖ Size: Demy 1 x 8 ❖ Paper: 18.6 kg maplitho ❖ Pages: 240

Published by Kalachuvadu Publications Pvt. Ltd., 669, K.P. Road, Nagercoil 629001, India ❖ Phone: 91-4652-278525 ❖ e-mail: publications@kalachuvadu.com ❖ Printed at Mani Offset, Chennai 600077

ISBN: 978-81-959781-7-5

12/2022/S.No. 1158, kcp 4017, 18.6 (1) 9ss

பதிப்புரை

"நுங்கம்பாக்கத்தில் அவர் வீட்டுக்கு சாயங்காலம் ஒருநாள் என் அருமை நண்பர் ஒருவரை அழைத்துக்கொண்டு போனேன். வ.ரா. வீட்டில் இல்லை. வரும்வரை உட்கார்ந்திருந்தோம். வந்ததும் என் நண்பரை அவருக்கு அறிமுகப்படுத்தி வைத்தேன். சற்று நேரம் அவரைப் பார்த்துவிட்டு வ.ரா. "நீங்கள் மிலிட்டரியா?" என்று கேட்டார். எப்படித் தெரிந்தது என்றதற்கு, "பூட்ஸ் அணிந்த காலில் விரல்கள் நெருக்க நெருக்கமாக இருக்கும்" என்று சொன்னார். இது ஒரு ஷெர்லக் ஹோம்ஸ் விளக்கம்போல் இருந்தது. அவர் அவ்வளவு உன்னிப்பாக மனிதர்களைக் கவனித்துப் பழகியவர் என்பது எனக்கு அன்றுதான் தெரிந்தது" (க.நா. சுப்ரமண்யம், 'வ.ரா. என்றொரு உற்சாகி', *குங்குமம்*, 12.5.1985).

மனிதர்களை நுணுக்கமாகக் கவனிக்கும் இயல்பு அல்லது ஆற்றல் எழுத்தாளர் வ.ரா.வுக்கு இருந்ததை அவரோடு பழகிய க.நா.சு. போன்ற சக எழுத்தாளர்கள் உணர்ந்திருக்கிறார்கள் என்பது இதிலிருந்து தெரியவருகிறது. அதைப் போலவே வ.ரா. எழுதிய 'மகாகவி பாரதியார்' நூலைப் பற்றிய விமர்சனக் கட்டுரை ஒன்றில் எழுத்தாளர் 'ரசிகன்' இந்த அம்சத்தைக் கவனப்படுத்தியிருந்தார்.

"......... காணும் மனிதர்களின் குணாதிசயங்களை அவர்களுடைய பேச்சுனின்றும் நடையினின்றும் முத்துக்குளிப்பது போல் ஆழத்தினின்று

வெளிக்கொணர்ந்து சித்திரித்துக் காட்டும் வல்லமை, அவருடைய தனிக்கலையாகும். வ.ரா. ஒரு மனோதத்துவ நிபுணர் என்பார் திரு.வி.க. "(ரசிகன், பாரதியார் வாழ்க்கை, *சக்தி*, 1944).

க.நா. சுப்ரமண்யம், ரசிகன் போன்ற சமகால எழுத்தாளர்களால் கூர்மையான அவதானிப்பாளராகக் கருதப்பட்ட வ.ரா., பாரதியார் புதுவையில் வாழ்ந்த காலத்தில் அவரோடு உடனிருந்த அணுக்கத்திலிருந்து பெற்ற அனுபவத்தை *மகாகவி பாரதியார்* என்ற வாழ்க்கை வரலாற்று நூலாக வெளியிட்டார். 1910இல் புதுச்சேரிக்குச் சென்ற வ.ரா., 1914 ஜனவரி 21வரை அங்கிருந்தார்.

~

சின்னசாமி சுப்பிரமணியம் (1882–1921) என்ற இயற்பெயரைக் கொண்ட பாரதியார் சுப்பையா, சுப்பிரமணிய பாரதி, பாரதி, பாரதியார், தேசியக்கவி, புதுமைக் கவி, மகாகவி பாரதியார் என்று பல்வேறு பெயர்களால், பட்டங்களால் அழைக்கப்பட்டுத் தமிழரால் கொண்டாடப்படுபவர். எனினும் நாற்பது வயதைக்கூட முழுமைசெய்யாத அவரது வாழ்க்கையைக் குறித்து ஒரு சுயசரிதையோ எல்லா நிலையிலும் முழுமைபெற்ற, அனைவரும் ஒப்புக்கொள்ளக்கூடிய வாழ்க்கை வரலாறோ இன்றுவரை எழுதப்படவில்லை என்பது பெருங்குறை.

சுயசரிதை என்ற நிலையில் தன் வரலாற்றைத் தனியே பாரதியுமே எழுதிவைக்கவும் இல்லை. துண்டுத் துக்காணிகளாகச் சில எழுதியுள்ளார். 'கனவு', 'பாரதி அறுபத்தாறு', 'சின்னச் சங்கரன் கதை' என்ற கவிதை/உரைநடைகளில் தன் வாழ்க்கையைப் பற்றிய செய்திகளைத் தெளித்துச் சென்றுள்ளார். 'சித்தக் கடல்', 'கவிதாதேவி அருள் வேண்டல்' போன்ற படைப்புகளிலும் தேடுவோர் கண்டடைய வாழ்க்கைக் குறிப்புகள் சில இருக்கலாம். சிறு வாழ்க்கையே ஆயினும் முழு வாழ்க்கையை இவற்றிலிருந்து பெற வாய்ப்பு இல்லை. இந்த நிலையில் அவரைப் பற்றி மற்றவரே வாழ்க்கை வரலாறு எழுதியாக வேண்டிய நிலை ஏற்பட்டுவிட்டது. சுயசரிதை அல்லாமல் வாழ்க்கை வரலாறுதான் அவருக்குச் சித்தித்ததுபோலும்.

முன்னூல்கள்: காலமெல்லாம் அரசு எதிர்ப்பாளராக அறியப்பட்ட ஒருவருக்கு, அதுவும் சிறை சென்றவராக வாழ்ந்த ஒருவருக்கு, வாழும் காலத்தில் வாழ்க்கை வரலாற்றை வேறொருவர் எழுதுவது என்பது அடிமைச் சமூகத்தில் எளிதில் நடைபெறக்கூடியதா என்ன? அந்த அரிய காரியத்தைச் செய்தார்

வ.ரா. அவருக்கு முன்னால் பாரதியின் கவிதைத் தொகுதிகளில் ஆசிரியர் அறிமுகமாக அமைந்த சில குறிப்புகளும் அவரது அகால மரணத்தை ஒட்டி வெளிவந்த இரங்கல் குறிப்புகளும் பத்திரிகைச் செய்திகள் சிலவும் மட்டுமே வாழ்க்கைக் குறிப்புகளை ஏகதேசம் தருகின்றன. அவ்வகையில் அமைந்த சிறு வாழ்க்கைக் குறிப்புகள் பின்வருபவையாகும்:

'பிரஜாநுகூலன்' எஸ்.ஜி. இராமாநுஜலு நாயுடு *சுதேசமித்திரனில்* *(17.9.1921)* 'ஸ்ரீமான் சுப்பிரமணிய பாரதி: சில குறிப்புகள்' என்ற தலைப்பில் அவர் இறந்த ஐந்தாறு நாள்களுக்குள் ஒரு கட்டுரை எழுதினார். கவிதைத் தொகுப்புகளில் ஆசிரியர் குறிப்புகள் என்ற வகையில் அவரது இளந்தோழர் ச. சோமசுந்தர பாரதியார் எழுதிய 'ஸ்ரீ சுப்பிரமணிய பாரதியார் சரித்திரச் சுருக்கம்', சென்னை நண்பர் சர்க்கரை செட்டியார் எழுதிய '*Political Life of Sri Subramania Bharati*' ஆகியவை பாரதியாரின் வாழ்க்கை பற்றிய சில குறிப்புகளைத் தந்தன. இம்மூவர், இத்தகைய குறிப்புகளை எழுதிய காலத்திற்குப் பின்னர் அவரோடு பழகியிருந்த, எழுத்துத்துறை சாராத பாரதியின் நண்பர்கள் பலரும் தம் அனுபவங்களைத் துண்டுத்துண்டாகப் பதிவு செய்தனர். அத்தகையோரில் மண்டயம் சீனிவாசாச்சாரியார், குவளை கிருஷ்ணமாச்சாரியார், சுந்தரேச ஐயர், சாம்பசிவ ஐயர், நீலகண்ட பிரம்மச்சாரி, நாராயண ஐயங்கார், நாகசாமி போன்றோர் எழுதிய குறிப்புகள் வாழ்க்கை வரலாற்றுத் தகவல்கள் பலவற்றைத் தருவனவாகும். மகள் தங்கம்மாள் பாரதியும் சில தகவல்களைப் பகிர்ந்துள்ளார். இந்தப் பின்னணியில் வாழ்க்கை வரலாறு எதுவும் முழுமை தோன்ற எழுதப்படாதிருந்த நிலையில் வ.ரா. என்றறியப்படும் வரதராஜன் ராமசாமி ஐயங்கார் *(1889–1951)* பாரதியாரின் வாழ்க்கை வரலாற்றைக் *காந்தி* இதழில் **1933**இல் எழுதத் தொடங்கினார். பாரதியார் காலமாகி ஏறக்குறைய **12** ஆண்டுகளுக்குப் பிறகு அந்தப் பணியை வ.ரா. தொடங்கினார். அக்கட்டுரைகளும் உடனே நூலாகாமல், பதினோரு ஆண்டுகளுக்குப் பிறகு நூலாகின. அந்த நூலே 'மகாகவி பாரதியார்'.

இடைநூல்கள்: மகாகவி பாரதியார் வாழ்க்கை குறித்த கட்டுரைகளை வ.ரா. எழுதியதற்கும் அதை நூலாக வெளியிட்டதற்குமிடையிலான காலத்தில் ஆக்கூர் அனந்தாச்சாரி எழுதிய 'கவிச்சக்கரவர்த்தி சுப்பிரமணிய பாரதி சரிதம்' *(1936)*, சுத்தானந்த பாரதியார் எழுதிய 'பாரதி விளக்கம்' *(1937)*, சக்திதாசன் சுப்பிரமணியம் வெளியிட்ட 'பாரதி லீலை' *(1938)*, தி.ஜ. ரங்கநாதன் எழுதிய 'புதுமைக்கவி பாரதியார்' *(1940)*, செல்லம்மாள் சொல்லி தங்கம்மாள் எழுதிய 'தவப்புதல்வர்

பாரதியார் சரித்திரம்' *(1941)*, நாரண துரைக்கண்ணன் எழுதிய 'தமிழ்நாட்டுத் தேசிய கவிஞர் ஸ்ரீ சுப்பிரமணிய பாரதியார்' *(1942)* ஆகிய வாழ்க்கை வரலாற்று நூல்கள் வெளிவந்தன. இந்தக் குறிப்பிடப்பட்ட எல்லா நூல்களிலும் பாரதியின் வாழ்க்கைச் செய்திகள் இடம்பெற்றிருந்தன எனினும் இவை அவருடைய முழுமையான வாழ்க்கையைக் காட்டுவன அல்ல. ஒப்பீட்டளவில் வ.ரா. எழுதிய *மகாகவி பாரதியார்* நூலே, புதுவை வாழ்க்கையையே சுற்றிச்சுற்றி வந்தாலும், மிகுதியான வாழ்க்கைக் குறிப்புகளையும் பலரும் அறியாச் செய்திகளையும் சுவையாகத் தந்த பதிவாகும்.

இன்னும் சொன்னால் 'ரசிகன்' குறிப்பிட்டதுபோல "இது சம்பிரதாய ஜீவிய சரித்திரம் அல்ல. கலைஞனின் உள்ளத்தோடு ஒரு மேதையின் ஜீவ சொரூபத்தைக் கட்டியணைத்து நேருக்கு நேரே கொணர்ந்து காட்டும் ஒரு சிருஷ்டி." பாரதியார் என்றதும் இன்று நமக்குக் கண்ணில் தோன்றும் பண்புரு ஒன்று உண்டல்லவா? சித்தம் போக்கு சிவன் போக்கு என்று திரியக்கூடிய, 'புஷ்' வண்டியில் ஏறிக்கொண்டு ஓட்டடா ரதத்தை என்று கற்பனை உலகத்தில் உலவக்கூடிய, காக்கைகளுடன் பேசக்கூடிய, கழுதைகளைக் கட்டயணைக்கக்கூடிய ஒரு உணர்வுப் பித்தேறிய மனிதனின் சித்திரம் ஒன்று நம் கண்முன் விரிகிறது அல்லவா! அதை உருவாக்கி உலவவிட்டவர் வ.ரா. தான். அதுவும் இந்த நூலில்தான்.

பின்னூல்கள்: *மகாகவி பாரதியார்* நூல் வெளிவந்த பிறகு தங்கம்மாள் எழுதிய 'அமரன் கதை' *(1946)*, ரா. கனகலிங்கம் எழுதிய 'என் குருநாதர்' *(1947)* தொடங்கி, சீனி. விசுவநாதன் எழுதிய முக்கியமான 'மகாகவி பாரதி வரலாறு' *(1996)* வரை பல வரலாற்று நூல்கள் வந்துவிட்டன. எனினும் முதல்முதலாக வெளிவந்த சுவையான மகாகவி பாரதியார் நூல் இன்னும் சிறப்பான இடத்திலேயே திகழ்ந்துகொண்டிருக்கிறது. அதற்கு வெளிப்படையான சாட்சி *மகாகவி பாரதியார்* நூலை வெளியிடாத தமிழ்ப் பதிப்பகம் இன்னும் தோன்றாத ஒரு பதிப்பகம்தான் என்று சொல்லலாம்.

பதிப்பு விவரம்: *மகாகவி பாரதியார்* நூலை முதல் பதிப்பாக *1944*இலும் இரண்டாம் பதிப்பை *1945*இலும் சக்தி காரியாலயம் வெளியிட்டது. சக்தி காரியாலயம் முடங்கிய பிறகு பழனியப்பா பிரதர்ஸ் மூலம் *மகாகவி பாரதியார்* தொடர்ந்து வெளிவந்து கொண்டிருந்தது. என்னிடம் உள்ள நைந்துபோன பிரதிகளுள் ஒன்று பழனியப்பா பிரதர்ஸ் *1990*இல் வெளியிட்ட *11*ஆவது பதிப்பாகும். வ.ரா. நூல்கள் நாட்டுடைமையான *1991*க்குப் பிறகு

மற்ற பதிப்பகங்களும் *மகாகவி பாரதியார்* நூலை வெளியிடத் தொடங்கிவிட்டன.

சக்தி காரியாலயம் வெளியிட்ட டெம்மி அளவிலான இரண்டாம் பதிப்பு பெருமிதமாகத் தோன்றும் பதிப்பு. பழனியப்பா பிரதர்ஸ் வெளியிட்ட மகாகவி பாரதியார் நூலின் அட்டை ஒரேவிதமான, நேராக அமையாத பட்டைபட்டையான வர்ணக் கோடுகளால் நிறைந்தது. மற்ற பதிப்பகங்களின் நூல்களில் அட்டைப் படத்தைப் பாரதி அலங்கரித்தார். "அறிஞர் வ.ரா." என்பதாகவும், "அக்ரகாரத்து அதிசய மனிதர் என்று பேரறிஞர் அண்ணா பாராட்டிய அறிஞர் வ.ரா." என்பதாகவும் விளம்பரங்களுடன் அப்பதிப்புகள் வெளிவந்துள்ளன. அட்டை, பின்னட்டை முதலிய நூலின் புறத்தோற்றத்தில் வேறுபாடுகள் இருப்பினும், "'என்ன அநியாயம், பார்த்தீர்களா!' என்றார் நண்பர் கேசவன்" என்ற வ.ரா.வின் நிறுத்தற்குறியீடுகள் மிகுந்த தொடருடன்தான் எல்லா நூல்களும் தொடங்கின, அதில் மாற்றம் ஏதும் இல்லை.

> "நான் இப்பொழுது எழுதியிருக்கும் கதை, பாரதியார் சம்பந்தமாக முடிந்த கதையல்ல. நமது ஜனசமுதாயம் அரசியலிலும் சரி, இலக்கியத்திலும் சரி, சமூகப் பிரச்னைகளிலும் சரி, கொடுங்கோன்மைக்கு ஆளாகிக் கிடக்கிறது. எனவே, எதிலும் நம்மவர்கள் பேச்சு சுதந்திரம் இல்லாமல் தவிக்கிறார்கள்.
>
> "இன்னும் எத்தனையோ விஷயங்களை சேர்த்து கணீரென்று சொல்ல வேண்டும். ஆனால், அலை ஓய்ந்தபின், ஸ்னானம் செய்வது என்பது கடவுளால்கூட முடியாத காரியம். சுயராஜ்யம் வந்த பிறகுதான், பூரணமாக பாரதியாரைப் பற்றிச் சொல்லலாம் என்ற காரணம்கொண்டு, பாரதியாரைப் பற்றி சொல்லாமல் ஒத்திப்போடுவது உசிதமல்ல" *(முதல்பதிப்பு முன்னுரை, மகாகவி பாரதியார், சக்தி காரியாலயம், 1944).*

என்று எழுதிய வ.ரா., "இன்னும் சில வருஷங்களுக்குள்ளேனும், பாரதியாரைப் பற்றி விரிவாக எழுத முடியும் என்ற நம்பிக்கையோடு இந்த புஸ்தகத்தைச் சுருக்கிவிட்டேன்" என்று குறிப்பிட்டு தன் முதல் பதிப்பை வெளியிட்டார். சக்தி காரியாலயம் அப்பதிப்பை 1944 செப்டம்பர் 11, பாரதி திருநாளன்று வெளியிட்டது. முதல் பதிப்பு வெளிவந்த ஓராண்டில் 1945 செப்டம்பர் 11, அதே பாரதி திருநாளன்று இரண்டாம் பதிப்பும் வெளிவந்தது. இரண்டாம் பதிப்பின் விலை ரூபாய் 3. இதற்கு அடுத்த மூன்றாவது பதிப்புக்கும் விளம்பரம் உடனே வந்து விட்டது.

"உலக மகாகவிகளில் ஒருவராகிய மகாகவி பாரதியாரின் வாழ்க்கை வரலாறுகளை அவருடன் கூட இருந்து பழகிய அறிஞர் வ.ரா. இந்த நூலில் படம்பிடித்துக் காட்டி இருக்கிறார். அறிஞர் பலராலும், பத்திரிகைகள் பலவாலும் பாராட்டப் பெற்றது இந்த நூல். பாரதியாரின் மூவர்ணப் படம் இந்தப் புத்தகத்தை அலங்கரிக்கிறது. இந்தப் புத்தகம் மூன்றாவது பதிப்பு. டெம்மி அளவில் 128 பக்கங்கள்" என்று சக்தியில் மூன்றாம் பதிப்பிற்கான விளம்பரம் வந்திருந்தது. கு. அழகிரிசாமி இணை ஆசிரியராக இருந்த காலத்தில் மூன்றாம் (மலிவுப்) பதிப்பின் விலை ரூ. 1–8–0 என்று குறைக்கப்பட்டுமிருந்தது.

சக்தி காரியாலயம் மகாகவி பாரதியாரின் இரண்டாம் பதிப்பை 1945இல் வெளியிட்டபோது இரண்டு கூடுதல் அத்தியாயங்களை வ.ரா. சேர்த்திருந்தார். அதனால் இரண்டாம் பதிப்பில் அத்தியாயங்களின் எண்ணிக்கை 27ஆக உயர்ந்தது. கூடுதலாகச் சேர்த்த இரண்டு அத்தியாயங்களில் வாழ்க்கை வரலாற்றுச் செய்திகள் ஏதும் இல்லை. பாரதியார் வாழ்ந்த காலத்தைப் பற்றிய விவரிப்பும் பாரதியாரின் இலக்கியச் செழுமையைப் பற்றிய விவரிப்பும் கூடுதலாயின, அவ்வளவுதான். புதிய அத்தியாயம் ஒன்றை 'சக்தி' தன் இதழில் வெளியிட்டு விளம்பரப்படுத்தியது. 'பாரதியார் பிறந்த காலம்' (*சக்தி*, அக்டோபர் 1945) என்ற தலைப்பிலான அக்கட்டுரையின் அறிமுகக் குறிப்பு பின்வருவது: *மகாகவி பாரதியார்* என்ற நூல் இப்போது செப்பனிடப்பட்டு திருத்தமான இரண்டாம் பதிப்பு வெளிவந்திருக்கிறது. அதில் ஆசிரியர் வ.ரா. சில புதுவிஷயமும் சேர்த்திருக்கிறார். அதில் ஒரு பகுதி இந்தக் கட்டுரை."

சக்தி காரியாலயம் தனது இரண்டாம் பதிப்பில் கல்கி, ஆனந்த விகடன், தினசரி ஆகிய இதழ்களின் மதிப்புரைக் குறிப்புகளை வெளியிட்டது. "பாரதியாரின் வாழ்க்கையை வ.ரா. படம்பிடித்து நமக்குத் தந்திருக்கிறார். உண்மையில், 'வாழ்க்கைச் சித்திரம்' என்று சொன்னால் இதுதான் என்று சொல்லும்படி எழுதியிருக்கிறார். படிக்கும்போது பாரதியாரே நம் கண்முன்னால் வருகிறார். அவருடைய வாழ்க்கைச் சம்பவங்கள் பலவும் நம் கண்முன்னால் நடைபெறுகின்றன" என்று கல்கி இந்த நூலைக் குறித்து 80 ஆண்டுகளுக்கு முன்னால் கூறியது மிகை இல்லை என்பதை இன்றைய வாசகரும் படித்து அறிந்துகொள்ள முடியும்.

"வ.ரா. அவர்கள் தமது வர்ணனைத் திறமையினால், காலம்சென்ற பாரதியாரை நம் கண்முன் கொண்டு வந்து நிறுத்துகிறார். அவருடைய அழகிய மூக்கையும், பரந்த நெற்றியையும், நெற்றியின் நடுவில் துலங்கும் சந்திர வட்டம் போன்ற குங்குமப் பொட்டையும் நாம் பார்க்கிறோம். அது மட்டுமா?

பாரதியாரைப் பேசவும் வைக்கிறார் ஆசிரியர். கற்பனைக் கதைகளைக் காட்டிலும் ஸ்வாரஸ்யமாகவும் உள்ளத்தை உருக்கி விடக்கூடியதாகவும் அமைந்திருக்கிறது." இது ஆனந்த விகடன் பாராட்டின் ஒரு பகுதி.

"உயிரோடு, உடலோடு, உள்ளத் துடிப்போடு கூடிய மகாகவி பாரதியாரை நாம் நேரில் தரிசனம் செய்து, பல்வேறு வகைப்பட்ட அவருடைய அனுபவங்களை யெல்லாம் நாமும் கூட இருந்து பார்க்கும்படியாக ஆசிரியர் இந்நூலை இயற்றியிருக்கிறார்" என்றது *தினசரி*. சக்தி காரியாலயத்திற்குப் பிறகு இந்நூலை வெளியிட்டு வந்த பழனியப்பா பிரதர்ஸ் "இந்த நூலைப் பற்றி" என்ற தலைப்புடன் *கல்கி*, ஆனந்த விகடன் ஆகியவற்றின் விமர்சனக் குறிப்புகளைச் சுருக்கி ஆனால் தொடர்ந்து அவற்றைப் பிரசுரித்துவந்தது. இந்த இதழ்களின் பாராட்டுகளிலிருந்து வாழ்க்கை வரலாறு என்ற அல்புனைவு வடிவத்தைப் புனைவு இலக்கியத்திற்கு ஒப்பானதாக ஆக்கும் ஆற்றல் வ.ரா.விற்கு இருந்தது என்பதைப் புரிந்துகொள்ளலாம்.

புனைவைப் போல் கவர்ச்சி கொண்ட இந்த *மகாகவி பாரதியார்* என்ற நூல் தந்த கிளர்ச்சியினால்தான் என் இருபது களின் இளமையில் முனைவர் பட்ட ஆராய்ச்சிக்கு வ.ரா.வின் எழுத்துகளைத் தேர்ந்தேன். (பிறகுதான் அவர் எழுதிய மற்ற நூல்களைத் தேடிக் கண்டுபிடித்துப் படித்தேன்.) இந்த நூலைப் படித்தால் இதை நீங்கள் நம்புவீர்கள்.

நூல் தலைப்பு: *மகாகவி பாரதியார்* நூல் வை. கோவிந்தனின் சக்தி காரியாலயம் வழியாக 1944இல் நூலாக வெளிவருவதற்கு முன்னர், டி.எஸ். சொக்கலிங்கம் நடத்திய *காந்தி* இதழில் கட்டுரைகளாக வெளிவந்தன. *காந்தி* இதழில் 5.9.1933இல் தொடங்கி 25.3.1935இலும் தொடர்ந்து ஏறக்குறைய மூன்றாண்டுகள் அக்கட்டுரைகள் வெளியாயின. 'சுப்ரமணிய பாரதியார்', 'சுப்பிரமணிய பாரதியார்' என்ற தலைப்புகளில் கட்டுரைகள் வெளிவந்தன. தொடக்கத்தில் 'பழனத்தான்' (திருவையாற்றுக்கு அடுத்துள்ள திருப்பழனம் வ.ரா.வின் சொந்த ஊர்), பிறகு வ.ரா. என்ற பெயர்களில் அவை வெளிவந்தன. அக்கட்டுரைகள் பத்தாண்டுகளுக்குப் பிறகு *மகாகவி பாரதியார்* என்ற புதிய பெயரில் நூலாயின. 'சுப்பிரமணிய பாரதியார்' என்ற பெயரில் 1930களில் அறிமுகமாகியிருந்த பாரதியார் 1940களில் மகாகவியாகச் சமூகத்தால் அறிந்தேற்பு செய்யப்பட்டிருந்த வரலாற்றுச் சூழலை நூலின் மாறிய இந்தத் தலைப்பு காட்டுகிறது. இடைப்பட்ட காலத்தில் வ.ரா., கல்கி ஆகியோருக்கு இடையில் ஏற்பட்ட இலக்கிய விவாதத்தின் விளைவு இது.

13

வ.ரா. பாரதியாரை மகாகவி என்று குறிப்பிட, அவர் சாதாரண கவிதான் என்று சொல்லி கல்கி குழுவினர் அதை மறுக்க என நடந்த இந்த விவாதம் இறுதியில் மகாகவி என அவர் இலக்கியச் சமூகத்தால் ஒப்புக்கொள்ளப்பட்டு முடிந்தது (இது பற்றிய மேல் விவரங்களுக்கு கா. சிவத்தம்பி, அ. மார்க்ஸ் இணைந்து எழுதிய 'பாரதி–மறைவு முதல் மகாகவி வரை' என்ற அருமையான நூலைக் காண்க). ஒருவகையில் நூலின் தலைப்பிலிருந்தே பாரதியாரின் வாழ்க்கை வரலாறு தொடங்கி விடுகிறது எனலாம்.

தமிழில் தனியிடம்: தமிழில் சுயசரிதைகளும் வாழ்க்கை வரலாறுகளும் மேற்கத்தியக் கல்வியோடும் கலாச்சாரத்தோடும் நுழைந்தவை. நம் மரபில் நம்மைப் பற்றி எழுதிவைப்பது இல்லை. அது தற்பெருமையாகிவிடும் என்று எம் தமிழ் முன்னோர் கருதியிருக்கலாம். நம்மைப் பற்றி நாம் பேசுவதற்குச் சில நிபந்தனைகளை நமது இலக்கண நூல்கள் விதித்திருக்கின்றன. “தன்னை வியத்தலும் தகும் புலவோர்க்கே” என்று முடியும் அந்த நன்னூல் சூத்திரம் அந்த நிபந்தனைகளைப் பட்டியலிட்டிருக்கிறது.

தமிழில் சுயசரிதையைக் குறிப்பாகவாவது தொடங்கிவைத்த முதன்மையும் பாரதிக்கு வந்து சேர்கிறது என்பது ஒரு செய்தி. பாரதிக்கு முன் எழுதப்பட்ட ஆனால் வெளிவராத சுயசரிதைகள் இரண்டொன்றை ஆ.இரா. வேங்கடாசலபதி குறிக்கிறார். எச்.ஏ. கிருஷ்ணப் பிள்ளை அவர்களின் 'பாளையங்கோட்டை கிருஷ்ணப் பிள்ளை கிறிஸ்தவரான வரலாறு' *(1890)*, வண்ணச்சரபம் தண்டபாணி சுவாமிகள் எழுதிய 'குருபர தத்துவ நூல்' ஆகியன அவ்விரண்டு நூல்கள். வாழ்க்கை வரலாறுகளும் அதிகம் உருவாகவில்லை. புலவர் சரித்திரங்கள் எல்லாம் மேற்குலகத் தாக்கத்தினால் எழுந்த பிற்கால முயற்சிகள் ஆகும்.

வாழ்க்கை வரலாறுகள் பல விதங்களில் எழுதப்பட்டுள்ளன. விரிவானதாக அல்லாமல் கலைக்களஞ்சியம் போன்ற தகவல் நூல்களில் எழுதப்படும் வரலாறுகளும்கூட வாழ்க்கை வரலாறுகளே. இவை முழுமையின் சுருக்கங்களாக அமைகின்றன. ஆய்வுமுறையில் அமையும் வரலாறுகள் இன்னொரு ரகம். அந்த நாயகரின் வாழ்க்கையின் பல கூறுகளையும் அலசி ஆராய்ந்து விரிவாக எழுதப்படுபவை அவை. குறிப்பிட்ட துறை சார்ந்தவர்களால் ஆழமாகவும் ஆர்வமாகவும் படிக்கப் பெறுபவை. இத்தகைய முறையில் அமைந்த ஒரு ஆலை அதிபரின் வாழ்க்கை வரலாற்றைச் சமீபத்தில் பார்த்தேன். இன்னொரு வகையான வாழ்க்கை வரலாறு நாயகரின் ஒளிப் பக்கத்தை மட்டும் மேலும் வெளிச்சம் போட்டுக் காட்டும்.

வெளிவரும் வாழ்க்கை வரலாறுகளின் பெரும்பகுதி இந்த வகைக்குள் அடங்குவன. இன்னொரு வகை வாழ்க்கை வரலாறு நாயகனின் இருண்ட பக்கத்தை மேலும் விவரித்து நாயகனை மீண்டும் கொல்லும். தி.ஜ. ரங்கநாதன் அப்படி ஒரு நூலை எழுதினார். 'விமான அசுரன் கோயரிங்' என்று அந்த நூலுக்குப் பெயர். இவற்றையெல்லாம் ஏறக்குறைய ஒருதலைப்பட்சமான வாழ்க்கை வரலாறுகள் என்று சொல்லிவிடலாம்.

ஒருவரது வாழ்க்கையை அடிப்படையாகக் கொண்டு நாவலைப் போலவோ நாடகம் போலவோ எழுதப்படும் வாழ்க்கை வரலாறுகளும் உண்டு. கதையோட்டமும் நாடகத் தன்மையும் அதில் முதன்மை பெறுகின்றன. இவ்வகைக்கு மனத்தில் உடனே தோன்றும் உதாரணங்கள், 'டாக்டர் ரங்காச்சாரி' (ராஜம் கிருஷ்ணன்), 'அப்பா' (ஜி.டி. நாயுடு பற்றி அவர் மகனது பார்வையில் சிவசங்கரி எழுதியது) ஆகியன. இன்னொரு வகை வாழ்க்கை வரலாறுகள், தெளிந்த உணர்ச்சிமயமான நடையில் நாயகனை நம்மில் ஒருவராக யதார்த்த மனிதராகச் சித்திரித்து எழுதப்படும் வாழ்க்கை வரலாற்று வகையாகும். இந்த வகையில் அடங்குவனவே வ.ரா. எழுதிய *மகாகவி பாரதியாரும்*, தொ.மு.சி. ரகுநாதன் எழுதிய *புதுமைப்பித்தன் வரலாறும்* ஆகும். இவ்விதமாகப் பல்வேறு வகை வாழ்க்கை வரலாறுகள் பல்வேறு வகை வாசகப் பரப்புக்குத் தேவைப்படுகின்றன. எனினும் பொது வாசகரின் மனம் கவரும் வகையினவாக *மகாகவி பாரதியார்* போன்ற வாழ்க்கை வரலாறுகளே சிறப்பாகத் தேவைப்படுகின்றன. நாயகனது ஆளுமையைச் சிறப்பாகச் சித்திரித்து, உண்மைக்கும் குறைவு நேராமல், இலக்கிய உணர்ச்சிக்கும் பாதகம் நேராமல், பரவலான வாசிப்புக்கும் இடம் தந்து அமைவன அவை. இதனாலும் வ.ரா.வின் *மகாகவி பாரதியார்* நூல் தமிழில் தோன்றியுள்ள வாழ்க்கை வரலாற்று நூல்களுள் தனியிடம் பெறுகிறது.

எழுதுபவரின் தகுதி: ஒருவரது வாழ்க்கை வரலாற்றை எழுதுவதற்கு உரிமையும் தகுதியும் உடையவர்கள் என்பவர்கள் நெருங்கிய தொடர்புடையவராக இருக்க வேண்டியது மிகவும் அவசியம் எனச் சொல்வர். இக்கருத்தை வாழ்க்கை வரலாற்றுத் துறையின் நிபுணர்களும் ஒப்புக்கொள்கின்றனர். 'வாழ்க்கை வரலாற்றின் இயற்கை' (1957) என்ற புகழ்பெற்ற நூலை எழுதிய ஜான் ஏ. காரட்டியும் அதை வழிமொழிகிறார். இத்தகைய நெருங்கிய பழக்கமும் தொடர்புரிமையும் உள்ளவர்களே வரலாற்று நாயகனின் உண்மையான இயல்புகளையும் லட்சியங்களையும் அருகிருந்து பார்த்து உணர்ந்திருக்க முடியும் என்பது அவர்கள் கருத்து.

வாழ்க்கை வரலாறு என்பது வெறும் நிகழ்ச்சிகளின் கோவை அல்ல. நாயகரின் குணச்சித்திரத்தை வெளிப்படுத்தும் உயிரோட்டமுள்ள இலக்கியப் படைப்பு. இப்படி அமைவதற்கு நாயகருடனான அணுக்கத்தொடர்பு தேவைதானே. இந்த அணுக்கம் ஆசிரியருக்கு நாயகன் மீதான பரிவுணர்ச்சியைத் தரும். சில சமயம் இது தேவைக்கு அதிகமாகி எல்லை தாண்டவும் வாய்ப்புண்டு. நான் அறிந்து இத்தகைய அணுக்கத் தொடர்பு பெற்றிருந்து தம் நாயகரைப் பற்றி எல்லை தாண்டாத பரிவுணர்வும் கொண்டிருந்தவர் வ.ரா. என்று தோன்றுகிறது. பெ. தூரன் அவர்கள் குறிப்பிட்டதுபோல வ.ரா. ஒரு "பாரதி கிறுக்கு". எனவே அவர் எல்லை தாண்டியும் புகழ்ந்திருப்பார் என்று பொதுக் கருத்தும் இருக்கலாம். எனக்கென்னவோ வ.ரா. எல்லை தாண்டவில்லை அல்லது உண்மையையும் சொல்லாமல் விடவில்லை என்றே தோன்றுகிறது.

தொடக்கக் கால வாழ்வில், மதுரை சேதுபதி பள்ளியில் பாரதியார் மிகக் குறைந்த காலம் தமிழாசிரியராகப் பணியாற்றினார். அப்பணி அனுபவம் பற்றி வ.ரா. விவரிப்பது கீழே அமைவது.

"தமிழ்ப் பண்டிதர்கள் நன்னூல் (இலக்கண) சூத்திரங்களைத் தலைகீழாய்ச் சொல்ல முடியுமே, அந்த சாமர்த்தியம் பாரதியாருக்குக் கொஞ்சம்கூடக் கிடையாது. நன்னூலை அவர் பார்த்திருப்பார் என்று நிச்சயமாய்ச் சொல்லலாம். அதைப் படித்து நெட்டுருப் பண்ணியிருப்பாரோ என்பது சந்தேகந்தான்.

தோன்றல், திரிதல், கெடுதல் விகாரம்
மூன்றும் மொழி மூவிடத்துமாகும்

இந்த சூத்திரத்தை பாரதியார் எப்படியெல்லாமோ கேலி செய்வார். நன்னூல் தற்போது இருக்கிற நிலையில், பாரதியாருக்குத் துளிகூடப் பிடித்தம் இருந்ததில்லை. நன்னூலிலே இவ்வளவு வெறுப்புக் கொண்ட பாரதியார் எவ்வாறு தமிழ்ப் பண்டிதர் உத்தியோகம் பார்த்தார் என்பதைக் குறித்து ஆச்சரியப்பட வேண்டியிருக்கிறது.

"வகுப்பிலே படித்த சில பையன்கள் பெரிய பையன்கள். பாரதியாருக்கு அப்பொழுது வயதும் அதிகமாக ஆகவில்லை. வாட்டசாட்டமான உடலும் அவருக்குக் கிடையாது. உடம்பிலே சக்தியும் அதிகமாகக் கிடையாது. இலக்கண அறிவும் பூஜ்யம் என்றே சொல்லலாம். தமிழ்ப் பண்டிதர் வேலை தமக்கு சாசுவதமானதல்ல என்று அவரும் ஜபித்துக்கொண்டிருந்திருக்க வேண்டும்"

மேற்கண்ட பதிவிலிருந்து, வரலாற்று நாயகரின் விவரிப்பில் நடுநிலையோடு வ.ரா. செயல்பட்டிருக்கிறார் என்ற முடிவுக்கு நாம் வரலாம். பாரதியின் கவிதைகள் எல்லாம் யாப்பிலக்கணப்படியான பாவகையில் அமைந்திருக்கும்போது (தமிழ்ப் பல்கலையின் பாரதி பாடல் பதிப்பின் பின்னிணைப்பு காண்க) வ.ரா.வின் இந்தச் சொற்றொடரின் உண்மைத்தன்மை கேள்விக்குள்ளாகிறது. ஆனால் உண்மை எது என்பதல்ல இங்கு முக்கியம். வ.ரா. தான் கருதியதை, நாயகனின் மதிப்புக்கு குறை பயக்கும் என்றாலும் எழுதினார் என்பதும் எழுத முடிந்தது என்பதும்தான் முக்கியம். நூல் முழுவதிலுமே வ.ரா. தன் பரிவுணர்ச்சியை எல்லை மீறாமல் பராமரித்துவந்துள்ளார்.

நேரடி அனுபவம்: புனைவு ரகத்துக்குள் வரவில்லை என்றாலும் ஆய்வுகள் மேற்கொண்டு எழுதப்படும் வரலாறுகளிலும் சுவையானவை உண்டு. ஆனால் வரலாற்று நாயகர்களோடு பழகியவர்கள் எழுதும் வாழ்க்கை வரலாறுகள் நேரடி அனுபவத்தால் மிகுந்த சுவை பயப்பனவாக மாறிவிடுகின்றன. இந்நூலில் பாரதியின் உரையாடல் திறனை விவரிக்கும் இடத்தில் வ.ரா.வின் இந்த நேரடி அனுபவப் பயன் உச்சத்தைத் தொடுகிறது. முழுமையான இந்தியப் பின்புலத்தில் பாரதியின் பேசும் முறையையும் பேசும்பொருளையும் பற்றிய விவரத்தைத் தருகிறார் வ.ரா. "திலகரின் சம்பாஷணையில் பொருளும் சக்தியும் இருக்கும். ஆனால் வழவழப்பும் இனிப்பும் ஹாஸ்யமும் இராது. திலகரின் தோழரான கபர்தேயின் பேச்சில் வியக்கத்தக்க நகைச்சுவையும் சிங்காரமும் செழித்து இருக்கும். சுரேந்திரநாதரின் பேச்சே பிரசங்கம். விபினசந்திர பாலரின் பேச்சில், கசப்பும் சுளிப்பும் கலந்து நிற்கும். ஆனால் சக்தியும் நவீனமுங்கூட இருக்கும். கோகலேயின் பேச்சு தங்கக் கம்பி இழை; சன்னப் பேச்சு. பிரோஸ்ஷா மேத்தாவின் பேச்சு தடியடி முழக்கம். லஜபதி ராய், அமரிக்கையுடன், முன்னெச்சரிக்கை நிறைந்த பேச்சுப் பேசுவார். ஜி. சுப்பிரமணிய அய்யர் விஸ்தாரமாகப் பேசுவார். சேலம் விஜயராகவாச்சாரியார் சட்ட மேற்கோள், சரித்திர மேற்கோள் இல்லாமல் பேசவே மாட்டார்."

இவ்வாறு புகழ்பெற்ற அக்காலத் தலைவர்களின் பேச்சு முறையைத் தன் சொந்த அனுபவம் கொண்டு பின்னணியை உருவாக்கிவிட்டு பாரதியாருக்கு வருகிறார் வ.ரா., "பாரதியார்-அரவிந்தர் சம்பாஷணையில் நவரசங்களும் ததும்பும், ஒழுகும். கவிதை, சரித்திரம், தத்துவம், அனுபவம், கற்பனை, ஹாஸ்யம், குறுக்குவெட்டு, விஸ்தாரம், உண்மையை வெளிப்படுத்தும் ஆவல், அபரிமிதமான இலக்கியச் சுவை, எல்லை இல்லாத

உடல் பூரிப்பு எல்லாம் சம்பாஷணையினிடையே இடைவிடாது நர்த்தனம் செய்யும்" என்று விவரிக்கிறார் வ.ரா.

கூடவே பாரதியுடன் நிகழ்ந்த இப்பேச்சுக்களைக் குறித்து வைத்துக்கொள்ளவில்லையே என்றும் வ.ரா. வருந்துகிறார். "அந்தக் காலத்திலே குறுக்கெழுத்து நான் பழகிக்கொள்ளவில்லையே என்று வருந்துகிறேன். சம்பாஷணையில் சிற்சில கட்டங்களும் குறிப்புகளுந்தான் இப்பொழுது நினைவில் இருக்கின்றன. தினசரி டயரி எழுதும் பழக்கமும் என்னிடம் இல்லை. அளவற்ற நஷ்டம். இப்பொழுது என்ன செய்கிறது?".

மேற்கண்ட விவரிப்பில் வாழ்க்கைவரலாறு நூல் எழுதுவ தற்குத் தேவைப்படும் இன்னொரு ஆதாரவளம் ஒன்றைப் பற்றிய தகவலையும் வெளியிட்டு விடுகிறார் வ.ரா. சுயசரிதையானாலும் வாழ்க்கைவரலாறானாலும் நாட்குறிப்புகள் அடிப்படைத் தரவுகள் அல்லவா .

பாரதியின் பாஸ்வெல்: பாரதியாரின் வாழ்க்கை வரலாற்றை எழுதியதைக் கருத்தில் கொண்டு வ.ரா. வை "பாரதியின் பாஸ்வெல்" என்று பாராட்டுவது வழக்கம். ஆங்கில எழுத்தாளர் சாமுவேல் ஜான்சன் *(1709–1784)* அவர்களின் வாழ்க்கை வரலாற்றை எழுதி, அதனாலேயே உலகப் புகழ் பெற்றவர் ஜேம்ஸ் பாஸ்வெல் *(1740–1795)*. இந்த பாஸ்வெல்லைப் பற்றிய அறிமுகக் குறிப்பில் வாழ்க்கை வரலாற்றாசிரியர், வழக்கறிஞர் என்று எழுதுவதோடு டயரி எழுதுபவர் *(Diarist)* என்றும் குறிப்பிடுகின்றனர். அவர் மறைந்து நூறாண்டுக்குப் பிறகும்கூட அவரது ஏராளமான டயரிகள் கண்டெடுக்கப்பட்டன. ஆனால் இத்தகைய நாட்குறிப்பு எதையும் எழுதி வைத்துக் கொள்ளாமலேயே பல முக்கியமான தகவல்களைத் தருமாறு நூலை வ.ரா. எழுதி இருப்பது ஆச்சரியம் தருகிறது (உப்புச் சத்தியாகிரகத்தில் கலந்துகொண்டு சிறை இருந்த காலத்தில் *(1930)* மிகச் சிறிய காலம் வ.ரா. டயரி எழுதி இருக்கிறார் என்பது வேறு).

மனித இயல்புகளின் படப்பிடிப்பு : "பெயர் பெற்றவர்களையோ பெயர் கெட்டவர்களையோ கவர்ச்சிகரமான வாழ்க்கையை உடையவர்களையோ பற்றிப் பேசுவதால் மட்டுமன்றி மனித இயல்புகளைப் படம் பிடிக்கிறது என்பதாலேயே வாழ்க்கை வரலாற்று இலக்கியம் இடையறாத கவர்ச்சி உடையதாக ஆகிறது" என்கிறது ஒரு கலைக்களஞ்சியம். வ.ரா. இந்த நூலில் பாரதி என்னும் மனிதரின் கவி இயல்பைப் பல இடங்களில் படம்பிடித்துக் காட்டுகிறார். சான்றுக்கு ஒரே ஒரு இடத்தை இங்குச் சுட்டலாம்.

“ஸரிக–க–காமா என்று அவர் வாய்க்குள்ளே சொல்லிக் கொண்டால், புதிய பாட்டுக்குத் தாளம் கோலிக்கொண்டிருக்கிறார் என்று பக்கத்திலிருப்பவர்கள் தெரிந்துகொள்ளலாம். மரத்தை வெறித்துப் பார்ப்பார்; குளத்தை உற்றுப் பார்ப்பார்; ஆகாயத்தை மூட்டுகிறாற்போல மார்பை வெளியே தள்ளி, தலையை எவ்வளவு தூரம் நிமிர்த்தி உயர்த்த முடியுமோ அவ்வளவு தூரம் நிமிர்த்தி, உயர்த்திப் பார்ப்பார். ஸஸ்ஸ-ஸஸ்ஸ-ஸஸ்ஸ என்று மூச்சுவிடாமல், உரக்கக் கத்துவார். வலது காலால் தாளம் போடுவார், தவறிப்போனால் இடது காலால் பூமியை உதைப்பார். ஒரு நிமிஷம் மௌனம். ‘சொல் ஆழி வெண்சங்கே’ என்ற கூக்குரல், கூப்பாடு. இல்லாவிட்டால் தாயுமானவரின் கண்ணிகளில் ஒன்று. ‘மத்த கஜம் என வளர்த்தாய்’ என்ற சந்தோஷ முறையீடு. மீண்டும் ஒருமுறை ஸரிக-க-காமா”.

பாடல் எழுதுவதற்கு முன் பாரதி செய்துகொள்ளுகிற முன்னேற்பாட்டு முயற்சி இது. பெரிதும் இசை உள்கலந்துள்ள பாடல்களையே பாரதி வரைந்தார் என்பதை இவ்விடம் நினைத்துக்கொள்ளலாம்.

இரண்டு பாத்திரங்கள்: *மகாகவி பாரதியார்* என்ற இந்த “நாவலில்” பாரதியாரைத் தவிர மனத்தில் நின்றுவிடும் இரண்டு பாத்திரங்கள் வருகின்றனர். இருவரும் பெண்கள். ஒருவர் பாரதி அடிக்கடி ஓய்வெடுக்கப் போகும் அளவிற்கு நெருங்கிய நண்பரான கனவான் பொன்னு முருகேசம் பிள்ளையின் மனைவி ஆவார். இன்னொருவர் பாரதியார் வீட்டு வேலைக்காரப் பெண்மணி அம்மாக்கண்ணு. முதலில் பொன்னு முருகேசம் பிள்ளையின் மனைவியாரை வ.ரா. கண்முன் நிறுத்தும் இடத்தைப் படிப்போம்.

“காலையில் பாரதியார் எழுந்திருந்தால், பல் விளக்கு வதற்குப் பல்பொடியும் தண்ணீரும் தயாராக மெத்தையில் காத்துக்கொண்டிருக்கும். பாரதியார் பல்தேய்த்து முகங் கழுவியது, வீட்டின் அடுப்பங்கரையிலிருக்கும் அந்த அம்மாளுக்கு எப்படித் தெரியுமோ, உடனே காபி இட்டிலி, அல்லது ஏதாவது திண்பண்டம் வந்துவிடும். குழந்தையின் முகம் பார்த்து உணவு ஊட்டும் தாயைப்போல நடந்து கொண்டு வந்தார் அந்த அம்மாள்.”

“அம்மாக்கண்ணு கூலி வேலை செய்து பிழைக்கும் ஏழைக் குடித்தனக்காரி. மகா குரூபி. கிழப்பருவம் எழுதியவள்; வயது ஐம்பதுக்கு மேலிருக்கும். எழுதப் படிக்கத் தெரியாது. குண விசேஷங்களைத் தவிர, பழக்கத்தால் ஏற்படும் கல்வி முதலிய சக்திகள் ஒன்றுமில்லாதவள். இப்பேர்ப்பட்ட அம்மாக்கண்ணுக்கு

பாரதியாரிடம் பக்தி ஏற்பட்டது ஆச்சரியம் என்பீர்கள். எனக்கு ஆச்சரியமாகத் தோன்றவில்லை. அம்மாக்கண்ணு லேசான பேர்வழி அல்லள். அவள் 'வீரை, சக்தி சொரூபம்'. அவளுக்குக் கல்வியில்லாமலிருக்கலாம். இயற்கையறிவுகூட இல்லாமல் போய்விட்டதா?" இது அம்மாக்கண்ணு சித்திரத்தில் வ.ரா. வரைந்த ஒரு கோடு.

இவர்களைப் போல இன்னும் பல பாத்திரங்கள் எலிக்குஞ்சு செட்டியார், விளக்கெண்ணெய் செட்டியார், வெல்லச்சு செட்டியார் எனப் பாரதியார் வைத்த பட்டப் பெயர்களோடு "நாவலில்" வந்து நிலைப்பர்.

தேர்வுகள்: பாரதியாருடனான தொடர்பில் வ.ரா.வுக்கு நினைவில் நிற்கும் சம்பவங்கள் பல நேர்ந்திருக்கலாம். அவற்றுள் அவர் தேர்ந்தெடுத்து விவரிக்கும் நேர்வுகள் பாரதியின் அரசியல், சமூக, மொழிக் கருத்தைப் புலப்படுத்திவிடுவனவாக அமைகின்றன. இதில்தான் வ.ரா. என்கிற சமகால உணர்வுள்ள விமர்சன எழுத்தாளன் மிளிர்கிறான். கூடவே நூலும் வரலாற்றில் இடம் பிடித்துக்கொள்கிறது. வ.ரா.வின் பாரதியுடனான முதல் சந்திப்பே மொழி சார்ந்தமைந்து தமிழ்நாட்டில் அதிகமாகப் பரவிய சம்பவமாக மாறிவிட்டது. பிரிட்டிஷ் இந்தியாவின் அரசியல் அச்சுறுத்தலைத் தவிர்க்க புதுவை பிரெஞ்சு இந்தியாவில் அடைக்கலமாகியிருந்த பாரதியாரை 1910களில் வ.ரா. சந்திக்கிறார்.

"பாரதியாரை நமஸ்கரித்த என்னை, அவர் தூக்கி நிறுத்தியதும், 'யார்' என்று கேட்டார். தமிழில் பதில் சொல்லியிருக்கலாமே! இங்கிலீஷ் படித்த கர்வம் ஆளை எளிதிலே விட்டுவிடுமா? நான் இங்கிலீஷைப் பொழிய ஆரம்பித்தேன்.

"அடே, பாலு! வந்தவர் உனக்கு இணையாக இங்கிலீஷ் பொழிகிறாரடா! அவரிடம் நீ பேசு; எனக்கு வேலை யில்லை" என்று உரக்கக் கத்தினார். அப்பொழுதுதான் அவருடைய மனவேதனை எனக்கு ஒருவாறு அர்த்தமாயிற்று.

"ஒரு தமிழன் மற்றொரு தமிழனோடு, இன்னும் எவ்வளவு காலம் ஆங்கிலத்திலேயே பேச வேண்டும்?" என்று வருத்தக் குரலுடன் என்னைக் கேட்டார். எனக்கு அழுகை வந்து விட்டது. நேரே பதில் சொல்ல நா எழவில்லை. ..... தமிழுக்கும் உயர்வு உண்டு; தமிழனுக்கும் பெருமை உண்டு" என்பது பாரதியாரைப் பார்த்த பின்னர்தான் என் மனதில் அழுத்தமாகப் பதிந்தது."

ஒரு நாவலுக்குரிய காட்சி விவரிப்பு, ஒரு வாழ்க்கை வரலாற்றுக்குரிய சம்பவம், காலச்சூழல், வாழ்க்கை வரலாற்று நாயகனின் கருத்தோட்டம், எழுதும் ஆசிரியரின் மன அலைவரிசை என எத்தனைக் கூறுகள் பத்தே வரிகளில் வெளிப்பட்டுவிடுகின்றன!

'ஒரு தமிழன் இன்னொரு தமிழனோடு எவ்வளவு காலத்திற்கு ஆங்கிலத்தில் பேசிக்கொண்டிருப்பான்' என்ற ஒரு வரியை மட்டும் நூறு தடவையாவது என் பேராசிரியர் இளவரசு சொல்லி நான் கேட்டிருப்பேன். இச்சம்பவ விவரிப்பு தமிழ்ச் சமூகத்தில் ஏற்படுத்தியிருக்கும் தாக்கம் இது. ஆனால் தமிழன் மாறவில்லை. (வ.ரா.வின் தமிழ்நடை துள்ளி விளையாடும் இந்த நூலையே ஆங்கிலத்தில் மாற்றிவிட்டோம். எழுத்தாளர் அம்ஷன் குமார் *மகாகவி பாரதியார்* நூலை சுப்பிரமணிய பாரதி என்ற பெயரில் சமீபத்தில் ஆங்கிலமாக்கியிருக்கிறார் (2021, சொல் ஏர்). 'சுப்பிரமணிய பாரதியார்' என்ற தலைப்பில் எழுதப்பட்ட கட்டுரைகள் நூலாகும் போது 'மகாகவி பாரதியார்' என்ற தலைப்பிற்கு மாறியது. ஆனால் மகாகவி பாரதியார் ஆங்கிலமாகும் போது ஆங்கில வாசகரை நோக்கி மீண்டும் சுப்ரமணிய பாரதியார் ஆகிவிட்டார். இது வேறு உரையாடல்.)

அரிய செய்திகள்: பாரதியாரோடு தொடர்புடைய செய்திகளை அவரோடு பழகியவர்கள் மூலமே அறிய முடியும். அத்தகைய அரிய செய்திகள் பல இந்நூலில் கிடைக்கின்றன. அவற்றுள் இரண்டு மிக முக்கியமானவை, ஒன்று தேசிய ஆளுமையான காந்தியைப் பாரதியார் சந்தித்தது; இரண்டாவது பாரதியார் எழுதி, காணாமல்போய் கிடைத்த *சின்னச் சங்கரன் கதை* பற்றிய தகவல்.

காந்தியைப் பாரதியார் சந்தித்ததைத் தமிழ் உலகிற்குத் தெரிவித்தவர் வ.ரா.; தெரிவித்த நூல் *மகாகவி பாரதியார்*.

"பாரதியாரும் மகாத்மாவும் சந்தித்தார்கள்; பேசினார்கள்; ஒரே தடவையில், ஒருவரையொருவர் நன்றாகத் தெரிந்து கொண்டார்கள்" என்று அந்தச் சந்திப்பு பற்றிக் கருத்தையும் தெரிவித்துவிடும் வ.ரா., அதை மேலும் விவரிக்கிறார்.

"அப்பொழுது ராஜாஜி, கதீட்ரல் ரோட், இரண்டாம் நெம்பர் பங்களாவில் குடியிருந்தார். அந்த பங்களாவில்தான் காந்தி வந்து தங்கினது. நாலைந்து நாட்கள் தங்கியிருந்தார். ஒருநாள் மத்தியானம் சுமார் இரண்டு மணி இருக்கும். காந்தி வழக்கம்போல திண்டு மெத்தையில் சாய்ந்துகொண்டு வீற்றிருந்தார். அவர் சொல்லிக்கொண்டிருந்ததை, பக்கத்தில் உட்கார்ந்திருந்த மகாதேவ தேசாய் எழுதிக்கொண்டிருந்தார்" என்று சூழ்நிலையை

விளக்கிவிட்டு பாரதி – காந்தி உரையாடலையும் தெரிவித்தார். வரலாற்று முக்கியத்துவம் உள்ள சந்திப்பைத் தெரிவித்ததோடு அதை வாசகர் மனம்புகுமாறு விளக்கிய இலக்கிய முறையையும் கவனிக்க வேண்டும். இத்தகைய வெளிப்பாட்டு முறை *மகாகவி பாரதியாரி*ன் சிறப்புகளுள் ஒன்று.

காந்தியின் நூல்களில் எதிலும் பதிவுறாத அந்தச் சந்திப்பின்போது சேலம் பாரிஸ்டர் ஆதிநாராயண செட்டியார், ஏ. ரங்கசாமி அய்யங்கார், சத்தியமூர்த்தி, ராஜாஜி ஆகியோர் உடனிருந்தனர். இவர்கள் உயிருடன் இருந்த காலத்திலேயே வ.ரா. இதை வெளியிட்டுவிட்டார். இவர்கள் எவரும் அதை மறுக்கவில்லை.

இதைப் போல பாரதியார் வாழ்க்கையில் நடந்த பிறர் அறியாத இன்னொரு சம்பவத்தையும் வ.ரா. வெளிப்படுத்தினார். இன்றைக்குப் படித்தாலும் குலுங்கிச் சிரிக்க வைக்கும் ஒருநூல் *சின்னச் சங்கரன் கதை*. இதன் கையெழுத்துப்பிரதி காணாமல் போனதைப் பற்றி இரண்டு குழப்பமான தகவல்களை வ.ரா. அளித்திருந்தாலும் அவர்தான் அதை முதலில் வெளிச்சமூகத்திற்கு அறிவித்தார். அதிலுள்ள குழப்பத்தைப் பின்னால் பாரதியின் வரலாற்றை எழுதிய சீனி. விசுவநாதன் விளக்கிவிடுகிறார். இந்தச் சம்பவம் மூலமும் உடன் வசிப்பவரைச் சந்தேகக் கண்ணுடன் பார்க்கும் கெட்ட வழக்கத்தைக் கண்டிக்கும் பாரதியாரின் உயர்ந்த குணத்தை வெளிப்படுத்துகிறார் வ.ரா.

செய்திகளின் நம்பகத்தன்மை: பாரதியாரின் இவ்வரலாற்றைத் தான் எழுதத் தொடங்கியபோது தொடர்புடைய பலரைச் சந்தித்ததாக நூலில் வ.ரா. குறிப்பிட்டிருக்கிறார். இவ்வகையான சந்திப்புகளால் பெற்ற கருத்துகள், சொந்த புதுவை அனுபவம் தவிர வேறு மேலதிகக் குறிப்புகளும் இல்லாமல்தான் இந்தச் சித்திரத்தை வ.ரா. தீட்டியிருக்கிறார். இதனால் நூலில் வ.ரா. யூகமாக எழுதிய பல செய்திகளைப் பின்னாளில் ஆதார பாக்கியம் பெற்றோர் உறுதி செய்துள்ளனர். வ.ரா.வேகூட இரண்டாம் பதிப்பில் பல திருத்தங்களை மேற்கொண்டார். அவற்றுள் சிலவற்றை மாதிரிக்காக இங்குப் பார்ப்போம்.

அக்காலத்தில் பிரெஞ்சிந்தியப் புதுவையில் அடைக்கலமாகி இருந்த பிரிட்டிஷ் இந்திய தேசபக்தர்களைக் கண்காணிக்கப் பிரிட்டிஷ் இந்தியா விரும்பியது. இரு அரசுகளும் செய்து கொண்ட ஒப்பந்தப்படி அது நிகழ்ந்தது. அதைப் பற்றிய வ.ரா.வின் விவரிப்பு பின்வருவது:

> "தென்னாப்பிரிக்கா போயர் யுத்த காலத்தில் கிம்பர்லி, லேடிஸ்மித் கோட்டைகளை (இங்கிலீஷ் சேனைகளை

உள்ளே வைத்து) போயர்கள் முற்றுகை போட்டது போலவே, பிரிட்டிஷ் இந்தியப் போலீஸார் புதுச்சேரியை முற்றுகை போட்டார்கள்.

முற்றுகை என்ற பதத்தை நான் விளையாட்டுக்காகப் பிரயோகம் செய்ததாக எண்ணவேண்டாம். புதுச்சேரிக்கு வெளியே, கடலிருந்த கிழக்குப் பக்கத்தைத் தவிர, மற்ற மூன்று பக்கங்களிலும், போலீஸ் உடையோடும், போலீஸ் உடையில்லாமலும் போலீஸ்காரர்கள் பந்தோபஸ்து செய்துவந்தார்கள். இவர்களோடு, மாமூல் எக்ஸைஸ் – அப்காரி இலாகாக்காரர்களும் சேர்ந்துகொண்டார்கள்."

இந்தக் குறிப்பைத் தன் நூலில் எடுத்துக்காட்டி, பின்னாளில் வரலாறு எழுதிய சீனி. விசுவநாதன், "இது திரு. வ.ரா.வின் கற்பனையல்ல, கணிப்பு" என்று பாராட்டிக் கருத்துரைக்கிறார் *(ப. 445,* மகாகவி பாரதி வரலாறு, சீனி. விசுவநாதன், *1996).*

வ.ரா. நூலில் குறிப்பிட்ட பல தகவல்கள் பின்னால் உறுதிப்பட்டே வருகின்றன. அதில் மற்றொன்று, இந்த நூலின் *19*ஆவது அத்தியாயத்தில் குறிப்பிடும் ஒரு சம்பவம்.

'புதுவையில் சுதேசிகளோடு தங்கியிருந்த வ.வே.சு. ஐயர் வீட்டுக் கிணற்றில் சீல் வைத்த ஒரு ஜாடி கிடைத்தது. அதை பிரெஞ்சு போலீசாரிடம் ஒப்படைத்து, அது கிடைத்த வகையையும் வாக்குமூலமாகக் கொடுத்து விட்டார் வ.வே.சு. ஐயர். போலீசார் சீலைத் திறந்து பார்த்தனர். தமிழ்நாடு முழுவதும் சதிக்கூட்டங்கள் இருப்பதாகவும், அவை புதுச்சேரித் தலைமை காரியாலயத்தால் நடத்தப்பட்டுவருவதாகவும், ஜாடியில் துண்டுப் பிரசுரங்கள் இருந்தன. வெடிகுண்டு செய்யும் முறையும் துண்டுப் பிரசுரங்களில் விவரிக்கப்பட்டிருந்தது. இது சுதேசிகளைச் சிக்கவைக்கத் தக்க ஏற்பாடு என்பதில் சந்தேகமில்லை'

என்றவாறு அச்சம்பவத்தை வ.ரா. விவரித்திருந்தார். இந்தச் சம்பவத்தை, வ.ரா.வின் கற்பனையாற்றலின் வெளிப்பாடாகவே சிலர் கணித்தனர். ஆனால் 'இந்து'வுக்கு எழுதிய கடிதத்தில் *(The Hindu, 22* ஜூலை *1912)* பாரதியாரே இதுபற்றி விவரமாக எழுதி யுள்ளார் *(ப. 46–47,* பாரதி கருவூலம், ஆ.இரா. வேங்கடாசலபதி, காலச்சுவடு, *2008).* அந்தக் கடிதத்தில் *4* ஏப்ரல் *1912* அன்று வ.வே.சு. ஐயர் வீட்டுக் கிணற்றில் கிடைத்த மண்ஜாடி விவகாரத்தைக் குறிப்பிட்டு, இது போலீசாரின் கேவலமான காரியம் என்று பாரதி எழுதியுள்ளார். அந்தக் கடிதத்தையும் சலபதி

செய்த தமிழாக்கத்தையும் பாரதி கருவூலத்தில் உள்ளபடியே பின்னிணைப்பில் தந்துள்ளோம்.

இங்ஙனம் வ.ரா. அனேக செய்திகளைச் சரியாகவே எழுதினார். உறுதிசெய்ய முடியாத செய்திகளை எழுதினாலும், சரியானது கிடைத்ததும் அவற்றை இரண்டாம் பதிப்பில் திருத்தினார். வாழ்க்கை நிகழ்ச்சிகளை விடுங்கள். ஜாதகங்களைக் கட்டிக்கொண்டு அழும் தமிழ்ச்சமூகத்தில், பாரதியாரின் பிறந்த ஆண்டைக்கூட உறுதி செய்ய முடியாத ஒரு காலத்தில்தான் வ.ரா. இந்த வரலாற்றை எழுதினார்.

"1883ஆம் வருஷம் என்று என் நினைப்பு. அந்த வருஷத்தில் சுப்பிரமணிய பாரதியார் பிறந்தார்" என்று வ.ரா. தன் முதல் பதிப்பில் எழுதினார். இரண்டாம் பதிப்பில்தான் 1882 என்று சரியாகத் திருத்தினார். வ.ரா. மட்டுமல்ல தொடக்க நிலையில் வரலாறு எழுதிய சுத்தானந்த பாரதி (பாரதி விளக்கம்), சக்திதாசன் சுப்பிரமணியன் (பாரதி லீலை), தி.ஜ. ரங்கநாதன் (புதுமைக் கவி) ஆகியோரும் 1882 என்று எழுதினார்களே தவிர மாதத்தைக் குறிக்கும்போது நவம்பர் என்றே தவறாகக் குறித்தனர். "சித்திரபானு, கார்த்திகை, இருபத்திஏழாம் நாள்" என்ற தமிழ்த் தேதியை ஆங்கில ஆண்டுக் கணக்கிற்கு மாற்றும்போது நேர்ந்த பிழை அதற்குக் காரணமானது என்கிறார் சீனி. விசுவநாதன் (ப. 331, பாரதி ஆய்வுகள் சிக்கல்களும் தீர்வுகளும், சீனி. விசுவநாதன், 2009). இப்போதெல்லாம் ஒரு ஆண்டுக் கணக்கிலிருந்து மற்றொரு ஆண்டுக் கணக்கிற்குத் தேதியைக் கண்டு சொல்லச் செயலிகள் வந்துவிட்டன. ஆனால் இச்செயலி 2000த்தில்கூட வரவில்லை. வைக்கம் ஆய்வின்போது இப்படி ஒரு கொல்லம் ஆண்டுத் தேதியைக் கிரிகோரியன் ஆண்டுக் கணக்கிற்கு மாற்றத் திருவனந்தபுரம் மத்திய நூலகத்தில் ரூபாய் 50 செலுத்திவிட்டு நான் காத்துக்கொண்டிருந்திருக்கிறேன். இப்போது ஒரு நொடியில் காட்சியாக, தேதி திரையில் வந்துவிடுகிறது.

பாரதி இறந்தே நூறாண்டு முடிந்துவிட்டது. எனினும் இன்றைய நிலையிலும் பாரதி தொடர்பான அனைத்து ஆண்டுகளும் தேதிகளும் உறுதி செய்யப்பட்ட, எல்லோராலும் ஒப்புக்கொள்ளப்பட்ட வாழ்க்கை வரலாறு வெளிவரவில்லை. அப்படியிருக்க பாரதியார் இறந்து பத்து ஆண்டுகள் மட்டுமே நிறைந்திருந்த நிலையில் வ.ரா. பாரதி வாழ்க்கை வரலாற்றை எழுதினார் என்பதை நாம் கருத வேண்டும். இது ஒருவகையில் ஆவணங்களைத் தேடச் சாதகமான நிலை என்றாலும் வ.ரா. ஆய்வாளர் அல்லவே. எனினும் வ.ரா. பாரதியின்

சிதறிக்கிடந்த எழுத்துகளைத் தொகுத்தெடுக்கப் பல முயற்சிகள் மேற்கொண்டார். பத்திரிகைகளில் விளம்பரம் செய்தார்; தம்பி சி. விசுவநாதனைப் போய்ப் பார்த்தார்; பசி தாகம் இல்லாமல் பழைய ‘சுதேசமித்திரன்’ இதழ்களைப் புரட்டினார். ஆனால் அது நூலாகக் கனியவில்லை. இத்தொடர்பில் 1934இல் வ.ரா. வெளியிட்ட அறிக்கையொன்றைப் பின்னிணைப்பில் தந்துள்ளேன். மனையே வாங்காத நிலையில் பாரதியார் வாழ்க்கை வரலாற்றுக் கட்டிடத்துக்கு வ.ரா. போட்டுத் தந்த மாதிரி வரைபடம்தான் *மகாகவி பாரதியார். மகாகவி பாரதியார்* நூலின் முக்கிய நோக்கம் தேதிகளைத் தெரிவிப்பதில்லை, பாரதியின் பண்புருவை வரைவதுதான் வ.ரா. எடுத்துக்கொண்ட பணி. அப்பணியில் வ.ரா. பெற்றிருப்பது பெருவெற்றி. அதை மக்கள் ஏற்றுக்கொண்டதன் அடையாளமே 70 ஆண்டுகளாக இன்னும் இந்நூல் அச்சில் இருப்பது.

இதுவரை விளக்கியவற்றைச் சாரமாகத் தொகுத்து இப்படிச் சொல்லலாம். தமிழில் இதுவரை வெளிவந்துள்ள வாழ்க்கை வரலாற்று நூல்களுள் தனித்த, சிறப்பிடம் பெற்ற நூல்; அணுக்கமான தொடர்பு, நேரடி அனுபவம் என்ற வரையறுக்கப்பட்ட தகுதிகளைக் கொண்டவர் எழுதிய நூல்; இத்தகைய வாழ்க்கை வரலாற்று நூல்களுக்குத் தேவைப்படும் வழக்கமான ஆதார வளமான நாட்குறிப்புகள் இல்லாமல் நினைவில் கலந்துவிட்ட நிகழ்ச்சிகளால் உருவான நூல்; தவற்றை நீக்கும் நோக்குடன் திருத்தப்பட்ட தகவல்களுடன் செம்மைப்படுத்திய நூல்; நாயகரின் இயல்புகளைப் படம்பிடித்தாற் போலக் காட்டவல்ல அபாரமான எழுத்துத் திறன் நிறைந்த நூல்; நாவலில் நடமாடும் ஆபூர்வ குணங்களைக் கொண்ட பாத்திரங்களைப் போல உண்மை மனிதர்கள் பலர் உலவும் பிரதி; உணர்த்தவரும் குணச்சித்திரத்தையும் கருத்துநிலையையும் வாசகருக்கு முழுதாய்க் கடத்திவிடும் தேர்ந்தெடுக்கப்பட்ட சம்பவங்கள் நிறைந்த நூல்; வேறெவரும் வெளிப்படுத்தாத வரலாற்றுக்குப் பயன்படும் அரிய தகவல்கள் அடங்கிய நூல்; புதிய ஆய்வுகள் வெளிவர வெளிவர நம்பகத்தன்மை பெருகிக்கொண்டேபோகும் நூல் மகாகவி பாரதியார். இவை அனைத்திற்கும் மேலாக, தமிழ்நாட்டில் உலவும் உயிர்க்களை நிறைந்த பாரதியின் பண்புருவை உருவாக்கிய நூல் இந்த *மகாகவி பாரதியார்.*

~

‘சுப்பிரமணிய பாரதியார்’ என்ற தலைப்பில் ‘காந்தி’ இதழில் இக்கட்டுரைத் தொடர் வெளியானபோது முதல் மூன்று

இதழ்களில் 'பழனத்தான்' என்ற பெயரிலும் பின்னர் வ.ரா. என்ற பெயரிலும் வெளிவந்தன. 18 அக்டோபர் 1933 இதழிலிருந்தே வ.ரா. பெயரில் தொடர் வெளிவரத் தொடங்கியது. கிடைத்துள்ள எட்டு இயல்களில் ஒன்றில் மட்டும் (25 மே 1934) பாரதியின் ஓவியம் இடம்பெற்றுள்ளது; மற்றவற்றில் எந்தப் படமும் இடம்பெறவில்லை.

'காந்தி' இதழில் வெளிவந்த வடிவத்துக்கும் நூலாக வெளிவந்த வடிவத்துக்கும் ஏதேனும் மாற்றங்கள் செய்யப் பட்டுள்ளனவா என்பதை முழுவதும் அறிய இயலவில்லை. என் முனைவர் பட்ட ஆய்வு காலத்திலிருந்தே, அதாவது 1984இலிருந்தே 'காந்தி'யைத் தேடிக்கொண்டிருந்தாலும் அதில் வெளிவந்த அத்தொடரின் எட்டு இயல்கள் மட்டுமே எனக்குக் கிடைத்தன. அவையாவன:

5 செப்டம்பர் 1933 (இது நூலில் இடம் பெறவில்லை), 20 செப்டம்பர் 1933 (நூலின் முதல் அத்தியாயம்), 5 அக்டோபர் 1933 (நூலில் இரண்டாம் அத்தியாயம்), 18 அக்டோபர் 1933 (நூலில் மூன்றாம் அத்தியாயம்), 10 மார்ச் 1934 (எட்டாவது அத்தியாயத்தின் ஒரு பகுதி), 25 ஏப்ரல் 1934 (நூலின் 12ஆம் அத்தியாயம்), 25 மார்ச் 1935 (நூலின் 17ஆம் அத்தியாயம்). மொத்தம் 25 அத்தியாயங்கள் கொண்ட முதல் பதிப்பு நூலில் மூன்றில் ஒரு பங்கான எட்டு இயல்களே கிடைத்துள்ள நிலையில் இவற்றைக் கொண்டே முதல் பதிப்புடன் ஒப்பிட முடிந்தது. ஒப்பீட்டிலிருந்து பெற்ற கருத்துக்கள் பின்வருமாறு:

'காந்தி'யில் வெளிவந்த முதல் இயல் நூலில் தவிர்க்கப் பட்டுள்ளது. செப்டம்பர் 20, 1933இல் வந்த இரண்டாவது இயலே நூலின் முதல் அத்தியாயமாக அமைக்கப்பட்டிருக்கிறது. பத்தி மாற்றம்கூட இல்லாமல் இதழில் வெளிவந்தவண்ணமே நூலில் பிரதி அச்சாகியுள்ளது. இரண்டாவது அத்தியாயத்தில் (5.10.1933) ஸர்க்கார் – சர்க்கார், தொளைத்து – துளைத்து போன்ற சில சொல் மாற்றங்கள் தவிர வேறு மாற்றம் இல்லை. மூன்றாவது, எட்டாவது, 12ஆவது, 17ஆவது அத்தியாயங்களில் எந்த மாற்றமும் இல்லை. 13ஆவது அத்தியாயத்தில் மட்டும் சில சொற்கள் ('நிலையில்' என்பது 'கேவலமான நிலையில்' என்பதுபோல) சேர்க்கப்பட்டிருக்கின்றனவே தவிர வேறு மாற்றமில்லை. எனவே கிடைத்த எட்டு இயல்களை வைத்து ஒப்பிட்டுப்பார்த்ததில் அவை அப்படியே நூலாகியுள்ளன என்று சொல்லிவிடலாம். இரண்டாம் பதிப்பில்தான் ஏகப்பட்ட மாற்றங்கள் செய்யப்பட்டு நூலின் உள்முகமே மாறி சீரும் சிறப்புமான பிரதியாக நூல் ஆகியுள்ளது என்று சொல்லலாம்.

முதல் பதிப்புக்கும் இரண்டாம் பதிப்புக்குமான இந்த மலையளவு வேறுபாடு இயலின் வடிவத்தை மாற்றாமல், உள்ளடக்கத்தில் கை வைக்காமல், பத்திகளைக்கூட அதிகம் மாற்றாமல் நிகழ்த்தப்பட்டிருக்கிறது. அணையில் இருந்து கண்மண் தெரியாமல் வெளிப்பாய்ந்த நீரின் வேகத்தைச் சமதளத்தில் ஓடும் நீரோடைபோல நிதானப்படுத்தியுள்ளனர்.

நிறுத்தக்குறிகள் தொடங்கிச் சொற்கள், தொடர் அமைப்புகள், அபூர்வமாக இரண்டொரு இடங்களில் பத்திகள் ஆகியவற்றில் இம்மாற்றங்கள் நிகழ்த்தப்பட்டுள்ளன. கூறியது கூறலைத் தவிர்த்துள்ளனர்; நடையில் தமிழ் மரபைப் பேணியுள்ளனர்; பிழையான, குழப்பமான, மிகையான பல சொற்களையும் பல தொடர்களையும் முறையே சரிப்படுத்தியுள்ளனர்; தெளிவுபடுத்தியுள்ளனர்; நீக்கியுள்ளனர். சந்தேகத்திற்கு இடம்தரும் பொருளை உறுதிப்படுத்தியுள்ளனர்; காலக்கிளவியைச் சரி செய்துள்ளனர். இப்படிச் செப்பம்செய்து பிரதியைக் கட்டுக்கோப்பாக்கி நூலை ஒளிபெறச் செய்துள்ளனர். தன் நண்பர்கள் வி. கிருஷ்ணசுவாமி, ஜே. தங்கவேலு ஆகியோரின் உதவியுடன் ஆசிரியர் வ.ரா. இதைச் செய்துள்ளார். செப்பம் செய்யப்பட்ட, வ.ரா. காலத்திலேயே வெளியான இரண்டாம் பதிப்பே இன்றுவரை அச்சில் தொடர்ந்து இருந்துவருகிறது. இந்தப் பதிப்பே இப்பதிப்புக்கும் மூலபாடமாகியுள்ளது. இரண்டு பதிப்புகளுக்குமான வேறுபாட்டைப் புலப்படுத்தி 'செம்மையாக்கத்திற்கு ஒரு சிறந்த உதாரணம்' என்ற தலைப்பில் நான் தனிக் கட்டுரையை எழுதியுள்ளேன்.

~

பதிப்பு நோக்கில் எந்த புதிய மாற்றமும் செய்யவில்லை. அளவுக்கும் காலத்துக்கும் மீறிய, வாசிப்புக்குச் சிரமத்தைத் தரும் நிறுத்தற்குறியீடுகளை மட்டும் குறைத்திருக்கிறேன். சொற்களை ஒன்றுகூட மாற்றவில்லை; கோகலேவை வ.ரா. கோகளே என்றுதான் எழுதுகிறார். அதை வழக்கமான பயன்பாடான கோகலே என்றுகூட மாற்றவில்லை. மீசையின் வட்டார வழக்கு வீசை. வ.ரா.பல இடங்களில் வீசை என்றே எழுதுகிறார். அதையும் தொடவில்லை. *'Short hand'* என்பதைக் குறுக்கெழுத்து என்று குறித்திருப்பதையும் திருத்தவில்லை. *1930, 40*களின் பயன்பாடுகள் இன்றைக்கும் புரியும் என்றே தோன்றுகின்றன. அந்தப் பழைய பயன்பாடுகளுள் சில: கங்கு (ஓரம், எல்லை என்ற பொருளில் பயன்படுத்தியுள்ளார். இன்றைக்கு அதன் முதற்பொருள் நெருப்பு), பூஸ்தி, சூசனை, ஜவாப், ராஜி, ஜாகை, மீ போன்றன.

பின்னிணைப்புகள்: மகாகவி பாரதியார் நூல் உண்மைத் தகவல் களின் அடிப்படையில் எழுதப்பட்டுள்ளது என்பதற்கு ஆதாரம் தரும் வகையிலமைந்த பாரதியின் 'ஆசிரியருக்குக் கடிதம்' பின்னிணைப்பில் (1) இடம் பெறுகிறது. இந்து ஆங்கில இதழில் 1912இல் வெளியான அக்கடிதமும் அதன் மொழிபெயர்ப்பும் தரப்பட்டுள்ளது.

"என்ன அநியாயம், பார்த்தீர்களா! என்றார் நண்பர் கேசவன்" என்பதாக நூல் தொடங்குகிறது. யார் இந்த நண்பர் கேசவன் என்ற திகைப்பு வாசகருக்கு எழலாம். இந்தத் திகைப்பைத் தீர்த்துக்கொள்ள 'காந்தி'யில் தொடராக எழுதிய போது வெளிவந்த முதல் இயல் உதவும். அம்முதல் கட்டுரை வெறும் முஸ்தீபுகள் மட்டும் கொண்டது என்று கருதியோ என்னவோ வ.ரா. அதைத் தொகுப்பில் சேர்க்கவில்லை. அந்தக் கட்டுரை இல்லையென்றாலும் பெரிய பாதகம் இல்லை என்பது வேறு. எனினும் கூடுதல் தகவலாக அந்தக் கட்டுரையைப் பின்னிணைப்பில் (2) தந்துள்ளேன்.

*மகாகவி பாரதியா*ருக்கு 1944இல் வெளிவந்த எழுத்தாளர் 'ரசிக'னின் மதிப்புரையும் தி. ஜானகிராமன் 1980களில் ஒரு கூட்டத்தில் வாசித்த இதுவரை பிரசுரமாகாத விமர்சனமும் என் கைவசம் இருந்தன. பல வீடுகள் மாறியதில் இரண்டாவது எங்கே போயிற்று என்று தெரியவில்லை. மெல்லிய முழுத் தாளில் தி. ஜானகிராமனின் கையெழுத்தில் இருந்தது அது. சமகால மதிப்பீட்டை அறிய, கையில் உள்ள 'ரசிக'னின் மதிப்புரையை மட்டும் பின்னிணைப்பில் (3) தருகிறேன்.

மூன்றாம் பதிப்புக்கு 'சக்தி'யில் வந்த விளம்பரம் ஒன்றையும் (4) இணைத்துள்ளேன்.

பாரதி எழுத்துக்களைத் தொகுக்க வ.ரா. எடுத்த முயற்சியில் வெளியிட்ட அறிக்கை ஒன்றை இணைத்திருக்கிறேன் (5).

வ.ரா.வின் *மகாகவி பாரதியார்* என்றதும் சென்ற தலைமுறையினர் பலருக்கும் நினைவுக்கு வரும் இன்னொரு முக்கியச் செய்தி, 'பாரதியாரை வேதாந்தச் சிமிழில் அடைக்க வேண்டாம்' என ராஜாஜிக்கு எதிராக வ.ரா. உறுதிபட எழுதியதாகும்.

"ராஜாஜி சமீபத்தில் எழுதியிருக்கும் 'அச்சமில்லை' என்ற சிறு புத்தகத்தில் பாரதியார் தேசபக்தராக வாழ்க்கையைத் துவக்கி, கவியாக மலர்ந்து, இறுதியில் பக்குவமான வேதாந்தியாகப் பழுத்திருக்கிறார் என்பதுபோலக் குறிப்பிட்டிருக்கிறார். இந்த மாறுதல், இந்த நாட்டின் பண்பாட்டைத் தழுவியதே ஆகும்

என்று முத்திரையும் வைத்திருக்கிறார்". இதை எடுத்துக்காட்டிய வ.ரா. இந்த மாறுதல் பாரதியாருக்குப் பிடித்தது அல்ல என்று இதுபற்றி பாரதியின் எண்ணத்தையும் எடுத்துக்காட்டினார். அதோடு வேதாந்தத்துக்கு எதிரான பாரதியின் பாடல்களையும் அத்தியாயம் 22இல் விவரித்துவிட்டு அந்த அத்தியாயத்தைப் பின்வருமாறு முடித்தார்.

"பாரதியார் ஆஷாடபூதி வேதாந்தியே அல்லர். அவர் மகாகவி; இணையற்ற கலைஞன்; உலகத்தை ஆண்டு அனுபவிக்க வந்த உத்தமன். எனவே ராஜாஜி போன்றவர்கள் செப்பிடு வித்தை செய்து, பாரதியாரை வேதாந்தச் சிமிழிலே போட்டு அடைக்க வேண்டாம்" என்று ஆணித்தரமாகத் தெரிவித்தார்.

அந்த 'அச்சமில்லை' என்ற கட்டுரையில் அப்படி என்னதான் சொன்னார் ராஜாஜி? இன்றைய வாசகருக்குக் கிடைக்க வாய்ப்பில்லாத அந்த பிரசுரத்தையும் 'நடுநிலை பாவனை' உள்ள வாசகர்களின் வசதிக்காகப் பின்னிணைப்பில் (6) தந்துள்ளேன்.

வேதாந்தத்துக்கு முட்டுக்கொடுக்க ராஜாஜி எழுதிய அக்கட்டுரையில் பாரதியை ஆங்காங்கே தொட்டுக்காட்டி யிருக்கிறார் அவ்வளவுதான். வ.ரா. இவ்வளவு பொங்கியிருக்க வேண்டாம் என்றுதான் இப்போது தோன்றுகிறது. எப்படியாயினும் பாரதி வேதாந்தி அல்லர் என்று ஆணியடிப்பது போல சொல்வதுதான் வ.ரா.வின் நோக்கம்.

பாரதியைப் புதுவையில் வ.உ.சி. சந்தித்த செய்தி பரவலாக அறியப்பெற்ற செய்தி. இந்தச் செய்தி பாரதியின் புதுவை வாழ்க்கையையே பெரிதாக விவரித்துள்ள இந்நூலில் இடம்பெற்றுள்ளதா? பாரதி–பாரதிதாசன் உறவு பற்றிய தகவல் விவரிப்பு பெறும் இடங்கள் எவை? இத்தகவல்களையெல்லாம் தெரிந்துகொள்ளச் சிறிய நூலேயாயினும் நூல் முழுவதையும் தேடித் திருப்பிச் சிரமப்பட வேண்டாம். பின்னிணைப்பாகத் தயாரித்துத் தரப்பட்டுள்ள பெயர் அகராதி (7) அதற்குதவும்.

நூலில் குறிப்பிடப்பெற்றுள்ள பாரதி பாடல்களின் பட்டியல் பின்னிணைப்பில் உள்ளது (8).

"அவள் வீரை, சக்தி சொரூபம்" என்று வ.ரா. பாராட்டி யுள்ளாரே அம்மாக்கண்ணு, எப்படியிருப்பார் அவர்? தெரிந்து கொள்ள விரும்புபவர்களுக்குச் சித்திரபாரதி நூலிலிருந்து பெற்ற அவர் படத்தைப் பின்னிணைப்பில் தந்துள்ளோம். நூலில் குறிப்பு பெறும் அனேகமாக அனைவர் படங்களையும் பின்னிணைப்பில் (9) இணைத்துள்ளோம். இந்தப் பட அம்சம் வ.ரா.வின் நூலில்

இடம்பெறாதது. வ.ரா.வின் சக்தி காரியாலயப் பதிப்பில் ஆர்யா வரைந்த பாரதியாரின் மூவர்ணப் படம் மட்டுமே உண்டு.

பிற்காலப் பார்வையிலிருந்து நூலை மேலும் புரிந்துகொள்ளும் விதத்தில் பின்னிணைப்புகள் உருவாகியுள்ளன.

மகாகவி பாரதியார் நூலின் வாசகப் பரப்பைப் பின்னிணைப்புகள் மேலும் கூட்டும் என்பது நம்பிக்கை.

வழக்கம்போல் நூலை மேற்பார்த்தவர் ஆ.இரா. வேங்கடாசலபதி. பல்லாண்டுகளாக இந்நூல் வர வேண்டும் என்று விரும்பியவர் கண்ணன். நூல் கட்டாயம் வர வேண்டும் என்று வற்புறுத்தியவர் ய. மணிகண்டன். காலச்சுவடு கலா, ரா. ஹெமிலா ஆகியோரின் பொறுமையின் அளவு அதிகம். நூலின் முதற்பதிப்பை அளித்த ரோஜா முத்தையா ஆய்வு நூலக இயக்குநர் க. சுந்தர் இவர்கள் அனைவருக்கும் நன்றி.

~

வ.ரா.வின் எழுத்துகளுடன் நாற்பது ஆண்டுக்காலத் தொடர்பிருந்தும் அவர் தொடர்பில் நான் பதிப்பிக்கும் முதல் நூல் இது.

சென்னை பழ. அதியமான்
27.9.22

முதல் பதிப்பின் முன்னுரை

நான் இப்பொழுது எழுதியிருக்கும் கதை, பாரதியார் சம்பந்தமாக முடிந்த கதையல்ல. நமது ஜனசமுதாயம் அரசியலிலும் சரி இலக்கியத்திலும் சரி சமூகப் பிரச்னைகளிலும் சரி கொடுங்கோன்மைக்கு ஆளாகிக் கிடக்கிறது. எனவே, எதிலும் நம்மவர்கள் பேச்சுச் சுதந்தரம் இல்லாமல் தவிக்கிறார்கள்.

அரசியல் துறையில் வாய் திறந்தால், இந்தியா மந்திரி அமெரிக்குக் கோபம் வருகிறது. இந்தியா தங்களுடைய சொத்து என்று எண்ணிக் கொண்டிருக்கிறார் அவர்.

தமிழ் இலக்கியத்தைப் பற்றிப் பேசினால், தனித்தமிழ்ப் புலவர் உள்ளம் குமுறிக்கொண்டு தமிழைக் கெடுக்கத் தோன்றிய பாவிகள் என்று என்னைப் போன்றவருக்குச் சாபங் கொடுக்கிறார். ஜனநாயகக் கொள்கை தாண்டவமாடும் இக்காலத்தில், தமிழ் தங்களுடைய தனிச்சொத்து என்று தனித்தமிழ்ப் புலவர்கள் எண்ணிக் கொண்டிருப்பது விசித்திரமாயிருக்கிறது.

சமூகப் பிரச்னைகளைப் பற்றிப் பேசினாலோ, சனாதனிகளுக்கும் பாட்டிமார்களுக்கும் ஆத்திரம் பொங்கி எழுகின்றது. சேரியில் இல்லாத வழக்கம் என்று நந்தனாருக்குச் சேரிப் பறையர்கள் சொன்னதுபோல இவர்கள் நம்முடைய பரம்பரையில் இல்லாதது, நம்முடைய பரம்பரைக்கு ஒவ்வாதது என்று உளறுகிறார்கள்.

ஆகவே, இந்த மூன்று துறைகளிலும் விடுதலையை வேண்டி நிற்பவர்களின் பாடு, ரொம்ப

திண்டாட்டமாயிருக்கிறது. பேச்சுச் சுதந்தரம் இல்லாத காலத்தில் பேசுகிற பேச்சும், எழுதுகிற எழுத்தும் பூரணமான உண்மையையும் பொலிவையும் தாங்கி நிற்கமுடியாது. லக்ஷணமாகக் கொடுக்க முடியாத ஒன்றை, அவலக்ஷணத்தோடுகூடிய உருவத்தில் கொடுக்க எனக்கு இஷ்டமில்லை. எனவே, அனேக சங்கதிகளை நான் சொல்ல முடியாமல் விட்டுவிட வேண்டியதாயிற்று.

இன்னும் எத்தனையோ விஷயங்களைச் சேர்த்து கணீரென்று சொல்ல வேண்டும். ஆனால், அலை ஓய்ந்தபின் ஸ்நானம் செய்வது என்பது கடவுளால்கூட முடியாத காரியம். சுயராஜ்யம் வந்த பிறகுதான் பாரதியாரைப் பற்றிப் பூரணமாகச் சொல்லலாம் என்ற காரணம் கொண்டு பாரதியாரைப் பற்றிச் சொல்லாமலே ஒத்திப்போடுவது உசிதமல்ல.

பாரதியாரைப் பற்றித் தவறான அபிப்பிராயங்கள் நாட்டில் உலவும் காலம் வந்திருக்கிறது. அவரைக் கண்டால், அல்லது காணுவதற்கே பயந்துகொண்டிருந்த பேர்வழிகளில் பலர், பாரதியாரோடு நெருங்கிப் பழகியதாகப் புரளிக் கதைகளை வெளியிடத் தொடங்கியிருக்கிறார்கள். 'பணக்காரன் வீட்டிலே மாரடித்துக்கொள்ளுகிற' இந்த நபர்களைப் பற்றி என்ன சொல்வது என்று தெரியவில்லை.

இன்னும் சில வருஷங்களுக்குள்ளேனும் பாரதியாரைப் பற்றி விரிவாக எழுத முடியும் என்ற நம்பிக்கையோடு இந்தப் புத்தகத்தைச் சுருக்கிவிட்டேன்.

நுங்கம்பாக்கம் **வ.ரா.**

1–9–1944

~

இரண்டாம் பதிப்பின் முன்னுரை

இருபத்தாறாவது அத்தியாயம் முதலுள்ள விஷயங்கள் இந்த இரண்டாவது பதிப்புக்காகப் புதிதாக எழுதிச் சேர்க்கப்பெற்றவை. இந்த பதிப்பை நண்பர் வி. கிருஷ்ணசாமி சரிபார்த்து உதவினார். நண்பர் ஜே. தங்கவேலு சரிபார்த்து உதவியதுடன், செப்பனிட்டும் தந்தார்கள். அவர்கள் இருவருக்கும் எனது மனப்பூர்வமான நன்றி.

நுங்கம்பாக்கம் **வ.ரா.**

10–9–1945

~~

மகாகவி பாரதியார்

1

"என்ன அநியாயம், பார்த்தீர்களா!" என்றார் நண்பர் கேசவன். திடீரென்று கேள்வி கேட்டால் யாருக்குத்தான் திகைப்பு உண்டாகாது?

"போலிக் கவிகளை தண்டிப்பதற்குப் பிள்ளைப் பாண்டியன், வில்லிப்புத்தூரார், ஒட்டக்கூத்தர் முதலியவர்கள் இல்லாமையால், எவரும் 'தேசமெங்கும் புலவரெனத் திரியலாமே' என்ற பாட்டு உங்களுக்கு ஞாபகமிருக்கிறதா? ஒரு பாரதியார் தோன்றிமறைய, பல பாரதியார்கள் முழக்கத்துடன் வெளிவந்துள்ளார்கள்!" என்று நண்பர் மிகுந்த ஆவேசத்துடன் பிரசங்கம் செய்தார்.

"பட்டத்திலேனும் பாரதியாரைப் பலர் பின்பற்றுவது பாரதியாருக்கு ஒப்பற்ற பெருமை யல்லவா?" என்றேன். தனிக்காதல் கொண்ட உத்தமி ஒருத்தி தன் கணவன் பெயரை வேறு ஒருத்தி ருசியுடன் சொன்னால் பொறுப்பாளா? நண்பர் கேசவனுக்கு பாரதியாரின் பெயர் அதைப்போலத்தான்.

"ஞாபகமிருக்கிறதா, அல்லது நினைவூட்ட வேண்டுமா?" என்றார் நண்பர். "நல்ல மாட்டுக்கு ஒரு சூடும், நல்ல பெண்சாதிக்கு ஒரு வார்த்தையும் போதாதா?" என்றேன். "நல்லது; நீங்கள் பாரதியாரை முதன் முதலாகச் சந்தித்த வரலாற்றை விவரமாகச் சொல்லுங்கள்" என்றார்.

கதைக்கு அடியெடுத்துக் கொடுத்த புண்ணியத்தைப் பூராவும் அவருக்கே கொடுத்து விட்டதாக உறுதி கூறினேன். "வீணாகக் காலங் கடத்துகிறீர்களே? கதையைச் சொல்லுங்கள" என்றார் நண்பர்.

"சொல்லுகிறேன், கேளும்" என்றேன்.

"1910ஆம் வருஷம் மார்ச்சு, ஏப்ரல் மாதத்திய தினசரிப் பத்திரிகைகளைப் புரட்டினால், ஒரு

வேடிக்கையைப் பார்க்கலாம். 'எங்குப் போனார்? எப்படிப் போனார்? ஸ்விட்ஸர்லாந்து தேசத்திலே, ஜெனிவா நகரில் இருக்கிறார்" என்ற தலைப்புகளுள்ள தந்திகள் பறந்தன. யாரைப்பற்றி?"

"பாரதியாரைப்பற்றியா?" என்றார் நண்பர்.

"ஏமாந்து போனீர்கள். பாரதியாரைப்பற்றி யல்ல. பாபு அரவிந்த கோஷ் அவர்களைப்பற்றி. கடைசியாக, ரகசியமாய்ப் புதுச்சேரிக்குப் போய்ச் சேர்ந்துவிட்டதாகச் செய்தியும் வந்தது.

காலஞ்சென்ற கனம் கொடியாலம் வா. ரங்கசாமி அய்யங்கார் மாசற்ற தேசபக்தர்; உண்மையான பிரபு. அவருக்கு அரவிந்தரிடம் மகத்தான பக்தி. "புதுச்சேரிக்கு அரவிந்தர் வந்து விட்டதாகச் சொல்லப்படும் செய்தி உண்மையாக இருக்குமா?" என்று அய்யங்கார் என்னைக் கேட்டார். "குறி சொல்லத் தெரியாது; ஆரூடமும் பழக்கமில்லை" என்றேன். "அப்படியானால், புதுச்சேரிக்குப் போக உம்மைச் சபித்திருக்கிறேன்" என்றார் அய்யங்கார். "ரிஷி சாபத்துக்குப் பின்பலம் தவம்; உங்கள் சாபத்துக்குப் பின்பலம் பணம்" என்றேன். "தந்தேன்" என்றார். புறப்பட்டேன் புதுச்சேரிக்கு.

புறப்படுவதற்கு முன் இரண்டொரு வார்த்தைகள்.

சுப்பிரமணிய பாரதியார் அவர்கள் சுதேசமித்திரன் ஆபீஸில் இருந்தார் என்பது எனக்கு 1910இல் தெரியாது; *இந்தியா* பத்திரிகையில் இருந்தது தெரியும். பாரதியார் சென்னையில் இருந்த காலத்தில், அவரைவிட மிகவும் வயதான இரண்டு நண்பர்கள் அவருக்கு இருந்தார்கள். அவர்களிருவருக்கும் பாரதியாரிடமிருந்த மோகத்தை அளவிட்டுச் சொல்லவே முடியாது. அவர்களுடைய பெயர்களைச் சொன்னால் நீங்கள் திடுக்கிட்டுப் போகவும் கூடும்.

ஒருவர் ஹைகோர்ட்டு ஜட்ஜியாயும் கவர்னர் நிர்வாக சபை அங்கத்தினராயு மிருந்து உயிர்நீத்த கனம் வி. கிருஷ்ணசாமி அய்யர்; மற்றவர் போலீஸ் டெபுடி கமிஷனர் வேலைபார்த்து விலகிய ஏ. கிருஷ்ணசாமி அய்யர். இந்த இரண்டு கி–சாமி அய்யர்களும் இணைபிரியாத் தோழர்கள். இவர்களுடைய தூண்டுதலினால்தான் பாரதியார் புதுச்சேரிக்குச் சென்றார் என்று பின்னர் எனக்குத் தெரியவந்தது.

கனம் வி. கிருஷ்ணசாமி அய்யர் தமிழ்நாட்டுக்குச் செய்த ஒரு ஒப்பற்ற தொண்டை மட்டும் நான் குறிப்பிடாமலிருக்க முடியாது. தமிழர்கள் அதிகார வர்க்கத்தினரின் கொடுமைக்கு அஞ்சி, அநாகரிக பயத்துக்கு ஆட்பட்டுக்கிடந்த அந்தக்

காலத்தில், கனம் அய்யர் பாரதியாரின் சுதேச கீதங்களை இரண்டு பகுதிகளாக அச்சுப்போட்டுப் பிரசுரம் செய்தார்.

அந்த கீதங்களைப் படித்துப் படித்துப் பரவசமானவர்களில் நானும் ஒருவன். இது 1910ஆம் ஆண்டுக்கு முன்னர்.

நண்பர் ரங்கசாமி அய்யங்காரின் புதுச்சேரிச் சாபம் எனக்கு இரட்டிப்பு ஆனந்தம் அளித்தது. அந்தக் காலத்தில், பிரஞ்சு இந்தியாவின் தலைநகரான புதுச்சேரிக்குப் போகும் பேர்வழிகளைப் போலீசார் “கண் பரிசோதனை” செய்வது வழக்கம். ராஜ பார்வை பொல்லாதது என்று பாட்டிகள் சொல்லுவார்கள். அந்த அனுபவம் எனக்குக் கிடையாது. ஆனால், சூரியனைக் காட்டிலும் மணல் சுடும் என்பதை நான் அனுபவத்தில் கண்டிருக்கிறேன். போலீஸ் “கண்ணுக்குத்” தப்பிப் போய்வரவேண்டுமே என்று என் பேரில் இரக்கங்கொண்டு நண்பர் அய்யங்கார் மனம் ஏங்கினார்.

என்னைப்பற்றி என்ன சொல்லட்டும்? எனக்கு உண்டான ஆனந்தத்தில், நான் இந்த மண்ணுலகத்தில்தான் இருக்கிறேனா என்றே சந்தேகமேற்பட்டது.

ரயில்வண்டி காலை சுமார் ஐந்தரை மணிக்குப் புதுச்சேரி போய்ச் சேர்ந்தது. வழியில் யார் என்மீது “கண் வீசினார், கண் வீசவில்லை” என்ற கவலையே எனக்குக் கிடையாது. மலரிலிருக்கும் தேனைக் குடித்துவிட்டு, மதிமயங்கி, “மதோன்மஸ்தாய்” ரீங்காரம் செய்துகொண்டு ஆகாயத்தில் விசையுடன் விர்ரென்று பறக்கும் வண்டைப்போல நான் இருந்தேன் என்றால் அது கற்பனையே அல்ல. இத்தகைய உணர்ச்சி, ஒவ்வொருவர் வாழ்விலும் ஒரு தரமாகிலும் ஏற்பட்டிருக்கும்.

அந்தக் காலத்தில், எனக்கு வண்டி ஏறியே பழக்கமில்லை. கால் படைக்கப்பட்டது நடப்பதற்கேயன்றி வண்டி முதலிய வாகனங்களில் ஏறுவதற்கல்ல என்பது எனது அந்நாளைய கர்நாடகக் கொள்கை. இது காசில்லாத் தத்துவம் என்று சிரிக்கிறீர்கள். நல்லது, சிரியுங்கள். சிரித்தால் ஜீரணமாகும் என்கிறார்கள்.

புதுச்சேரி “புஷ்” வண்டி எனக்குப் புதிது. பெரிய இடத்துக்குப் போகிறபொழுது பதவிசாகப் போகவேண்டுமானாலும் கௌரவத்தையும் இழக்கக்கூடாது என்று திடீரென்று எனக்குத் தோன்றிற்று. “புஷ்” வண்டியைக் கூப்பிட்டேன். ஆள் வந்தான்; வண்டி வரவில்லை.

“பாரதியார் வீடு தெரியுமா?” என்றேன். “பட்டணத்து எஜமான், பாட்டு பாடுகிற எஜமான், மீசை வச்சிருக்காங்களே,

அவுங்கதானே? அவுங்க இருக்கிற வீடு நல்லாத் தெரியுமே" என்றான்.

அவன் சொன்ன முன்னடையாளங்கள் எல்லாம் உண்மைதான். ஆனால், மீசை சங்கதி எனக்கு எப்படித் தெரியும்? நான்தான் அதுவரையிலும் பாரதியாரைப் பார்த்ததில்லையே!

ஈசுவரன் தர்மராஜா கோயில் வீதியின் ஒரு கோடியிலிருந்த வீட்டின் எதிரே "புஷ்" வண்டியை நிறுத்தினான். அதுவரை யிலும் ஆனந்தம் அலைமோதிக்கொண்டிருந்த என் உள்ளத்தில், என்ன மாயவித்தையினாலோ பயம் வந்து புகுந்துகொண்டது. மார்பு படபடவென்று அடித்தது. எனது கேவலமான நிலைமையை வெளியே காண்பித்துக்கொள்ள மனமில்லாமல் வாய்பேசாமல் கொஞ்சம் அதிகமாகவே வாடகை கொடுத்து, "புஷ்" வண்டிக்காரனை அனுப்பிவிட்டேன்.

இடது கையால் மார்பை அணைத்துக்கொண்டு மெல்லப் படியேறினேன். மூட்டை, முடிச்சு கிடையாது. ஆள் பாரம் உடை பாரம் சில ரூபாய்கள் பாரம்–இவ்வளவுதான். இரவில் தூக்கமில்லாமையின் பெருஞ்சுமை, சிறிதளவு கண்ணிமையிலே தொங்கிக்கொண்டிருந்தது. அதையும் ஒப்புக்கொள்கிறேன்.

"ஸார்" என்றேன் ஒரு தரம். இரண்டாந்தரம்; மூன்றாவது தரமும் கூப்பிட்டேன். பயில்வானைப்போல இளவயதுப் பையன் ஒருவன் வந்து, "யார்" என்றான். யார் என்றால் நான்தான் என்றேன். என்னை ஏற இறங்கப் பார்த்தான். நானும் அவனை அப்படியே பார்த்தேன். ராஜிக்கு வந்தான். "யார் வேண்டும்?" என்றான். "சுப்பிரமணிய பாரதியார்" என்றேன். "சரி, மேலே வாரும்" என்றான். இருவரும் மேலே மாடிக்குப் போனோம்.

"மீசை வச்சிருக்காங்களே அவுங்களைக்" கண்டேன். சட்டை அங்கவஸ்திரம் முதலியன இருப்பதாகவே நினைவில்லை. சாஷ்டாங்கமாய் நமஸ்காரம் செய்தேன். புலி பாய்வதைப்போலப் பாய்ந்து, என்னைத் தூக்கி நிறுத்தி, "நமஸ்காரம் வேண்டாம். நீர் யார்? வந்த காரியத்தைச் சொல்லும்" என்றார்.

சிறிது நேரம் பேசாமல் நின்றுகொண்டிருந்தேன். அவரது பொலிவு நிறைந்த முகத்தை அப்படியே கண்ணால் விழுங்கிக் கொண்டிருந்தேன். "நல்லது, பல் விளக்கியாகிவிட்டதா? ஏதாவது சாப்பிட்ட பிறகு பேசிக்கொள்ளலாம். பாலு! பல்பொடியும் தண்ணீரும் கொண்டுவா" என்றார்.

என்னை வாயிற்படியண்டை எதிர்த்து நின்ற பயில்வானுக்குப் பெயர் பாலு என்பதைத் தெரிந்துகொண்டேன்.

பல் தேய்த்துக்கொண்டிருக்கிற சமயத்தில் ஒரு கிழவர் வந்தார். "வாரும் விளக்கெண்ணைய்ச் செட்டியாரே" என்றார் பாரதியார். எவ்வளவு வரவேற்பு அளித்தாலும், செட்டியாரின் உடம்பு பட்டபாட்டை நான் எவ்வாறு வர்ணிப்பது? செட்டியார் யார் தெரியுமா? பாரதியார் குடியிருந்த வீட்டுக்கு உடையவர். அவர் வாடகைப் பணம் கேட்க வந்திருக்கிறார். நான்கு மாத வாடகைப் பணம் பாக்கி. என்றாலும், கேட்பதற்கு நடுக்கம்! விளக்கெண்ணெய்ச் செட்டியார் என்பது பாரதியார் கொடுத்த செல்லப் பெயர்!

"செட்டியாரே! என்ன அவசரம்! நல்ல பதவிக்காக ஜன்மம் ஜன்மமாய்ப் பிறக்கலாம் என்ற ஹிந்து பரம்பரையிலே பிறந்து வளர்ந்த உமக்கு, ஏன் வாடகைக்கு அவசரம்? இன்னும் பத்து வருஷத்துக்குள் சுயராஜ்யம் வரப்போகிறது. அந்த ராஜாங்க கஜானாவுக்கு ஒரு 'செக்' கொடுக்கிறேன், வாங்கிக்கொள்ளுமே!" என்று சொல்லிவிட்டு வெண்கலத்தை இடைவிடாமல் தட்டியது போல கலகலவென்று சிரித்தார். தரித்திரத்தை நிந்தனை செய்யும் நகைப்பு!

செட்டியார் என்ன செய்கிறார் என்று ஆவலுடன் எதிர்பார்த்துக் கொண்டிருந்தேன். "மகான்! உங்கள் உண்டியல் ஏன் செல்லாது? கூசாமல் கொடுங்கள், வாங்கிக்கொள்கிறேன்" என்று செட்டியார் முணுமுணுத்தார். "செட்டியாரே உமக்கு நூறு வயது. போம். பணம் வந்தவுடனே ஒரு வினாடிகூடத் தாமதிக்காமல் அனுப்பிவைக்கிறேன்" என்றார். செட்டியார் வணக்கத்துடன் மறைந்தார்.

ஏதோ சாப்பிட்டோம். வந்த சங்கதியை மெல்ல மெல்லச் சொன்னேன். "அரவிந்த பாபு இங்கே இருக்கிறார் என்று உமக்கு எப்படித் தெரியும்? அது எனக்கே தெரியாதே! அதிருக்கட்டும். தமிழ்ப் பாட்டிலே உமக்கு அபிமானம் உண்டா?" என்றார். சிரித்தேன்.

"சிரித்ததற்கு அபராதமாக ஒரு பாட்டு கேளும்" என்றார்.

"இந்த மாதிரி பாரதியார் எனக்கு அபராதம் விதித்ததில் எனக்கு ஆட்சேபணை இருக்கும் என்று நீர் நினைக்கிறீரா, கேசவா?"

"உம்முடைய பாக்கியத்திலே எனக்குப் பொறாமை" என்றார் கேசவன்.

நண்பர் கேசவன், பாரதியாரை நேரே பார்த்ததே யில்லை.

2

“கேசவா! உம்மிடத்தில் ஒரு சிறு தவறு சொல்லிவிட்டேன்” பாரதியாரை நமஸ்கரித்த என்னை, அவர் தூக்கி நிறுத்தியதும், ‘யார்’ என்று கேட்டார். தமிழில் பதில் சொல்லியிருக்கலாமே! இங்கிலீஷ் படித்த கர்வம் ஆளை எளிதிலே விட்டுவிடுமா? நான் இங்கிலீஷைப் பொழிய ஆரம்பித்தேன்.

“அடே, பாலு! வந்தவர் உனக்கு இணையாக இங்கிலீஷ் பொழிகிறாரடா! அவரிடம் நீ பேசு; எனக்கு வேலையில்லை” என்று உரக்கக் கத்தினார். அப்பொழுதுதான் அவருடைய மனவேதனை எனக்கு ஒருவாறு அர்த்தமாயிற்று.

“ஒரு தமிழன் மற்றொரு தமிழனோடு இன்னும் எவ்வளவு காலம் ஆங்கிலத்திலேயே பேசவேண்டும்?” என்று வருத்தக்குரலுடன் என்னைக் கேட்டார். எனக்கு அழுகை வந்துவிட்டது. நேரே பதில் சொல்ல நாஎழவில்லை.

அப்பொழுது அவர் பாடிய பாட்டு, “மறவன் பாட்டு” என்று பாடியிருக்கிறாரே, அதுதான். அவர் பாட்டும் குரலும் என் உள்ளத்தைக் கவர்ந்தன. என் நினைப்பு என்னிடம் இல்லை. என் மனம் என்னைவிட்டு அகன்றே போயிற்று எனலாம். அன்றைக்குத்தான் யோகம் என்பது இன்னதென்று கண்டேன். என்னுடைய மயக்கம் ஒருவாறு தெளிந்தது. எனது உள்ளப்பூரிப்பை பாரதியார் கண்டுகொண்டார். நாட்டின் விடுதலையைப் பற்றிப் பேசத் தொடங்கினார்.

“நாட்டின் விடுதலைக்கு முன், நரம்பின் விடுதலை வேண்டும்; நாவுக்கு விடுதலை வேண்டும்; பாவுக்கு விடுதலை வேண்டும்; பாஷைக்கு விடுதலை வேண்டும்.” இவ்வாறு அடுக்கிக்கொண்டே

போனார். வெறும் சொல்லடுக்காகச் சொன்னதல்ல என்று இப்பொழுது நன்றாக எனக்குப் புலனாகின்றது. விடுதலை என்ற சொல்லை நாட்டிற்கு உபயோகப்படுத்தி, நான் முதலிலே கேட்டது பாரதியாரிடந்தான். 'தமிழுக்கும் உயர்வு உண்டு; தமிழனுக்கும் பெருமை உண்டு' என்பது பாரதியாரைப் பார்த்த பின்னர்தான் என் மனதில் அழுத்தமாகப் பதிந்தது. வெறும் வந்தேமாதரக் கூச்சலிட்டுவந்த சிறு பிள்ளையான எனக்கு, பாரதியாரைக் கண்ட பின்னர் அபரிமிதமான உற்சாகம் வந்தது என்றால், அது கற்பனையே அல்ல.

'தேமதுரத் தமிழ்' ஓசையை, அன்று நான் நேரே கண்டு அனுபவித்தேன். நான் எந்த உலகத்தில் இருந்தேன் என்பதை என்னால் அறியக்கூடவில்லை. தமிழுக்கு உயிரும் உருவமும் வலிமையும் பொலிவும் சுவையும் மேன்மையும் உண்டென்று அன்றுதான் கண்டேன்.

"பாட்டு எப்படியிருக்கிறது?" என்று சாதாரண மனிதன் கேட்பதுபோல, பாரதியாரும் கேட்பாரோ என்று எண்ணினேன். 'பாட்டு நன்றாயிருக்கிறது' என்று சொல்லவும் பயந்தேன். நான் இருந்த நிலைமையை பாரதியார் நன்றாக உணர்ந்துகொண்டார். இன்னும் சில பாட்டுக்கள் பாடினார். என் பாக்கியத்தை நான் அளவிட்டுச் சொல்ல முடியாது.

கடல்மடை திறந்துவிட்டது போல, ஓயாமல் பாட்டுக்கள் வந்துகொண்டேயிருந்தன. நானும் பரவசமானேன். பாரதியார் பாட்டையும் நிறுத்தினார். பிறகு ஸ்நானமும் சாப்பாடும் முடிந்தன.

பிற்பகலில் சுமார் நான்குமணி அடித்திருக்கும். "வெளியே போவோம், வாரும்" என்றார் பாரதியார். வெளியே புறப்பட்டுப் போனோம். சிறிது தூரத்துக்கெல்லாம், ஒரு வீட்டுக்குள் நுழைந்தோம். "பாரதி, வாரும்" என்று இனிய குரலில், ஒருவர் எங்களை வரவேற்றதைக் கேட்டேன். அந்த வீடு சீனிவாஸாச்சாரியார் இருந்த வீடு.

"இந்த நண்பர் அந்த முரடனைப் பார்க்கவேண்டுமாம்" என்றார் பாரதியார். முரடன் என்று குறிப்பிட்டது அரவிந்தரை என்று தெரிந்துகொண்டேன். எவ்வளவோ கஷ்டங்களுக்கு உள்ளாகியும், புதுச்சேரிக்கு வந்து அடைக்கலம் புகுந்தும், இந்த தேசபக்தர்களின் கேலியும் நகைப்பும் ஒழிந்தபாடில்லை. "போய்க் கேட்போம்; பிறகு நடக்கிறது போல நடக்கட்டும்" என்றார் சீனிவாஸாச்சாரியார்.

அரவிந்தரின் முக்கியகுணம் முரட்டுத்தனம் என்று இவர்களுடைய பேச்சினின்றும் வெளியாயிற்று. "அவ்வளவு கஷ்டமாயிருந்தால் வேண்டாம்" என்றேன். "இந்த புத்தி உமக்கு ஊரிலேயே வந்திருந்தால், புதுச்சேரிக்கு வந்த பணம் மீதமாயிருக்குமே" என்று சிரித்துக்கொண்டே சொன்னார் பாரதியார். எனக்கு முன்னும் ஓடவில்லை, பின்னும் ஓடவில்லை. மௌனந்தான் எல்லாக் காரியங்களுக்கும் சாதகம் என்று எண்ணி சும்மா உட்கார்ந்துகொண்டிருந்தேன்.

சற்றுநேரம் பொறுத்து, மூன்று பேரும் வீட்டைவிட்டு வெளி யேறினோம். பாரதியாரிடம் முக்கியமான குணமொன்றைக் கவனித்தேன். பேசினால் பேசிக்கொண்டிருப்பார். பேச்சு ஓய்ந்த தானால், உடனே பாட்டில் பாய்ந்துவிடுவார். மௌனம் அபூர்வம். யார் பக்கத்திலே இருக்கிறார்கள் என்ற நினைப்பே அவரிடம் இருக்காது போலிருக்கிறது. நடக்கும்போதும் பாட்டுத்தான்.

போய்க்கொண்டிருக்கும் பொழுது பலர், பயபக்தியுடன் நின்றுகொண்டு பாரதியாரை நமஸ்கரிப்பதைக் கண்டேன். யார் நமஸ்கரித்தாலும் உடனே தமது இரண்டுகைகளையும் நன்றாய்ப் பொருத்தி இசைத்து முகத்துக்குக் கொண்டுபோய், பாரதியார் கும்பிடுவார். நடந்துகொண்டே கும்பிடுவதில்லை; நின்றுவிடுவார். சில சமயங்களில் சிலரிடம் சிறிது நேரம் பேசவும் செய்வார். ஆனால், பேசினவர்கள் எல்லாரும் பாரதியாருக்குக் காண்பித்த மரியாதை அளவு கடந்ததாயிருந்தது.

ஏழை பாரதியாருக்கு எப்படி இவ்வளவு மரியாதை கிடைத்தது என்பது எனக்கு அப்பொழுது சிறிதும் விளங்கவேயில்லை. பாரதியாருடைய பாட்டின் மகிமையை அவர்கள் தெரிந்து கொண்டு கும்பிட்டார்களா என்பது சந்தேகம். ஆனால், புதுச்சேரியில் பலருக்கு பாரதியார் குருவாக விளங்கினார் என்பது உண்மை.

சீமான் சங்கர செட்டியார் வீட்டுக்குப் போனோம். என்னைத் திண்ணையில் உட்கார வைத்துவிட்டு, அவர்களிருவரும் உள்ளே போனார்கள். போய் வருவதற்குக் கொஞ்சம் நாழிகை யாகியிருக்கும் போலிருக்கிறது. நான் திண்ணையில் படுத்துக்கொண்டு தூங்கிப்போனேன். அவ்வளவு ஆவலுடன் புதுச்சேரிக்குப் போன எனக்கு அந்தச் சமயம் தூக்கம் வந்ததன் காரணம் இன்னதென்று இன்றைக்கும் எனக்குத் தெரியவில்லை. பாரதியார் என்னைத் தட்டி எழுப்பினபோதுதான் எனக்குத் தெரியும். செட்டியாரின் வீட்டு மூன்றாவது மாடிக்குப் போனோம்.

ஒரு மூலையில், ஒதுக்குப் புறத்தில் அரவிந்தர் தன்னந் தனியே உட்கார்ந்துகொண்டிருந்தார். அரவிந்தரை நமஸ்கரித்துவிட்டு நாங்களும் உட்கார்ந்தோம். பேச்சை யாரும் துவக்கவில்லை. பாரதியார் சட்டென்று எனக்குத் துணைபுரிந்தார்.

"தமிழ்நாட்டு தேசபக்தன்" என்று என்னை பாரதியார் அரவிந்தருக்கு அறிமுகம் செய்துவைத்தார். "சர்க்காருக்கு மனுப் பண்ணிக்கொள்ள அவருக்குத் தெரியுமல்லவா?" என்று அங்கிருந்த வங்காளி இளைஞர்களில் ஒருவன் சொல்லிவிட்டுச் சிரித்தான். பாரதியாரைத் தவிர, மற்றெல்லாரும் சிரித்தார்கள். நான் அசட்டுச்சிரிப்பு சிரித்தேன். பாரதியாரின் முகத்தில் ஈயாடவில்லை. "அடிமைகளிலே, வங்காளி உயர்த்தி, தமிழன் தாழ்த்தியா?" என்று அவர் படீரென்று போட்டார். தலை நிமிர்ந்துகொள்ளுவதற்கு எனக்கு தைரியம் உண்டாயிற்று.

பாரதி உயரத்தில் பெரியவர்; அரவிந்தர் உருவத்தில் சிறியவர். பாரதியார் ஸங்கோசி; அரவிந்தரும் ஸங்கோசிதான். பாரதியாரின் சொற்கள் முல்லை மலரின் தாக்கும்மணங்கொண்டவை; அரவிந்தரின் சொற்கள், செந்தாமரை மலரின் பரந்து விரிந்த அழகைத் தாங்கியவை. இருவருக்கும் புதிய புதிய கருத்துகளும் சித்திரச் சொற்களும் திடீர்திடீரென்று புதைவாணங்களைப் போலத் தோன்றும். பாரதியார் ஆகாயத்தில் ஓடுவதை எட்டிப் பிடித்துவந்ததாகச் சொற்களைப் பொழிவார். அரவிந்தர் பூமியைத் தொளைத்துத் தோண்டி பொக்கிஷத்தைக் கொணர்ந்ததாகப் பேசுவார். இருவர் சொற்களிலும் கவிச்சுவை நிறைந்திருக்கும், பாரதியாரைப் போலவே அரவிந்தரும் கலகலவென்று விடாமல் சிரிப்பார். இதோடு பாரதியாரை நான் சந்தித்த கதையை நிறுத்திக்கொண்டு, கொஞ்சங் கொஞ்சமாக, பாரதியாரின் வாழ்க்கை வரலாற்றைச் சொல்லுகிறேன். "கேசவா! என்ன சொல்லுகிறீர்?" என்றேன். "பூரண சம்மதம்" என்றார் நண்பர்.

3

> "மறைவாக நமக்குள்ளே பழங்கதைகள்
> சொல்வதிலோர் மகிமை யில்லை."

இது பாரதியார் தமக்காகவும் பிறருக்காகவும் செய்த வேத சூத்திரமாகும். ஆகவே, அவரது வாழ்நாளிலே சிறப்பாக நேர்ந்த நிகழ்ச்சிகளை அவர் வாயினின்றும் கேட்பது மிகவும் அருமை. நான் எத்தனையோ தடவைகளில், அவருடைய அடிநாள் வரலாற்றைப் பற்றிய பேச்சை சம்பாஷணையிலே நுழைத்துப் பார்த்திருக்கிறேன். வெகுசாமர்த்தியமாக இந்தப் பேச்சை முளையிலேயே கிள்ளிக் கிடத்தி விட்டு, வேறு ஏதேனும் ருசியுள்ள சங்கதியைப்பற்றிப் பேசத் துவங்கிவிடுவார். பாரதியாரைப்பற்றி ஆங்காங்கே கிடைக்கும் 'துக்கடாக்களை' நண்பர்கள் பலர் சேர்ந்து திரட்டினாலொழிய, அவரது வாழ்க்கை வரலாற்றைப் பூர்த்திசெய்ய முடியாது.

சுப்பிரமணிய சிவம் நடத்திவந்த 'ஞான பானு' என்ற பத்திரிகையில் பாரதியார் 'சின்னச் சங்கரன் கதை' என்று ஒரு கதை எழுதிவந்தார். ஏழு அத்தியாயங்கள் வந்தன என்பது என் நினைவு. அது பூராவும் அச்சுக்கு வருவதற்கு முன்னமே, அதன் மூலக்கையெழுத்துப் பிரதி திருட்டுப்போய்விட்டது. பாரதியாரிடம் வேலை பார்த்துவந்த பக்தன் ஒருவன் துரோகியாகி சின்னச் சங்கரன் கதையையும் வேறு சில பாட்டுக்களையும் தஸ்தாவேஜிகளையும் திருடி, புதுச்சேரியில் கூடாரமடித்திருந்த ரகசியப் போலீசாரிடம் கொடுத்துவிட்டதாக அந்நாள் வதந்தி. கதை சுமார் முப்பது அத்தியாயங்கள் கொண்டது. பூர்த்தியாக வில்லை. அரசாங்கத்தாரிடம் இருந்தாலும், அதைத் திரும்பக் கொடுக்க அவர்கள் பெரியமனது பண்ணினால் தமிழுக்கு லாபம். 'சின்னச் சங்கரன் கதை'யை அநேகமாய் பாரதியாரின் சுயசரிதம்

என்றே சொல்லலாம். வரிக்கு ஒரு தடவையேனும் விழுந்து விழுந்து சிரிக்கும்படியான எழுத்து.

பாரதியாரைப்பற்றி நல்ல விவரங்களைக் கொடுக்கக் கூடியவர்களுள் முதன்மையானவர் மண்டையம் சீனிவாஸாச்சாரியார். அவர் சென்னை திருவல்லிக்கேணி, பார்த்தசாரதி சுவாமி கோயிலுக்குப் பக்கத்தில் வசித்துவருகிறார். இன்னொருவர் துரைசாமி அய்யர். இவர் சென்னையில் பிரபல வக்கீல். ராயப்பேட்டையில் பழைய "பாம் குரோவ்" என்ற பங்களாவில் இருந்தார். இப்பொழுது புதுச்சேரியில், அரவிந்த ஆசிரமத்திலேயே இருந்துவருகிறார். 'லோகோபகாரி' பத்திரிகையின் ஆசிரியர் பரலி சு. நெல்லையப்ப பிள்ளைக்குப் பல குறிப்புகள் தெரிந்திருக்கலாம். பாரதியாரின் மனைவி ஸ்ரீமதி செல்லம்மாள், பாரதியாரின் குடும்ப வாழ்க்கையையும் மற்றும் பல விவரங்களையும் பற்றி உண்மையான தகவல்களைத் தரமுடியும். புதுச்சேரியில் வசிப்பவரும் "பாரதிதாஸன்" என்ற புனைபெயருடன் பாரதியாரைப் போலவே அருமையாகக் கவிபாடும் ஆற்றல் கொண்டவருமான வாத்தியார் சுப்புரத்தினம், பல வினோதத் துக்கடாக்கள் சொல்லக்கூடும். அரவிந்தர் ஆசிரமத்தில் வசித்துவரும் மகாபுத்திசாலியான அமிருதா என்ற ஆராவமுது அய்யங்கார், நகைச்சுவையில் பொருள் செறிவு கலந்து, பாரதியாரைப்பற்றிப் பல குறிப்புகள் தரக்கூடும். பாரதியாரின் தம்பி விசுவநாத அய்யர் (பி.ஏ., எல்.டி.) சிலவற்றைச் சொல்லக்கூடும். பாரதியாரைப் படம்பிடித்தது போலவே, பாரதியாரின் பாட்டுக்களைப் பாடக்கூடிய சங்கர அய்யர் (பாரதியாரின் அத்தை மகன்) சென்னையில் இருக்கிறார். அவருக்கு பாரதியாரைப்பற்றித் தெரியும். பாரதியாருக்கும் அவரிடம் நிரம்ப அன்பு உண்டு. பாரதியாரின் பக்தர்களும் அபிமானிகளும், இவர்கள் யாவரையும் கலந்துகொண்டால் பாரதியாரின் வாழ்க்கை வரலாற்றை ஒருவாறு பூர்த்திசெய்யலாம். இதனிடையே என்னாலான கைங்கரியத்தைச் செய்கிறேன்.

1882ஆம் வருஷத்தில் சுப்பிரமணிய பாரதியார் அவதரித்தார். பிறந்தஊர் எட்டையபுரம். இது திருநெல்வேலி ஜில்லாவில் இருக்கிறது. எட்டையபுரம் ஒரு பெரிய ஜமீன். ஆனால் ஜமீன்தாருக்கு ராஜா என்று பட்டம். இந்த சமஸ்தானத்தைக் "கவுண்டனூர் சமஸ்தானம்" என்று பாரதியார் 'சின்னச் சங்கரன் கதை'யிலே வர்ணிக்கிறார். பாரதியார் பிறப்பிலே ஸ்மார்த்த பிராமண, கண்டரமாணிக்க பிரகசரண வகுப்பைச் சேர்ந்தவர்.

"தோடி நாராயண அய்யங்கார், பல்லவி சுப்பராமய்யன், கம்பராமாயணம் முத்திருளுத் தேவர்" (இவைகள் யாவும் புனைபெயர்கள்) முதலிய புலவர்கள் அலங்கரித்த சமஸ்தானத்திலே

(எட்டையபுரத்திலே), சேவல் சண்டையால் செருக்கடைந்த அடாணா ராமசாமிக் கவுண்டரின் (சமஸ்தானாதிபதிக்கு பாரதியார் 'சின்னச் சங்கரன் கதை'யில் கொடுத்த கற்பனைச் செல்லப் பெயர்) குடைக்கீழ், பாரதியார் திருவவதாரம் செய்தார்.

பாரதியாரின் தகப்பனாருக்குச் சின்னசாமி அய்யர் என்று பெயர். அவருக்கும் "சமஸ்தானத்துக்கும்" இடையே அளவு கடந்த நேசம். அவர் சம்பந்தப்பட்டவரையில் அரண்மனைப் "பாரா" எதுவுமே கிடையாது. தாராளமாய் எந்த நேரத்திலும் அரண்மனையில் உட்புகுந்து வெளியே வரலாம். சின்னசாமி அய்யர் கணித சாஸ்திரத்தில் ருசியும் தேர்ச்சியும் பெற்றவர். பரம்பரையையும் பழக்கத்தையும் துணைக்கொண்டு, அய்யர் தமது குமாரனைக் கணிதப் புலவனாகச் செய்யப் பெரிதும் முயன்றார். அவருக்கு யந்திரப்பழக்கம் மிகுதியும் உண்டாம். மேனாட்டு யந்திரங்களை, அக்காலத்திலேயே (சுமார் அறுபது வருஷங்களுக்கு முன்னரே) தாமே, எவர் உதவியுமில்லாமல் பிரித்து மறுபடியும் பூட்டக்கூடிய சாமர்த்தியமும் சக்தியும் பாரதியாரின் தகப்பனாருக்கு இருந்ததாம்.

கணித சாஸ்திரத்துக்குக் கற்பனாசக்தி அதிகம் தேவையில்லை என்று கோல்ட்ஸ்மித் என்ற ஆங்கிலநாட்டு மேதாவி எழுதியிருக்கிறார். யந்திரம் ஓட்டும் வேலைக்கும் அதிகமாக புத்தி நுட்பம் வேண்டியதில்லை என்று சொல்லிக்கொள்ளுகிறார்கள். இவ்விரு துறைகளிலும் பையன் பாரதி தேர்ச்சியடைந்து குவியல் குவியலாகப் பணம் சம்பாதிக்க வேண்டுமென்பது தகப்பனாரின் கருத்து. அல்லது ஏதோ அற்பப் படிப்புடன் இந்தியாவை விட்டு வெளியேற்றி, சீமையிலே தள்ளி சில காலம் அங்கே இருக்கச் செய்யவேண்டும்; தமிழ்நாட்டுக்கு வரும்பொழுது, பாரதியார் ஜில்லா கலெக்டராய் கைச்சொக்காய் கால்சராயுடன் வரவேண்டும் என்பது தகப்பனாரின் பேரவா. ஆகவே பிள்ளையின் ஆரம்பப் படிப்பு விஷயத்தைத் தாமே கொஞ்ச காலம் நடத்தி பிறகு ஆவலுடன் மேற்பார்வை பார்த்துவந்தார். கணக்குப் போடப் பையனைத் தகப்பனார் கூப்பிட்டால், பாரதியார் மனதுக்குள்ளேயே, 'கணக்கு, பிணக்கு, வணக்கு, மணக்கு, ஆமணக்கு' என்று தொடர் அடுக்கிக்கொண்டே போவாராம்.

யந்திரத்துக்கு நேர்ந்தகதியும் அதுதான். யந்திரத்துக்கு மட்டும் பாரதியாரின் கற்பனையிலே அடுக்குத்தொடர் அகப்படுவது அருமையா? தகப்பனார் மிக்க ஆவலுடனும் தெளிவுடனும் கணக்கைப் பையனுக்கு போதிக்க எத்தனித்தார். ஆனால் பிள்ளையோ, தமிழ்ச் சொற்களைச் சந்தத்துடன் அடுக்கிக்கொண்டே போவார். இந்த வெள்ளைத் திருட்டைத் தகப்பனார் கண்டுகொண்டார். ஏதேனும் வைதால், திட்டுக்கு

சந்த அடுக்கு ஏற்பட்டுவிடுமோ என்ற அச்சமும் தகப்பனாருக்கு உண்டு. ஏதோ ஒரு சமயம் கணக்குப் போடாமல் பாரதியார் விழித்துக்கொண்டிருந்ததைத் தகப்பனார் கண்டார். "இது என்ன விழி?" என்றார். உடனே பாரதியார், உரக்கவே "விழி, பழி, குழி, வழி, பிழி, சுழி" என்று கணக்கிலே "சுழி" போட்டுவிட்டாராம். பையனுக்குச் சித்தப்பிரமையோ என்று எண்ணித் தகப்பனார் மனம் ஏங்கிப்போனார்.

சின்னசாமி அய்யருக்குப் பிள்ளையினிடத்தில் அளவில்லாத வாஞ்சை. பிள்ளையை அடித்துத் தொந்தரவு செய்ய அவருக்கு விருப்பமில்லை. பாரதியாருக்கு மிகவும் மெல்லிய உடல். அந்த உடலிலும் ஆவி இருக்குமோ என்று தோன்றும். சாகும் வரையில் பாரதியாருக்கு தேகப்பயிற்சியில் ரொம்ப உற்சாகம். குஸ்தி போடவேண்டுமென்று பலகாலும் சொல்லுவார். எவரேனும் நேர்த்தியாக 'கஸ்ரத்' செய்தால், பாரதியார் சொந்த நினைவு இல்லாமல் தாம் உட்கார்ந்திருக்கும் இடத்திலேயே, தம்முடைய கை, கால், உடம்பு முதலியவைகளை அப்படியு மிப்படியும் ஆட்டிக் கொண்டிருப்பதைப் பார்த்து, அவருடைய நண்பர்கள் வாய்க்குள்ளாகவே சிரிப்பதுண்டு. பாரதியார் 'தாயில்லாப் பிள்ளை' என்ற காரணத்தினால் (பாரதியாரின் குழந்தைப் பருவத்திலேயே அவருடைய தாயார் இறந்துபோனார்) சின்னசாமி அய்யர் தமது பையனைத் தொட்டு அடிப்பதற்கு மனங்கொள்ளவில்லை.

தம் தாயைப்பற்றி பாரதியாருக்கு நல்ல ஞாபகம் இருந்ததில்லை. அந்த வகையில் தமது அனுபவம், நிறைந்து பூர்த்தியாகவிருக்கவில்லையே என்று அவர் மனம் வருந்துவார். அண்டை வீட்டுக் குழந்தைகளுக்கு இருந்த தாயின் சலுகை தமக்கு இருந்ததில்லையே என்று மனம் வாடுவார். தாயார் இந்த உலகத்தை விட்டுச் சீக்கிரம் அகன்றதாலேயே, பாரதியார் சாகுமளவும் குழந்தையாக இருந்துவந்தார். நேற்றைய தினம் பிறந்த பெண் குழந்தையும் பாரதியாருக்கு அம்மாதான். வயதுக் கணக்கு அவருக்குத் தொந்தரவு கொடுத்ததேயில்லை. "அம்மா, அம்மா" வென்று அவர் தமது பாட்டுக்களில் கூவி அழைத்திருப்பதை நீங்கள் எல்லோரும் படித்திருப்பீர்கள்.

வீதியிலே ஒரு குழந்தையைத் தாயில்லாப் பிள்ளை என்று எவரேனும் சுட்டிக்காட்டிவிட்டால், பாரதியார் அந்த இடத்திலேயே ஸ்தம்பித்து நின்றுவிடுவார். அவர் மனதில் என்ன என்ன எண்ணங்கள் தோன்றி மறையுமோ, அவைகளை நான் அறிந்ததில்லை. "என்ன ஓய்! எனக்கு அம்மா மயக்கத்திலிருந்து ஒருநாளும் விடுதலை இல்லையா?" என்று பக்கத்திலிருக்கும் நண்பரை வினவிவிட்டு, சிறிது நேரத்துக்கெல்லாம், "அம்மா,

அம்மா" என்று இசையிலே கூவுவார். ஆகவே கணிதத்தில் புலமை வாய்ந்த உயிருள்ள தகப்பனார் தம் பையனைக் கணித சாஸ்திரியாகச் செய்ய முடியவில்லை; மறைவிலிருந்த தாய் பாரதியாரைக் கவியாக வளர்த்துவிட்டாள்.

பையனாக இருக்கையில், பாரதியாருக்கு எட்டையபுரம் அரண்மனையில் சலுகை அதிகம் உண்டு. "சமஸ்தானம்" பாரதியாரை அன்புடன் நோக்கிவந்ததால், சமஸ்தான வித்துவான்களும் மற்றவர்களும் பாரதியாரிடம் அன்பும் மரியாதையும் காட்டிவந்தார்கள். பாரதியாருக்கு "பாரதி" என்ற பட்டம் சமஸ்தானவித்துவான்களால் அளிக்கப்பட்டதுதான். தமிழ்ப் பண்டிதர்களுக்கு இதைப்பற்றிச் சந்தேகம் வேண்டாம். குழந்தையாயிருக்கும்பொழுதே, பாரதியார் கேட்போர் திகைக்கும்படி வெடுக்கு வெடுக்கென்று பேசுவார், பதில் சொல்லுவார். 'நூற்றுக் கிழவ'னுடைய அனுபவத்தை, பாரதியார் தமது இளம்பருவத்திலேயே காட்டிவந்தார். "சமஸ்தானத்தின்" ஸன்னிதானத்தில் புலவர்கள் நூல்களை அரங்கேற்றுகையில், இளம்பாரதியார் சபையில் ஒரு 'மெம்பர்'. பாரதியார் தமது அபிப்பிராயத்தைக் கூசாமல் சொல்லிவிடுவாராம். "பழுதை என்று மிதிக்கவும் முடியவில்லை; பாம்பு என்று மதிக்கவும் கூடவில்லை" என்று வித்துவான்கள் முணுமுணுப்பார்களாம்!

சிறு பிராயத்தில் பெரிய புலவர்களின் நட்பும் "சமஸ்தானத்தின்" தயவும் பாரதியாருக்கு அபரிமிதமாகக் கிடைத்திருந்தபடியால், அவர் தேனை நுகரும் வண்டைப்போலக் களி எய்தி வாழ்ந்துவந்தார். லேசாகப் படிப்பதும் எளிதிலே பரீட்சையில் தேறுவதும் அவரது வழக்கமாயிற்று. இலக்கணத்தின் கொடிய விதிகளில் சிலவற்றை உடைத்தெறிந்துவிட்டுக் கவிகள் பாடத் தொடங்கினார். சிங்கார ரஸம் பொங்கிய "சமஸ்தான" மானதால் பாரதியார் "மடல்களும் உலாக்களும்" முதலிலே பாடினார். நல்ல வேளையாக அவைகள் இன்றைக்கு இருந்த இடம் தெரியாமல் மண்ணோடு மண்ணாய்க் கலந்துவிட்டன. அவைகள் இப்பொழுது உயிருடன் இருந்திருக்குமாயின், பாரதியாரின் பெரும் புகழுக்கும் பெயருக்கும் குறுக்கே வந்து படுத்துக்கொண்டிருக்கும். நண்பர்களின் நிமித்தம், பாரதியார் தனிப்பாடல்கள் பாடுவதுண்டாம். அவைகள் காகிதத்தில் எழுதப்படாததனால், செல்லரித்திருக்க வழியில்லை; உலகத்தின் ஒலியிலே கலந்தொளிந்து போயிருக்கலாம்.

பாரதியாருக்கு வயது வருமுன்னரே அவருடைய தகப்பனார் மரணமடைந்தார்.

4

பாரதியாரின் தாயார் இறந்துபோன பின், சின்னசாமி அய்யர் மறுதாரம் விவாகம் செய்துகொண்டார். அந்த அம்மாள் மூலமாய், சின்னசாமி அய்யருக்கு ஒரு ஆண் குழந்தையும் ஒரு பெண் குழந்தையும் பிறந்தார்கள். பாரதியாரோ, சமஸ்தானத்துச் சிறு கவிராயர். தம்பியும் தங்கையும் சிறு குழந்தைகள். யந்திர முயற்சியை இந்தியாவில் ஸ்தாபிக்கவேண்டும் என்ற பிடிவாதத்தினால் சின்னசாமி அய்யர் தமது சொத்து முழுமையையும் இழந்தார்

இந்த நிலைமையில், பாரதியாரின் சீமைப் படிப்பைப்பற்றி யோசிக்கவேண்டிய தேவையே இல்லாமல், சின்னசாமி அய்யர் இறந்துபோகவே அந்தக் குடும்பம் தவித்துத் தத்தளித்ததை விவரித்துக் கூறவேண்டுமா? இந்த அனுபவம் ஏகதேசம் எல்லாக் குடும்பங்களிலும் காணக்கூடியதுதான். குடும்பத்தின் மூல புருஷன் மறைந்து, அவருக்குப்பின் அவரை அண்டி வாழ்ந்து வந்தவர்கள் திக்கற்றுத் தவிப்பதை நமது தேசத்தில் நூற்றுக்குத் தொண்ணூறு குடும்பங் களில் நாம் சாதாரணமாய்ப் பார்க்கலாம். அந்தக் காலத்தில் இன்ஷூரன்ஸ் கம்பெனிகளும் அதிகமாக முழங்கவில்லை. அப்படியிருப்பினும், சின்னசாமி அய்யர் இன்ஷூரன்ஸ் கம்பெனிக்குப் பணம் கட்டியிருப்பாரோ என்பது சந்தேகம். அதற்குக் கட்டக்கூடிய பணத்தை, யந்திரத்தைப் பழுது பார்க்கச் செலவு செய்யத்தான் அவருக்கு புத்திபோயிருக்கும் என்று நிச்சயமாய்ச் சொல்லலாம். தாம் கொண்டிருந்த ஒரே கருத்தில் சின்னசாமி அய்யர் ரொம்பப் பிடிவாதம் காட்டுவார் என்று பாரதியார் அடிக்கடி சொல்லுவதுண்டு.

இந்தச் சமயத்திலோ கொஞ்ச காலம் பொறுத்தோ (நிச்சயமாய்ச் சொல்லுவதற்கில்லை) பாரதியாருக்குக் கலியாணமும் ஆகிவிட்டது. ஆகவே புலவர் வறுமை அவரை பால்யத்திலேயே பிடித்துக்கொண்டுவிட்டது என்று சொல்லலாம். தகப்பனார் இறந்தபின் பாரதியாரின் படிப்பு விஷயம் எப்படியிருக்கும்? நல்ல நாளிலேயே நாழிப்பால் கறக்காத பசுமாடு சங்கதிதான்.

சிறுபிராய முதலே, பாரதியார் சிரிக்கச் சிரிக்கப் பேசுவார். எட்டையபுரம் ராஜா பாரதியாரின் பேச்சில் ஈடுபட்டுப்போனதில் என்ன ஆச்சரியமிருக்கிறது? ஆனால், சிங்கார ரஸப் பாட்டுக்களை மிகுதியும் வேண்டின ராஜாவோடு பாரதியார் நீண்ட காலம் சல்லாபம் வைத்துக்கொள்ள முடியாமல் போயிற்று.

விளையும் பயிர் முளையிலே என்று சொல்லுகிறார்களே, அதைப் பிரத்யட்சமாக பாரதியாரின் வாழ்க்கை வரலாற்றிலிருந்து தெரிந்துகொள்ளலாம். சாதாரணமாய்ப் பத்தாயிர ரூபாயுள்ளவனைப் பணக்காரன் என்று மதித்து அவனுடைய உறவை நாடும் மனிதர்களையே நாம் எல்லோரும் பார்க்கிறோம். மகா புத்திசாலிகளுங்கூட வயிற்றுப்பிழைப்பை உத்தேசித்து, அசட்டுப் பணக்காரனுடைய அவலச்சொற்களில் கூட அழகும் அர்த்தமும் இருப்பதாக வர்ணிக்கும் இந்த தேசத்தில், பாரதியார் எட்டையபுரம் ராஜாவின் நன்மதிப்பைப் பெரிதாகக் கொள்ளவில்லை என்றால் அது தினமும் நடைபெறுகின்ற சம்பவமா?

ராஜாவின் நட்பினால் பாரதியாருக்கு நஷ்டமாக ஏற்பட்டது ஒரு கெட்ட பழக்கம். பாரதியாரின் உடம்பு ரொம்ப "பூஞ்சை" (மெல்லிய உடல்); தேகத்திலே அதிகமாக வலு கிடையாது. ராஜாவுக்குப் பாரதியாரின்பேரில் ரொம்ப வாஞ்சை. "தம்பி! உடம்பை நீ இப்படி வைத்துக்கொண்டிருக்கக்கூடாது. உன்னைப் பார்த்தால், புளிச்சேப்பக்காரன் மாதிரி இருக்கிறாய். நீ நன்றாகச் சாப்பிடவேண்டும். பசி தீவனம் ஏற்படுவதற்கு நீ பூரணாதி லேகியம் சாப்பிட்டால் நல்லது. பூரணாதி லேகியத்தின் மகிமை உனக்குத் தெரியாது. அந்த லேகியம் சாப்பிட்டால் ஒரு அண்டாச் சோறு வயிற்றுக்குள்ளே போய்விடும். அது மட்டுமா? அண்டாவே உள்ளே போனாலும் போய்விடும்" என்று விகடம் பேசித் தட்டிக்கொடுத்து பாரதியாரைப் பூரணாதிலேகிய யோகத்தில் தலைகுப்புற இறங்கும்படியாகச் செய்துவிட்டார். இந்த சம்பவத்தை, பிற்காலத்தில் தமாஷாயிருக்கிற சமயத்தில் ரொம்ப வேடிக்கையாக பாரதியார் வர்ணிப்பதுண்டு.

கங்காபானம் செய்யவேண்டும் என்று பெரியார்கள் சொல்லுவதை வேறுவிதமாக மாற்றி, பாரதியார் சிறு பிராயமுதல்

“கஞ்சா பான” முயற்சியில் மோகங்கொண்டார். பணக்காரர்களின் உறவு ஏழைகளுக்கு நல்ல பழக்கத்தை உண்டாக்காது என்று பலர் சொல்லுவதற்கு பாரதியாரே பெரிய அத்தாட்சியாக விளங்குகிறார். உடல் வலிமைக்காக பாரதியார் பூரணாதி உட்கொண்டதும், அதே உடல் வலிமையின் பொருட்டு காந்தி, தமது சிறு பிராயத்தில் திருட்டுத்தனமாய் மாமிச போஜனம் செய்து இரவில் பசியில்லை என்று தம் தாயிடம் பொய் சொன்னதும் குறிப்பிடத்தக்கவை.

பாரதியாருக்கு உபதேசம் செய்த ராஜாவுக்கும் காந்திக்கு உபதேசம் செய்தவருக்கும் கெட்ட எண்ணம் கிடையாது. பால்யத்தில் ஒன்றைக் கேட்டாலும் பார்த்தாலும் அது எவ்வாறு அழுத்தமாகப் பதிகின்றது என்பதை இந்த இரண்டு நிகழ்ச்சிகளிலிருந்து தெரிந்துகொள்ளலாம். ஆகவே, சிறு பிள்ளைகள் விஷயத்தில் வயதில் பெரியவர்கள் எவ்வளவு ஜாக்கிரதையாக நடந்து கொள்ளவேண்டும் என்பதற்கு இந்த இரண்டு சம்பவங்களும் எச்சரிக்கைகளைப்போல இருக்கின்றன.

எட்டையபுரத்தில் இருக்க மனமில்லாமல் பாரதியார் காசிக்கு தமது அத்தை வீட்டுக்குச் சென்றார். கல்கத்தா சர்வ கலாசாலைப் பிரவேசப் பரீட்சைக்குப் படித்தார். காசியிலேயே, தனிப் பல்கலைக்கழகம் (சர்வகலாசாலை) அப்பொழுது இல்லை. அக்காலத்தில் சர்வகலாசாலையாக அமையாத ஸென்ட்ரல் ஹிந்து காலேஜைச் சேர்ந்த உயர்தரப் பள்ளிக்கூடத்தில் பாரதியார் படித்தார். தாம் பள்ளிக்கூடத்துக்குப் போன விதரணையைப் பாரதியார் கேலிசெய்து பேசுவதுண்டு. அந்தக் கேலியின் சாரம் இதுதான்:

“காலை மாலை நூலை ஓது என்கிறார்கள். அது தப்பு. நான் படித்தகாலத்தில் நான் நூலையே ஓதினதில்லை. பள்ளிக்கூடத்துக்குக் காலையில் போனால் மாலையில் போகமாட்டேன்; மாலையில் போகலாம் என்று எண்ணிக் காலையில் போகமாட்டேன். பிறகு ஒரு எண்ணம் தோன்றும். மாலையிலும் போகமாட்டேன். காலை மாலை உருண்டோடிப் போகும். புஸ்தகம் ஹஸ்த பூஷணம் என்பதும் தவறு. ஹஸ்தத்துக்கு பூஷணம் (கைக்கு அலங்காரம்) நல்ல ஸில்க் சட்டை, ஜோரான பச்சைக்கல் மோதிரம். நான் புஸ்தகமூட்டை தூக்கிக்கொண்டு பள்ளிக்கூடத்துக்குப் போனதேயில்லை. சட்டை ஜேபியில் சில கடிதங்கள் (காகிதங்கள்), ஒரு பென்ஸில் இவைகள்தான் இருக்கும். வாத்தியார் பாடம் சொல்லிக்கொண்டிருப்பார். அவரைப்பற்றி ஹாஸ்யக் குறிப்புகள், வசனத்திலும் பாட்டிலும் எழுதி அடுத்த பையனிடம் நீட்டுவேன். இருவரும் சிரிப்போம். பிறகு பெஞ்சு

பூராவும் பரவிவிடும். ஒரே சிரிப்பு. என்ன சத்தம் என்று வாத்தியார் கேட்கு முன்னரே மெதுவாக வகுப்பிலிருந்து நழுவிவிடுவேன். வீட்டுக்கு வந்து, மாடியிலேறி கங்காப் பிரவாகத்தைப் பார்த்துக் களிப்பேன். இதுதான் நான் படித்த கதை."

இவ்வாறு பாரதியார் பிற்காலத்தில் கேலி செய்ததைக் கொண்டு அவர் ஒன்றும் படிக்கவில்லை என்று யாரும் அவசரமாக முடிவுக்கு வந்துவிடவேண்டாம். பாரதியார் பள்ளிக் கூடத்துக்கு இவ்வளவு 'டோகர்' கொடுத்தாலும், பிரவேசப் பரீட்சையில் முதல் வகுப்பில் தேறினார். அக்காலத்தில் காலேஜ் படிப்புக்கு முதல்படியான எப்.ஏ. வகுப்பிலும் சேர்ந்தார். குடும்பக் கவலையினாலோ கல்லூரிப் படிப்பில் மனமில்லாமலோ, ஒரு வருஷத்துக்குள் அந்தப் படிப்பிற்கும் சலாம் போட்டுவிட்டு நின்றுவிட்டார்.

"தத்தாரி" மனங்கொண்ட (ஒரு விஷயத்திலும் பிடிப்பில்லாத) இந்தப் பிள்ளையை உற்றார் உறவினர் எவ்வாறு நேசித்துப் பராமரித்துப் பாதுகாக்க முடியும்? பாரதியார் "மண்டு"வாக இருந்தாலும், அவர்கள் ஒருவாறு தங்கள் மனதைத் தேற்றிக் கொண்டிருப்பார்கள். வீட்டிலே அதிகமாகப் படிக்காமல் பரீட்சையில் முதல்வகுப்பிலே தேறின பாரதியார், ரொம்ப புத்திசாலி என்று அவர்கள் கண்டுகொண்டார்கள். அதனாலேதான் அவர்கள் தொல்லைப்பட்டார்கள்.

பரீட்சை தேறினதில் இன்னொரு விசேஷம். பிரவேசப் பரீட்சைக்கு இரண்டு பாஷைகள் வேண்டும். இங்கிலீஷ் ராஜாங்கத்தில் ஒரு பாஷை இங்கிலீஷ் என்று சொல்லவும் வேண்டுமா? காசியிலே தமிழ் பாஷை கிடையாது. ஆகவே பாரதியார் தமிழிலே பரீட்சை கொடுக்க முடியாது. இரண்டொரு வருஷங்களில் ஹிந்தி பாஷையைக் கற்றுக்கொண்டு, பரீட்சையில் முதல்வகுப்பில் பாரதியார் தேறினது மிகவும் ஆச்சரியப்பட வேண்டிய விஷயமல்லவா? பாரதியாரின் ஹிந்தி உச்சரிப்பைக் கேட்டவர்கள், அவர் வடக்கத்தி கோஸாயி பிராமணரோ என்று சந்தேகப்படும்படி யிருக்கும். அவ்வளவு "டாண் டாண்" என்று பேசுவார். ஹிந்தி பாஷையிலே சில சப்தங்களைத் தொண்டைக்குக் கீழிருந்தே (நாபிக் கமலத்திலிருந்து என்றுகூடச் சொல்லலாம்) கொண்டுவர வேண்டும். தமிழர்களுக்கு அது ரொம்ப கஷ்டமாயிருக்கும். ஆனால் பாரதியாருக்கு அது தண்ணீர் பட்ட பாடு; ரொம்ப லேசாக வரும். பாரதியார் ஹிந்தி ரொம்ப அழகாகப் பேசுவார், உச்சரிப்பார்.

என்ன காரணத்தினாலோ, பாரதியாருக்குக் காசியும் படிப்பும் பிடிக்கவில்லை. எட்டையபுரத்துக்கு வரும்படியாக ராஜா பாரதியாருக்குக் கடிதம் எழுதினார். அதுதான் சாக்கு. எட்டையபுரத்துக்கு வந்த பாரதியார், காசிக்குத் திரும்பிப் போகவேயில்லை. படிப்பு முற்றிற்று. அரண்மனை தயவைத் தவிர நிலைத்த உத்தியோகம் கிடையாது. "கையில் காசு" சங்கதியைச் சொல்லத் தேவையில்லை.

5

படிப்புக்கு ஒரு உதை; காசிக்கு ஒரு கும்பிடு; கங்கையிலே கடைசி முழுக்கு. பாரதியார் எட்டையபுரத்துக்கு வந்து சேர்ந்தார். காசியிலிருந்து எட்டையபுரத்துக்கு வர, வழிப்பிரயாணச் செலவுக்கு யார் பாரதியாருக்குப் பணம் கொடுத்தார்களோ! அனேகமாய் ஜமீன்தார் அவர்கள்தான் கொடுத்திருக்க வேண்டும். காசிக்கு ஜமீன்தார் கடிதம் எழுதியதன் பேரிலேதான் தாம் எட்டையபுரத்துக்கு வந்ததாக பாரதியார் சொல்வதுண்டு.

ஜமீன்தாருக்கும் பாரதியாருக்கும் ஒரு வினோதமான நட்பு. இருவரும் சேர்ந்திருந்தால் சண்டை; பிரிந்திருப்பின் பிரிவு ஆற்றாமை. இந்த விசித்திரக் காட்சியை, தற்போதுள்ள சினிமா நடிகக் காதலர்களுக்குள்ளேதான் காணமுடியும். ஜமீன்தாருக்குத் தமது செல்வத்திலும் செல்வாக்கிலும் பெருமை. பாரதியாருக்குத் தாம் பாரதியார் என்ற உணர்ச்சிப் பெருமை. ஒருவர் மற்றவரைப் பெரியவர் என்று கொண்டாடி வணங்க முடியுமா?

தனவந்தரின் தயவு சுழற்காற்றைப் போலச் சுற்றிக் கொண்டேயிருக்கும். ஒரே இடத்தில் ஒரே மனிதனிடம் நீண்டகாலம் தரித்திருக்காது. பாரதியார் வரும்வரையிலேதான் ராஜாவுக்கு ஆத்திரமும் அன்பும். நேரில் அவரைப் பார்த்ததும், தாம் "ராஜா" என்ற எண்ணம். இந்தத் தொல்லைக்கு என்ன செய்கிறது? பாரதியார் வந்ததும், அவருக்கு வேலையில்லாத உத்தியோகம்! ஆனால் சம்பளம் உண்டு. இவ்வளவு என்று தஸ்தாவேஜியில் குறிப்பிடப்படவில்லை. ராஜாவின் தயவுஇருக்கும் வரையில் சம்பளத்துக்குப் பயமில்லை. ஆனால், பெரிய இடத்து தயவைப்பற்றித்தான் சந்தேகம். அதைத் திட்டமாய்ச் சொல்ல முடியாது.

ஜமீன்தாரின் உறுதியற்ற மனதைப்பற்றி பாரதியார் 'சின்னச் சங்கரன் கதை'யில் நன்றாக வர்ணித்திருக்கிறார். "ராக்கப்பிள்ளைக்கு நிலம் கொடுக்கவும்" என்று மொட்டையாக ஒரு உத்தரவு போடுவாராம் "ராஜா". எந்த ராக்கப்பிள்ளை, எவ்விடத்தில் நிலம் கொடுக்கிறது, எவ்வளவு நிலம் கொடுக்கிறது, நஞ்சையா, புஞ்சையா, வீடு கட்ட நிலமா? என்ற விவரமே தெரியாதாம்! உத்தரவின் அர்த்தத்தை விளக்கமாகத் தெரிந்து கொள்ளுவதற்கு, அரண்மனைக் காரியநிர்வாகிகள், ஜமீன்தாரைக் கிட்டஅணுக அஞ்சுவார்களாம்! எனவே அவர்கள் தங்கள் இஷ்டப்படி உத்தரவை நிறைவேற்றி வைப்பார்களாம்! கேள்விமுறை யில்லாத கண்மூடி தர்பார் என்பார் பாரதியார்.

"இந்தக் கண்மூடி ராஜ்யத்தில் நான் எப்படிக் காலந்தள்ள முடியும்!" என்று பரிதாபத்துடன் பாரதியார் கேட்கும்பொழுது, மற்றவர்கள் என்ன பதில் சொல்லமுடியும்? தலையை அசைத்துக் கேட்டுக்கொண்டிருக்கிறதைத் தவிர, அவர்களுக்கு வேறு வழிகிடையாது. இக்காலத்து வாழ்வைப்பற்றி, பாரதியார் சிறிதளவு சமயம் நேர்ந்தபொழுது சொல்லுவதுண்டு.

'கூளப்ப நாயக்கன் காதல்' என்ற நூலிலே, ராஜாவுக்கு ரொம்பப் பிரியமாம்! அதை அவர் படிக்கக் கேட்டு மகிழ்வாராம்! (இந்தச் சம்பவம் 'சின்னச் சங்கரன் கதை'யில் குறிப்பிடப்பட்டிருக்கிறது.) சிங்கார ரஸம் ததும்பும் பாட்டுக்களிலும் நாட்டியக் கச்சேரிகளிலும் ராஜாவுக்கு அளவு கடந்த மோகமாம்! காதலைப்பற்றி ராஜா புலம்புவாராம்! பிரசங்கம் செய்வாராம்! இவற்றையெல்லாம் பாரதியார் கேட்டுக்கொண்டிருக்கவேண்டுமாம்! "ராஜாவின் சிங்கார ரஸப் பேச்சு என்னை பலவீனப்படுத்தியதும் பயமுறுத்தியதும்போல, வெள்ளைக்காரர்களின் சட்டங்கூடச் செய்ததில்லை" என்று பாரதியார் அடிக்கடி சொல்லுவதுண்டு.

ராஜாவின் சிங்காரம், அவருடைய நிலையில்லாத தயவு, வேலையில்லாத உத்தியோகம், சிப்பந்திகளின் அற்பப் பொறாமை, குடும்பம், பாரதியாருடைய உள்ளத்தின் தனிப்போக்கு இவைகள்யாவும் சேர்ந்துகொண்டன. முடிவு என்ன? எட்டையபுரத்தை விட்டு வெளியேற, பாரதியார் தீர்மானங்கொண்டார்.

ராஜாவின் மனம் உறுதியற்றது என்றால் அதைக் காட்டிலும் அதிகமாக பாரதியாரின் மனம் நிலையற்றது போலத் தோன்றுகிறதே என்று சிலர் சந்தேகப்படலாம். பெரியார்களின் வாழ்விலே இத்தகைய நிகழ்ச்சி மிகச் சாதாரணமாகும். தங்கள் ஆத்மவேகத்துக்கு உவப்பான வேலை கண்ணில் தோன்றும்

வரையில் அவர்கள் ஒரு நிலையிலிருந்து இன்னொரு நிலைக்கு திடீர் திடீர் என்று மாறுவார்கள். அதுவரையிலும் அவர்களுக்கு சஞ்சலந்தான்.

சத்தியாக்கிரக உபாயத்தைக் காணும்வரையில் காந்திக்கு சஞ்சலம். ஆத்ம சம்பந்தமான தன்னிலையை அறியும்வரையில் புத்தன் பட்டபாட்டைச் சொல்லிமுடியாது. விவேகானந்தரின் உள்ளம், அமைதி பெறும்வரையில் பட்ட கஷ்டத்தை எழுத்துக்கள் அடக்கமுடியாது. சுவாமி ராமதீர்த்தரின் கதியும் இதுவேயாகும். ஆத்ம விசாரத்தில் ஈடுபட்டவர்களுக்கு, பிடிப்பு ஏற்படும்வரையில் நிலையற்ற மனம் இருப்பதில் ஆச்சரியம் ஒன்றுமே இல்லை.

சமஸ்தானத்தை விட்டால், குடித்தனத்துக்கு வழி என்ன என்று சிந்தனை செய்தார் பாரதியார். பிடித்திருக்கும் கொம்பை விட்டாலொழிய, குரங்கு வேறு கொம்புக்குத் தாவி அதைப்பிடிக்க முடியாது என்று பாரதியார் கேலி செய்வார். 'பழைய கொம்பும் கைநழுவி, புதுக்கொம்பும் அகப்படாவிட்டால் குரங்கு என்ன செய்யும்?' என்று யாரேனும் கேட்கத் துணிந்தால், "கீழே விழுந்து மண்டை உடைந்து இறக்கவேண்டியதுதான். அதற்குப் பயப்பட்டுப் பயனில்லை" என்று பாரதியார் படீர் என்று முடித்துவிடுவார். ஆனால், பாரதியாரின் உபமானக் குரங்கின் கதி அவருக்கு நேரவில்லை.

பாண்டிய நாட்டுக்குத் தலைநகரான மதுரையில் சேதுபதி உயர்தர பள்ளிக்கூடத்தில் இந்தச் சமயத்தில் தமிழ்ப் பண்டிதர் வேலை காலியாயிற்று. அந்த வேலை பாரதியாருக்குக் கிடைத்தது. பாரதியார் மனுப்பண்ணிக்கொண்டாரா அல்லது எவரேனும் சிபார்சு செய்து அங்கே பாரதியாரைக் கொண்டுபோய்ச் சேர்த்தார்களா என்பதற்கு விவரம் அகப்படவில்லை.

பாரதியார் தமிழ்ப் பண்டிதர் வேலையில் அமருமுன் எட்டையபுரத்தில் அவருக்கு ஒரே ஒரு நண்பர்தான் நம்பிக்கைக்கும் விசுவாசத்துக்கும் உரியவராயிருந்தாராம். அந்த இளைஞர் அய்யங்காராம். சமஸ்தானத்து குமாஸ்தா. ஆனால் அந்த இளைஞரைப்பற்றிப் பேசுகையில் பாரதியார் கண்ணீர் விடுவார். சொற்ப சம்பளத்தில் குமாஸ்தா வேலை பார்த்துவந்த அந்த இளைஞர் மேதாவி என்றும் அவர் அபூர்வமான தமிழ் நாடகம் ஒன்று எழுதினார் என்றும் அது அச்சுக்கு வராமல் போனது பெரிய நஷ்டம் என்றும் பாரதியார் சொல்லுவார். அந்த இளைஞர் யாரோ, அவர் இப்பொழுது உயிருடனிருக்கிறாரோ— இந்தச் சங்கதிகள் எனக்குத் தெரியா.

1901 அல்லது 1902இல் பாரதியார் தமிழ்ப் பண்டிதர் பதவியை ஏற்றுக்கொண்டிருக்கவேண்டும் என்பது என் உத்தேசம்.

1903ஆம் ஆண்டு முடிவுக்குள்ளாகவே அவர் சென்னைக்குப் போய்விட்டார். ஒரு வருஷமோ ஒன்றரை வருஷமோ, சேதுபதி பள்ளிக்கூடத்தில் பாரதியார் தங்கியிருந்ததாகத் தெரியவருகிறது.

தமிழ்ப் பண்டிதர் பதவிக்கு பாரதியாரிடமிருந்த லட்சணங்கள் வினோதமானவை. எட்டையபுர சமஸ்தான வித்வான்கள் அளித்த பாரதி என்ற பட்டமொன்றே முதல்தரமான லட்சணம் என்று எண்ணுகிறேன். தமிழ்ப் பண்டிதர்கள் நன்னூல் (இலக்கண) சூத்திரங்களைத் தலைகீழாய்ச் சொல்ல முடியுமே, அந்த சாமர்த்தியம் பாரதியாருக்குக் கொஞ்சங்கூடக் கிடையாது. நன்னூலை அவர் பார்த்திருப்பார் என்று நிச்சயமாய்ச் சொல்லலாம். அதைப் படித்து நெட்டுருப் பண்ணியிருப்பாரோ என்பது சந்தேகந்தான்.

தோன்றல், திரிதல், கெடுதல் விகாரம்
மூன்றும் மொழி மூவிடத்துமாகும்

இந்த சூத்திரத்தை பாரதியார் எப்படியெல்லாமோ கேலி செய்வார். நன்னூல் தற்போது இருக்கிற நிலையில், பாரதியாருக்குத் துளிகூடப் பிடித்தம் இருந்ததில்லை. நன்னூலிலே இவ்வளவு வெறுப்புக்கொண்ட பாரதியார் எவ்வாறு தமிழ்ப் பண்டிதர் உத்தியோகம் பார்த்தார் என்பதைக் குறித்து ஆச்சரியப்படவேண்டியிருக்கிறது.

வகுப்பிலே படித்த சில பையன்கள் பெரிய பையன்கள். பாரதியாருக்கு அப்பொழுது வயதும் அதிகமாக ஆகவில்லை. வாட்டசாட்டமான உடலும் அவருக்குக் கிடையாது. உடம்பிலே சக்தியும் அதிகமாகக் கிடையாது. இலக்கண அறிவும் பூஜ்யம் என்றே சொல்லலாம். தமிழ்ப் பண்டிதர் வேலை தமக்கு சாசுவதமானதல்ல என்று அவரும் ஜபித்துக் கொண்டிருந்திருக்கவேண்டும். ஊரும் புதிது. இந்த நிலைமையில், பாரதியார் தமிழ்ப் பண்டிதராய் எவ்வாறு காலந்தள்ளினாரோ!

இந்தச் சமயத்தில், சென்னையில் *சுதேசமித்திரன்* பத்திரிகையை நடத்திவந்த காலஞ்சென்ற ஸ்ரீமான் சுப்பிரமணிய அய்யர் மதுரைக்குப் போய்ச் சேர்ந்தார். அப்பொழுது சுப்பிரமணிய அய்யர் பாரதியாருக்கு அறிமுகமானார். பாரதியாரின் மேதையை அவர் உடனே தெரிந்துகொண்டார். உள்ளூர அவருக்கு ஆனந்தம். எப்படியாவது பாரதியாரைச் சென்னைக்குக் கொண்டு போய்விடுகிறது என்று அய்யர் தீர்மானங்கொண்டார்.

தமிழர்களை அரசியல் துறையில் கண்விழிக்கச் செய்த மகான் சுப்பிரமணிய அய்யர். அவரிடம் அற்பத்தனம் சிறிதும்

இருந்ததில்லை. பாரதியாரின் மேதையை நேரில் கண்ட அய்யர், சென்னைக்கு வரும்படி பாரதியாரை வேண்டிக்கொண்டார். தற்காலத்துப் பத்திராதிபர்கள், தவிக்கும் மேதாவி ஆசிரியர்களுக்குத் தக்க பரிவு காண்பிப்பார்களோ என்பது சந்தேகம். அய்யர் அவர்களின் அரசியல் தொண்டையும், அவர் பாரதியாரிடம் காண்பித்த பரிவையும் அன்பையும் தமிழர்கள் ஒருநாளும் மறக்க முடியாது.

இந்த இடத்தில் ஒரு சந்தேகம். பாரதியார் பத்திரிகைத் தொழிலை மேற்கொண்டது ஊதியத்தின் பொருட்டா அல்லது அவரது தேசபக்தி ஊக்கம் காரணமா? இதைப்பற்றி எனக்குச் சிறிதளவு சந்தேகமிருந்தது. 1904ஆம் வருஷத்திலிருந்து பாரதியாருக்கு நண்பராயிருந்து வந்த எஸ். துரைசாமி அய்யர் அவர்களிடம் கேட்டேன்.

அவர் சொன்னதாவது: "நமது நாட்டிலே பொதுவாக தேசபக்தி உணர்ச்சி தோன்றியது வங்காளப் பிரிவினையினால். அக்காலத்தில் விபின் சந்திர பாலரின் எழுத்தும் பிரசங்கமும் நம்மவர்களைப் பெரிதும் கலக்கிவந்தன. இது 1905ஆம் வருஷத்துக்குப் பின்னர். ஆனால், பாரதியோ (பாரதி என்றுதான் துரைசாமி அய்யர் சொல்லுவார்) 1904ஆம் வருஷத்திலேயே எனக்கு அரசியலில் தீவிர ஊக்கமும் உற்சாகமும் வரும்படி செய்தான். (நெருங்கிய நண்பர்களாதலால் 'செய்தான்' என்று சொல்ல அவருக்குப் பாத்தியமுண்டு.) பாரதியின் தேசபக்தி கடன் வாங்கின சரக்கல்ல. அது அவனுடைய சொந்த சொத்து. தமிழ்நாடுதான் பாரதி. அப்படித்தான் எனக்குச் சொல்லத் தெரியும்."

இதைக் காட்டிலும் அதிகமாக, வேறு யாரால் சொல்ல முடியும்?

6

1904ஆம் ஆண்டு ஆரம்பத்தில் பாரதியார் சென்னைக்குப் போய்ச் சேர்ந்தார். பாரதியாரின் வாழ்வைத் தொகுத்துச் சொல்லுகையில் வருஷப் புள்ளியில் சில சில்லறைத் தவறுகள் இருக்கலாம். இதைப்பற்றித் தெரிந்தவர்களிடம் நான் எவ்வளவோ விசாரித்துப் பார்த்தேன். என்னைப் போலவே அவர்களுக்கும் சந்தேகம். நமக்குச் சந்தேகமாயிருக்கும் வார்த்தையே அகராதியில் இருப்பதில்லை என்பதை அனுபவ மூலமாய் நீங்கள் அறிந்திருப்பீர்கள். என் கதியும் அப்படித்தான்.

சுதேசமித்திரன் பத்திரிகையில் உதவி ஆசிரியராக அமர்ந்த பாரதியார், கஜானாவைப் பார்த்து அதைப் பெற்றுவிட்டதாக எண்ண வேண்டாம். சம்பளம் ரொம்பக் குறைவு. வேலையைப் பற்றிச் சொல்லத் தேவையில்லை. "பாரதி, நீ அருமையான தமிழ் எழுதுகிறாய். உனக்கு அட்சர லட்சம் கொடுக்கலாம். நீ காளிதாஸன்தான். ஆனால் நான் போஜ ராஜனில்லையே! உனக்குத் தகுந்த சன்மானம் செய்ய என்னிடம் பணமில்லையே!" என்று சுப்பிரமணிய அய்யர் பாரதியாரிடம் சொல்லுவாராம்.

"நயமாய் என்னை ஏய்த்து வேலை வாங்குவதில் அய்யர் (சுப்பிரமணிய அய்யர்) ரொம்ப 'கொம்பன்'; என்றாலும், பத்திரிகைத் தொழிலில் எனக்குப் பழக்கமும் தேர்ச்சியும் வரும்படி செய்தவர் அவர்தான். அவரை நான் ஒருவகையில் பரம குருவாக மதிக்கிறேன்" என்பார் பாரதியார்.

ஒரே ஒரு நிகழ்ச்சியைப்பற்றி, பாரதியார் அடிக்கடி சொல்லுவதுண்டு. இந்த நிகழ்ச்சியை, அநேகமாய் பாரதியார் என்னிடம் சொன்னது போலவே சொல்லிவிடுகிறேன்.

"சாயங்காலம் ஆபீசிலிருந்து வீட்டுக்குப் போகலாம் என்று யோசித்துக் கொண்டு உட்கார்ந்திருப்பேன். பணமுடையால், அய்யரைப் பணம் கேட்கலாமா, வேண்டாமா என்று ஆலோசனை செய்து கொண்டிருக்கிற சமயத்தில், 'அய்யர் உங்களுக்குக் கொடுக்கச் சொன்னார்' என்று ஒருவன் திடீரென்று ஒரு டம்ளர் காபி கொண்டுவந்து கொடுப்பான். அய்யருடைய அன்பைப் பற்றி நினைத்து பிரம்மானந்தப்பட்டுக் கொண்டிருப்பேன். இந்தச் சமயத்தில் அய்யர் வந்து தோன்றுவார். அவரைப் பணம் கேட்க வேண்டுமென்று நினைத்த நினைப்பே போய்விடும்.

"'பாரதி! ஸர் ஹென்றி காட்டன் இந்தியாவைப் பற்றி உருக்கமாகச் சீமையிலே பேசியிருக்கிறாரே, அதைப் பார்த்தாயோ?' என்பார் அய்யர். 'ஆமாம், பார்த்தேன்; நன்றாய்ப் பேசியிருக்கிறார்' என்பேன். 'அதை நாளைக்கே நம்ம பத்திரிகையில் பிரசுரிக்கவேண்டாமோ?' என்பார். 'கட்டாயம் பிரசுரிக்கவேண்டும்' என்பேன்.

"'அந்தப் பிரசங்கத்தின் ரஸம் கெடாமல் தமிழில் மொழிபெயர்க்க உன்னைத் தவிர யாரால் முடியும்?' என்பார். தலை குனிந்துகொண்டு நிற்பேன்.

"அதை நீ ஆபீசிலே மொழிபெயர்க்கவேண்டு மென்கிற அவசியமில்லை. வீட்டுக்கு எடுத்துக்கொண்டு போய் தர்ஜமா செய்து, நாளைக்குக் காலமே நீ வருகிறபொழுது கொண்டுவந்தால் போதும். வீட்டிலே, விளையாட்டுப்போல மொழிபெயர்த்து விடலாம்; அரைமணிகூடப் பிடிக்காது உனக்கு என்பார் அய்யர்.

"அதை எடுத்துக்கொண்டு வீட்டுக்குப் போவேன். எனக்கு ஆபிசிலே மட்டும் வேலையா? தாலுக்கா கச்சேரி குமாஸ்தாவைப் போல, வீட்டிலேயும் வேலை; கூலிக்கு உழைக்கிறவர்களின் கதி இதுதான்."

இவ்வாறு பாரதியார் சொல்லிவிட்டு, "அய்யர் என்னை அன்பைக்கொண்டு ஏய்த்தது உண்மை; என்றாலும், இந்த மொழிபெயர்ப்பு வேலை எனக்கு எவ்வளவு ஒத்தாசைசெய்தது தெரியுமா? இங்கிலீஷ் ரொம்ப நயமான பாஷையானதால், இங்கிலீஷ் எழுத்தின் கருத்து சிதைந்து போகாமல், தமிழர்களுக்கு அதை ஸ்வாரஸ்யமாய்ச் சொல்லும் பொருட்டு, நேரான தமிழ்ச் சொற்களை நான் கண்டுபிடிக்க வேண்டியதாயிற்று. தமிழ் பாஷையின் கம்பீரமும் ரஸமும் அப்பொழுது எனக்கு இன்னும் தெளிவாய்த் தெரிந்தன" என்பார்.

தமிழுக்குப் புதிய உயிர் கொடுத்து அதைப் புது மொழியாக்கிய பாரதியார், *சுதேசமித்திரன்* ஆபீசில் மொழிபெயர்ப்பு வேலை செய்தது நமக்கு ஆச்சரியமாயிருக்கலாம்.

அய்யர் பாரதியாரைத் தலையங்கம் எழுதும்படி விட்டதில்லையாம். அரசியலில் பாரதியார் அதி தீவிரவாதி என்ற சாக்கே தலையங்கம் எழுதாதபடி அவர் தடுக்கப்பட்டதற்குக் காரணமாயினும், வேறு விஷயங்களைப்பற்றிக்கூட பாரதியார் சொந்தமாகக் கட்டுரைகள் எழுதும்படியாக விடப்பட்ட தில்லையாம்.

தினசரிப் பத்திரிகைகளுக்கு, தந்தி, வெளியூர் உள்ளூர் வர்த்தமானம் இவைகளிலேதான் நாட்டம். மனிதர்களின் பாழடைந்த கருத்துக்களை மாற்றி அவர்களை வலியோர்களாய்ச் செய்யும் வேலையில் தினசரிகள் பெரும்பாலும் இறங்குவதில்லை. மேலும், இதற்குப் போதுமான வசதிகளும் நேரமும் அவைகளுக்கு இருப்பதில்லை.

இந்தக் குறையை நன்றாகத் தெரிந்துகொண்டே, காலஞ் சென்ற லோகமான்ய திலகர் தமது *கேசரி* பத்திரிகையைத் தமது ஆயுள்காலம் முடிய வாரப் பத்திரிகையாகவே நடத்திவந்தார். தினசரியாக மாற்றும்படி எத்தனையோ ஆயிரம் பேர் திலகரிடம் மன்றாடிப் பார்த்தார்கள். திலகர் அந்த யோசனையைத் திரும்பிக் கூடப் பார்க்க மறுத்துவிட்டார். வாரப் பத்திரிகையான *கேசரி* (இப்பொழுது அது வாரம் இருமுறையாக வெளிவருகிறது) மகாராஷ்டிரர்களின் மனதை அடியோடு மாற்றியது போல, எந்த தினசரிப் பத்திரிகையாவது எந்த மாகாணத்திலேனும், மனதை மாற்றியிருக்கிறதா? காந்தியின் *நவஜீவன்* விதிவிலக்கு.

குறைந்த சம்பளம் பெற்றுவந்த பாரதியார் குடியிருப்பதற்குத் தனிவீடு வாடகைக்கு அமர்த்திக்கொள்ள முடியுமா? பெரிய நகரங்களில், குறைந்த வருமான முள்ளவர்களுக்கு ஒண்டிக் குடியைத் தவிர வேறு வழி கிடையாது. இந்த நிர்ப்பந்த ஒண்டிக் குடியின் அவஸ்தைகளை, பாரதியார், ஒப்பிலாக் கற்பனை படைத்த "ஞானரதம்" என்ற தமது நூலில் அருமையாக வர்ணித்திருக்கிறார். ஒண்டிக் குடிக்காரர்களுக்கோ, ஆபீசில் ஒரு ரூபாய் சம்பளம் உயர்வதற்குமுன் வீட்டிலே இரண்டு குழந்தைகள் "ப்ரமோஷன்!" என்று பாரதியார் அன்பு ததும்பும் அனுதாபத்துடன் கேலி செய்திருக்கிறார். வாழ்வைக் கெட்டிப்படுத்தி, சக்தி உயர்வைப் பெருக்கும் விகடம் இதுதான்.

இந்தக் காலத்திலே, பாரதியாருக்குப் பலர் நண்பர்களா னார்கள். முக்கியமான சிலரின் பெயர்களை மட்டும் இங்குக் குறிப்பிடுகின்றேன். இவர்கள் அனைவரும் பாரதியாரின் உயிர்த் தோழர்கள். பாரதியாரின் கவிதை வல்லமையில் மோகங்கொண்டவர்கள். எஸ். துரைசாமி அய்யரைத் தலைமை யாகச் சொல்லவேண்டும். இந்தக் காலத்திலும் பாரதியாரின்

பிற்காலத்திலும் அவருக்குக் கள்ளங்கபடு இல்லாமல் உதவிசெய்து, இப்பொழுதும் பாரதியாரைப் பற்றிப் பேசினால் நெஞ்சு கசிந்தும் கரைந்தும் கண்ணீர் விடுபவர் துரைசாமி அய்யர். துரைசாமி அய்யரின் அதிசூட்சுமமான புத்தியையும் அளவுக்கு மிஞ்சிய உதார குணத்தையும் அதை வெளியிலே டம்பமாய்ப் பேசிக்கொள்ளக் கூச்சப்படும் உண்மையான அடக்கத்தையும் தமிழர்களின்மீது அவருக்கு இருக்கும் அபார வாஞ்சையையும் குறிப்பிட இது சந்தர்ப்பமல்ல.

"வீசையிலே பெருமை கொள்ளாதே, மூடா! வரால் மீனுக்கும் நீண்ட வீசையிருக்கிறது. வரால் மீன் எதற்காகும்? மாமிசம் சாப்பிடுவோருக்கு ஆகாரமாகும். அதுபோல, உங்களை அடக்கியாளும் அதிகார வர்க்கத்தினருக்கு ஆகாரமாகச் சமைவதற்காகவா உங்களுக்கு வீசை?" என்று அந்நாட்களிலே வீரகர்ஜனை செய்த சுரேந்திரநாத் ஆர்யா என்ற தெலுங்கர், பாரதியாரின் அரிய நண்பர். இவர் வெல்லச்சைப் போல உடல் கெட்டியையும் ஜப்பானியனைப்போலக் குட்டையான உருவத்தையும் பெற்றவர். ஆறு வருஷம் கடுங்காவல் பெற்றவர். டேனிஷ்மிஷன் பாதிரியார்களின் அன்புக்கு மிகுதியும் பாத்திரமான இவர் கிறிஸ்தவரானார்! சிறிதுகாலம் இவர் சுயமரியாதைக் கட்சியில் ஈடுபட்டு உழைத்தார். எதிலும் உற்சாகமும் ஊக்கமும் நிறைந்தவர்.

மூன்றாவது நண்பர் ஸ்ரீமான் வி. சர்க்கரைச் செட்டியார். இவர் கிறிஸ்தவர். ரொம்ப மதபக்தி கொண்டவர். தேசீய இயக்கத்தின் தத்துவத்தை முற்றிலும் அறிந்தவர். நல்ல இலக்கியத்தில், சுவையுள்ள புதுக்கருத்துக்களில் அபரிமிதமான மோகங் கொண்டவர். மனத்தில் உறுதி மட்டும் அவ்வளவாகப் போதாது என்றாலும் பெருநோக்கிலே இவருக்கு எப்பொழுதும் திருஷ்டி உண்டு. சென்னை நகர மேயர் பதவிக்கு ஒரு வெள்ளைக்காரரோடு போட்டி போட்டு இவர் தோற்றது உங்களுக்குத் தெரிந்திருக்கும். இந்தத் தோல்வி ஜஸ்டிஸ் கட்சியார் கைவிட்டதன் பயனாகும். பின்னர் இவர் சென்னை மேயரானார்.

நான்காவது மண்டையம் எஸ்.என். திருமலாச்சாரியார். ரொம்ப பணக்காரர். முப்பத்தைந்து வயதுக்குள்ளாகவே மாண்டு போனார். உடல் வலிமை கொண்ட உற்சாக புருஷன். இவர் இறப்பதற்கு முன்னமே தமது செல்வத்தின் பெரும் பகுதியை 'வேட்டு' விட்டுவிட்டார். பாரதியார் பின்னால் நடத்திய *இந்தியா* என்ற வாரப்பத்திரிகைக்கு மிகுதியும் பொருள் உதவி செய்தவர். இவருக்கு உறவினரான எம்.பி. திருமலாச்சாரி என்ற இன்னொரு திருமலாச்சாரி, பாரதியாரின் நண்பர்களில் ஒருவர்.

இவர் ஐரோப்பாவில் வெள்ளைக்காரப் பெண் ஒருத்தியை மணந்துகொண்டிருப்பதாகக் கேள்வி. பலாத்காரப் புரட்சி இயக்கத்தில் கலந்துகொண்டு, இந்தியாவுக்கு வர முடியாத நிலைமைக்குத் தம்மை ஆளாக்கிக்கொண்டார் என்று சொல்லப்படுகிறது.

மண்டையம் சீனிவாஸாச்சாரியார் இன்னொரு நண்பர். இவர் இப்பொழுது திருவல்லிக்கேணியில் இருக்கிறார். ரொம்ப நல்லவர். இவருடைய குடும்பத்துக்கு, தூத்துக்குடி சுதேசிக் கப்பல் கம்பெனி மூலமாய் ஏற்பட்ட நஷ்டத்தை லட்சக்கணக்கில் சொல்லலாம். சென்னையிலும் புதுச்சேரியிலும் சுமார் இருபது வருஷங்களுக்கு அதிகமாக, பாரதியாரோடு நெருங்கிய நட்புக் கொண்டவர். *இந்தியா* பத்திரிகையின் சொந்தக்காரர்களில் ஒருவர். தமிழ், கன்னடம், உருது, பிரெஞ்சு, இங்கிலீஷ் முதலிய பாஷைகளில் நிபுணர்.

டாக்டர் எம்.ஸி. நஞ்சுண்டராவ் என்ற பேர்போன டாக்டர் ஒருவர் மைலாப்பூரில் வசித்துவந்தார். வயதிலே, பாரதியாருக்கு ரொம்பப் பெரியவர். ரொம்ப தீரர்; உயர்ந்த தேசபக்தர்; பரமதயாளு. தத்தளித்து வாழும் தேசபக்தர்களுக்கு இவர் சொல்லிய யோசனைகளையும் செய்த உதவியையும் பற்றி என்னென்று எழுதுவது? பாரதியாரிடம் இவருக்கு உண்டான நட்பு ரொம்ப விசித்திரம்.

பாரதியாரின் சிரிப்பு, சங்கீதத்தில் ரவை புரளுவது போன்ற சிரிப்பு. அதிர்வேட்டைப்போல, படீர் என்று வெடிக்கும் சிரிப்பல்ல; அமர்ந்த சிரிப்புமல்ல; வஞ்சகத்தை உள்ளே வைத்துக் கொண்டு, வாயை மட்டும் திறந்து பல்லைக்காட்டி சிரிப்பைப் பழிக்கும் சிரிப்பல்ல. புன்னகையைப் புஸ்தகத்திலே படிக்கலாம்; ஆனால், பாரதியாரிடம் புன்சிரிப்பைப் பார்க்கமுடியாது. சங்கீதச் சிரிப்பைத்தான் காணமுடியும்.

பாரதியாரின் இந்தச் சிரிப்பிலே ஈடுபட்டுப்போனவர் டாக்டர் நஞ்சுண்டராவ். பாரதியாருடைய அகத்தின் அழகையும் தூய்மையையும் மேன்மையையும் அவரது முகத்திலும் சிரிப்பிலும் கண்டு மகிழ்ந்தவர் நஞ்சுண்டராவ். பாரதியார் சிறிதுகாலம் சென்னை ஜார்ஜ் டௌனில் வசித்துவந்தார். அவருடைய மூத்த பெண் தங்கம்மாளுக்குக் காய்ச்சலும் நோயும் வரவே, டாக்டர் நஞ்சுண்டராவ் பாரதியாரைக் கட்டாயப்படுத்தி, திருவல்லிக்கேணிக்கு வந்து குடியிருக்கும்படியாகச் செய்து விட்டார். தாம் கிட்டேயிருந்து, குழந்தை தங்கம்மாளுக்கு வைத்தியம் செய்ய வேண்டும் என்பது நஞ்சுண்டராவின் ஆவல்.

நஞ்சுண்டராவுக்கு பாரதியாரிடமிருந்த அன்பை அளவிட்டுச் சொல்லமுடியாது.

இன்னும் ஒரே ஒரு நண்பர். அவர் வயதில் பாரதியாருக்கு ரொம்பவும் மூத்தவர். அவர் பெயரைச் சொன்னால் போலீசார் இப்பொழுது திகைத்துத் திடுக்கிடவும் கூடும். அவர் பெயர் கிருஷ்ணசாமி அய்யர். அவர் சென்னையில் போலீஸ் டெபுடிகமிஷனராக இருந்தவர். கனம் நீதிபதி கிருஷ்ணசாமி அய்யருக்கு உயிர்த்தோழர்.

பாரதியாருக்குப் போலீஸ் உத்தியோகஸ்தர் கிருஷ்ணசாமி அய்யரிடம் எப்படி நட்பு உண்டாயிற்று என்று தெரிந்துகொள்ள முடியவில்லை. சிறந்த தேசபக்தரான பாரதியாருக்கும் சர்க்கார் மனிதரான கிருஷ்ணசாமி அய்யருக்கும் எவ்வாறு சிநேகிதம் உண்டாயிற்று என்று நம்மில் எவரும் திகைக்கவேண்டாம். காந்திக்கும் தீனபந்து ஆண்ட்ரூஸுக்கும் நட்பு ஏற்பட்ட காரணத்தையே மேற்கூறியதற்கும் சொல்லலாம், சொல்லமுடியும். பொதுவாக எந்தக் கூட்டத்துக்கும் இழிவோ பெருமையோ இருக்கலாம். அந்தப் பொதுவான நிலைமை, அந்தக் கூட்டத்தைச் சேர்ந்த தனி நபர்களுக்கும் இருக்கவேண்டும் என்று சாதிக்க முன்வருவது தகாத காரியமாகும்.

7

பாரதியார் *சுதேசமித்திரன்* பத்திரிகையில் நீண்டகாலம் இருக்க முடியவில்லை. தமது 'புதிய ஆத்திசூடி'யில், 'பெரிதினும் பெரிது கேள்' என்று அவர் எழுதியிருக்கிறார். இதையே அவரது வாழ்க்கைத் தத்துவமாகவும் வைத்துக் கொள்ளலாம். பெரிதினும் பெரிதை விரும்பும் பாரதியாருக்கு *சுதேசமித்திரன்* பத்திரிகையில் இடம் இல்லாமல் போனது ஆச்சரியமல்ல.

சுதேசமித்திரன் புரட்சியை நாடும் பத்திரிகையாக அக்காலத்தில் நடத்தப்படவில்லை. அக்காலத்துக் காங்கிரஸ் கொள்கையையும் முறையையும் அது ஆதரித்து வந்தது. அக்காலத்துக் காங்கிரஸ் மிதவாத காங்கிரஸ். திலகர் நாளிலே காங்கிரஸுக்குப் புதிய உணர்ச்சி உண்டாயிற்று. அந்தப் புதிய உணர்ச்சி, சிறுபகுதி கல்கத்தா காங்கிரஸிலும் பெரும்பகுதி சூரத் காங்கிரஸிலும் வெளித்தோன்றிற்று.

1905ஆம் ஆண்டில், அப்பொழுது வைஸ்ராயாக இருந்த கர்ஸன் பிரபு வங்காளத்தை மேல் வங்காளம், கீழ் வங்காளம் என்று இரண்டு கூறுகளாகப் பிரித்தார், வங்காளிகள் இந்த ஏற்பாட்டை ஆத்திரத்துடன் எதிர்த்தார்கள். இந்தக் கிளர்ச்சியினின்றும் பிறந்ததுதான் சுயராஜ்யக் கிளர்ச்சி.

வங்காளப் பிரிவினைக் காலத்துக்குச் சிறிது முன்னும் அதை ஒட்டியும், பாரதியார் தமது தேசபக்தித் துடிதுடிப்பைத் தாங்க முடியவில்லை. அந்தத் துடிதுடிப்பின் முடிவு சிறைதான் என்று ஜி. சுப்பிரமணிய அய்யருக்கு நன்றாய்த் தெரியும். எனவே இரண்டு பேரும் மனம் ஒப்பியபிறகே பாரதியார் *சுதேசமித்திரன்* பத்திரிகையை விட்டு விலகிக்கொண்டார். பாரதியாரிடம் சுப்பிரமணிய அய்யருக்கு இருந்த பிரேமை, அய்யர் சாகும்வரையில் இருந்துவந்தது.

பாரதியார் மனக்கசப்பால் *சுதேசமித்திரனை* விட்டார் என்ற வதந்திக்கு ஆதாரம் இல்லை. ஜி. சுப்பிரமணிய அய்யர் கோகலேயைப்போல மிதவாதி அல்லர்; காந்தியைப் போலப் புரட்சிக்காரருமல்லர். எனவே, அரசியலில் அதிதீவிர புரட்சி மனப்பான்மை கொண்ட பாரதியார் அய்யரின் காரியாலயத்தி னின்றும் வெளியேறியது ரொம்ப பொருத்தமுள்ளதாகும்.

சுதேசமித்திரனை விட்ட பாரதியார் சும்மா இருக்கவில்லை; பல நண்பர்களின் உதவியைக்கொண்டு *இந்தியா* என்ற தமிழ் வாரப் பத்திரிகையைத் துவக்கினார். சிவப்பு நிறம் அபாயக் குறி என்று சொல்வதுண்டு. *இந்தியா* பத்திரிகை சிவப்புத் தாளில் அச்சிடப்பெற்றது. வாரத்துக்கு ஒரு முறையானாலும், அந்த நாளில் *இந்தியா* மிகவும் ஆவலுடன் படிக்கப்பெற்றது. நாலாயிரம் பிரதிகளுக்குமேல் செலவழிந்ததாம், இது 1906ஆம் ஆண்டில்.

இந்தியா பத்திரிகையில் நூதனங்கள் என்னவெனில், (1) உள்ளதை உள்ளபடியே, அஞ்சாமல், அழகாக, வலிமையுடன் எடுத்து உரைக்கும் எழுத்து (2) பாட்டு (3) கேலி செய்யும் கூடார்த்தப் படங்கள் (4) பெரியார்களின் ஜீவிய வரலாறு. அவ்வப்போது, சிற்சில ஆராய்ச்சிக் கட்டுரைகளும் வந்து கொண்டிருந்தன. *இந்தியா* பத்திரிகை ஆரம்பித்த சிறிது காலத்துக்குள் பாரதியாரின் பெயர் பரவலாயிற்று.

வங்காளப் பிரிவினை கூடாது என்று வங்காளிகள் கிளர்ச்சி செய்தார்கள் என்றேனே, அதன் பயன்கள் என்னவெனில், 'நவசக்தி', 'யுகாந்தரம்', 'வந்தே மாதரம்', 'நியூ இந்தியா' முதலிய புரட்சிப் பத்திரிகைகள் வங்காளத்தில் தோன்றின. வங்காளத்தில் எழுந்த சுயராஜ்ய உணர்ச்சியும் கோஷமும் இந்தியா தேச முழுதும் சூழ்ந்து பரவின.

1906 இல் கல்கத்தாவில் காங்கிரஸ். தாதாபாய் நவரோஜி தலைவர். வயதான கிழவர். என்றாலும் அவர் கல்கத்தா காங்கிரஸில் "சுயராஜ்யம்" என்ற மூல மந்திரத்தைத் துணிவுடன் ஜபித்தார். முக்கியமான நான்கு தீர்மானங்கள் காங்கிரஸில் நிறைவேறின. சுதேசி, அந்நிய நாட்டுச் சாமான் பகிஷ்காரம், நாட்டுக் கல்வி, சுயராஜ்யம் – இவைகளைப்பற்றி ஆணித்தரமான தீர்மானங்கள் நிறைவேறின. மிதவாதிகளும் அரசாங்கத்தாரும் ஏககாலத்தில் பயப்பட்டுப் போனார்கள்.

நாளதுவரையில் ஒழுங்காகத் தடையின்றி நடைபெற்று வரும் தேசபக்தர்களின் சிறைவாசத்துக்குக் கல்கத்தா காங்கிரஸே காரணமாகும். மிதவாதிகள் அரசாங்கத்தாருக்குத் துணை; மிதவாதிகளுடன் சேராத தேசபக்தர்களுக்குச் சிறை. இது மாமூல்.

கல்கத்தா காங்கிரஸில் நிறைவேறிய ஆணிவேர் தீர்மானங்களை மாற்றவேண்டும் என்பது மிதவாதிகளின் முயற்சி. இதற்குச் சர்க்கார் தூண்டுதலும் உண்டு. அதுவரையிலும் சர்க்காருக்கு மனுப்பண்ணிக்கொண்டிருந்த காங்கிரஸ், தன் சொந்த சக்தியுடன் தலைநிமிர்ந்து நிற்கலாமா என்பது சர்க்காரின் மூளையைக் கலக்கின பிரச்சனையாகும்.

காங்கிரஸின் புதுக்கொள்கையைத் தாங்கி, பாரதியார் *இந்தியா* பத்திரிகையில் எழுதிவந்தார், வாராவாரம். புதுக் கட்சி உற்சாகமே நாடெங்கும் உற்சாகம். இந்தச் சமயத்தில் வங்காளத்திலிருந்து விபின் சந்திர பாலர் சென்னைக்கு விஜயம் செய்தார். சென்னையில் அவர் செய்த ஐந்து பிரசங்கங்கள் தமிழர்களின் அரசியல் பொக்கிஷமாகும்.

விபின் பாபுவின் சென்னை விஜயத்துக்கு பாரதியாரும் அவருடைய நண்பர்களுமே காரணஸ்தர்கள். வங்காளத் தலைவரை வரவேற்க பழைய சென்னைத் தலைவர்கள் மிகுதியும் அஞ்சினார்கள். பாரதியாரின் கோஷ்டியார் சிரமம் எடுத்துக்கொண்டு வேலை செய்திராவிடில், விபின் பாபுவின் சென்னைப் பிரசங்கங்கள் நடந்திருக்க முடியாது. பாபுவின் முதல் பிரசங்கத்துக்குத் தலைமை வகிக்க எந்தப் பெரிய மனிதரும் சம்மதிக்கவில்லை. அவ்வளவு பயம். ஸ்ரீமான் ஜி. சுப்பிரமணிய அய்யர் மட்டும் இசைந்தார்; அய்யர், சமயத்தில் தமிழர்களின் மானத்தைக் காப்பாற்றினார். சுப்பிரமணிய அய்யர் சம்மதித்ததற்கு பாரதியார் காரணம் என்று வைத்துக்கொள்ளலாம்.

அந்நிய நாட்டுத் துணிகளுக்கு முதன்முதலில் தீ வைத்தவர் காந்தியல்லர். சென்னை, திருவல்லிக்கேணி கடற்கரையில் விபின் பாபுவின் பிரசங்க காலத்தில்தான் முதல் தீ தோன்றிற்று. நல்ல நல்ல ஆல்பாக்கா சட்டைகளும் உயர்ந்த குல்லாக்களும் நூற்றுக்கணக்கில் தீயில் விழுந்தன. சென்னை நகரத்தினரின் அரசியல் மனப்பான்மையில் திடீரென்று புரட்சி ஏற்பட்டது.

சென்னையில் "மகாஜன சபை" என்று ஒன்று இருக்கிறது. அக்காலத்தில் அதன் அங்கத்தினர்கள் சர்க்கார் பக்தர்கள். உருப்படியான எந்த வேலையையும் செய்யத் துணிந்ததில்லை. எனவே பாரதியார் "சென்னை ஜன சங்கம்" என்று ஒன்றை ஸ்தாபிக்க முயன்றார். சங்கமும் ஸ்தாபிக்கப்பட்டது. அது தோன்றி அழியும் வரையில் போலீஸார் அதன்பேரில் கடைக்கண் பார்வை செலுத்துவதை நிறுத்தவில்லை.

1907இல் சூரத்தில் காங்கிரஸ். இதற்குள் வங்காளத்தில் வெடிகுண்டு உதயமாயிற்று. துப்பாக்கிச் சத்தமும் கேட்கும் என்று தோன்றிற்று. நாடு முழுதும் பரபரப்பு. கல்கத்தாவிற்குப்

பின், காங்கிரஸ் நாகபுரியிலே கூடவேண்டும். ஆனால் கல்கத்தா காங்கிரஸின் மூல தீர்மானங்களின் வார்த்தைகளை மாற்றி, சாரமில்லாமல் அடித்துவிடவேண்டும் என்பது மிதவாதிகளின் தீர்மானம். இந்த ஆவலுக்கு நாகபுரி காங்கிரஸ்வாதிகளில் பெரும்பான்மையோர் இடங்கொடுக்கவில்லை.

மிதவாதக் கோட்டையென்று அப்பொழுது கருதப்பட்ட சூரத் நகரத்துக்கு (இந்த நகரம் குஜராத்தி லிருக்கிறது) காங்கிரஸை மாற்றிவிட்டார்கள் மிதவாதிகள். தேசபக்தர்களுக்கு ஆத்திரம். தியாகம் செய்யத் துணிந்த தேசபக்தர்களுக்கு லோகமான்ய திலகர் தலைவரானார். சூரத் காங்கிரஸில், கல்கத்தா தீர்மானங்களை எள்ளளவும் மாற்றக்கூடாது என்பது திலகர் கோஷ்டியாரின் பிடிவாதம். திலகருக்குச் சாதகமாக பாரதியார், வ.உ. சிதம்பரம் பிள்ளை உள்ளிட்ட நூறு தமிழ்நாட்டுப் பிரதிநிதிகள் சூரத்துக்குச் சென்றார்கள்.

சூரத் காங்கிரஸிலே, மிதவாதிகளின் தலைவரான சுரேந்திர நாத் பானர்ஜிக்குச் செருப்படி விழுந்ததும் நாற்காலிகள் முறிந்ததும் கைக் குத்துச்சண்டை கலவரம் எழுந்து பொங்கியதும் காங்கிரஸ் நடைபெறாமல் போனதும் பழங்கதை. சூரத் காங்கிரஸ் உடைந்தது தமிழ்நாட்டுப் பிரதிநிதிகளின் முரட்டுத்தனத்தால்தான் என்று அக்காலத்தில் கூறப்பட்டது. சூரத் காங்கிரஸ் உடைபட்டது நாட்டு நன்மைக்காயின் அந்தப் பெரிய புண்ணியத்தைத் தமிழர்கள் ஏன் ஏற்றுக்கொள்ளக்கூடாது? ஆனால், அவ்வாறு நேர்ந்தது தமிழர்களால் அல்ல என்று ஸ்ரீமான் எஸ். துரைசாமி அய்யர் சொல்லுகிறார். துரைசாமி அய்யர், பாரதியாரோடு சூரத்துக்குச் சென்றிருந்தவர். சென்னையிலிருந்து சூரத் வரையிலும் தமிழ்ப் பிரதிநிதிகளின் வழிப்பிரயாண உற்சாகத்தை அளவிட்டுச் சொல்லமுடியாது என்கிறார் அய்யர். பாரதியார் இருக்கிற கூட்டத்தில் உற்சாகக் குறைவு இருக்க முடியுமா?

ஒரே ஒரு சம்பவம். அதைக் குறிப்பிட்டுவிட்டு இந்த அத்தியாயத்தை முடித்துவிடுவோம். பாரதியார் சூரத் காங்கிரஸுக்கு முன் திலகரைப் பார்த்ததில்லை. பார்க்க ஆவல். காங்கிரஸ் சமயத்தில் சூரத்தில் கனத்த மழை. காங்கிரஸ் கொட்டகைக்கும் பிரதிநிதிகள் தங்கியிருந்த இடத்துக்கும் இடையே நல்ல பாதையில்லை. செப்பனிடப்பட்ட பாதையும் மழையால் சீர்குலைந்து போய்விட்டது. அந்தப் பாதையை, ஆட்களைக் கொண்டு செப்பனிட்டுக் கொண்டிருந்தார் திலகர். அந்த மகானுக்கு எந்த வேலை சிறிது? எந்த வேலை பெரிது?

திலகரைக் காணவேண்டுமென்ற ஆவலினால், பாரதியார் தாம் தங்கியிருந்த இடத்திலிருந்து வெளியே போய் விசாரித்தார்.

திலகர் எங்கே இருக்கிறார் என்று சொல்ல யாருக்கும் தெரியவில்லை. கசந்த மனத்துடன் பாரதியார் குறியில்லாமல் காங்கிரஸ் பாதையில் நடந்து சென்றார். நூறு ஆட்கள் வரையிலும் பாதையைச் செப்பனிடுவதைக் கண்டார். கிட்டே நெருங்கினார். குடை பிடித்துக்கொண்டு தலைமை மேஸ்திரியாக ஒருவர் பாரதியாரின் பார்வைக்குப் பட்டார். பின்னர் நடந்ததை, பாரதியார் பின்வருமாறு என்னிடம் சொன்னார்: "நான் போய்க் கொண்டிருக்கையில், குடையின் பின்பக்கத்தைக் கண்டேன். எதிரே போனேன். அந்த மனிதனுடைய கண்களைப் பார்த்தேன். அவை உயிர்த்தணலைக் கக்கும் குண்டுகளைப்போல என்பேரில் பாய்ந்தன. ஒன்றும் பேசாமல் அவர் பாதத்தைத் தொட்டுச் சாஷ்டாங்கமாய் நமஸ்காரம் செய்தேன்!"

லோகமான்யரின் தீ விழிகளைக் கண்டவர், பயபக்தி கொள்ளாமலிருக்கமுடியாது. இந்தியாவின் சுதந்தரத் தாகமும் சக்தியும் லோகமான்யரின் அக்கினி ஜ்வாலைக் கண்களில் பிரகாசித்ததில் ஆச்சரியம் உண்டோ?

8

1905ஆம் வருஷம் இந்தியாவின் சரித்திரத்தில் ஒரு எல்லை. ஸ்மரணையற்றுத் தூங்கிக் கொண்டிருந்த இந்தியர்கள் அந்த வருஷம் கண்விழித்துக்கொண்டார்கள். 1907ஆம் வருஷம் முதல் நாட்டாருடைய தேசபக்தியின் போக்கு மாறிற்று. இவ்விரண்டுக்கும் வங்காளப் பிரிவினையும் லோகமான்ய திலகரும் காரணங்கள்.

1905ஆம் ஆண்டுக்குமுன் இந்தியர்கள் எவ்வளவோ கஷ்டங்களை அனுபவித்தாலும் அவை சுயமதிப்பை வளர்க்கும் கஷ்டங்கள் அல்ல.

நமக்கு நேரும் கஷ்டங்கள் இருவகை: நம்மை அறியாமலே வரும் கஷ்டங்கள்; நாம் வருவித்துக்கொள்ளும் கஷ்டங்கள். வண்டியிலே பூட்டின மாடு கஷ்டத்தை அனுபவிக்கிறது. எதிரி மாட்டை எதிர்த்துச் சண்டைபோட்டாலும் கஷ்டமனுபவிக்கிறது. மாட்டின் முதல் கஷ்டம் அதன் சுயமதிப்புக்கும் சுதந்தர வாழ்வுக்கும் பாதகமான கஷ்டம். பிந்திய கஷ்டம் அதன் சுயமதிப்பையும் சந்தோஷத்தையும் வளர்க்கும் கஷ்டம்.

கஷ்டத்தைக் கண்டோ, காணாமலோ, அஞ்சுகிற மனிதன் எந்த வேலையையும் உருவாகச் செய்து முடிக்க முடியாது. கீர்த்திக்கு நிலைத்த வழி கஷ்டத்தை அனுபவிக்கக்கூடிய சக்திதான். விருப்புடன் வரவழைத்துக்கொண்ட கஷ்டம் மனிதனுக்குப் பொறுப்பையும் கீர்த்தியையும் வளர்ச்சியையும் கொடுக்கும். மனிதன் கஷ்டப்படும்பொழுது அனுபவிக்கும் ஆனந்தந்தான் சிறந்தது.

சூரத் காங்கிரஸ் உடைபட்டுப்போனது மட்டும் விசேஷமல்ல; இன்னொரு விநோத சம்பவமும் நேர்ந்தது.

1906ஆம் வருஷம், லாலா லஜபதி ராயும் ஸர்தார் அஜீத் சிங்கும் பஞ்சாபிலிருந்து பர்மாவுக்கு நாடுகடத்தப்பட்டார்கள். "லஜபதியின் பிரலாபம்" என்று பாரதியார் பாடியிருக்கிறாரே, அந்தப் பாட்டு லஜபதியின் தேசப் பிரஷ்ட வாழ்வைக் குறித்துத் தான்.

1907ஆம் வருஷக் காங்கிரஸுக்கு லஜபதியைத் தலைவராக்க வேண்டும் என்பது திலகர் கோஷ்டியாரின் கருத்து. அரசாங்கத்தாரின் கோபத்துக்கு அஞ்சி மிதவாதிகள் இந்த யோசனைக்கு இடங்கொடுக்கவில்லை. பின்னர் லஜபதி விடுதலையடைந்து நேரே சூரத் காங்கிரஸுக்குப் போய்ச் சேர்ந்தார்.

கொள்கையில் லஜபதிக்குத் திலகரிடம் பக்தி. மிதவாத சிரேஷ்டரான கோகலேயிடம் லஜபதிக்குப் பிரியம். இவர்களிருவரையும் இவர்களுடைய கூட்டத்தார்களையும் ஒன்றுசேர்க்க வேண்டும் என்று லஜபதி அரும்பாடு பட்டார்; பயன்படவில்லை.

இந்தக் காலத்தில் இந்தியா மந்திரியாக இருந்தவர் ஜான் மார்லி என்ற பெரியார். மின்டோ பிரபு இந்தியாவுக்கு வைஸிராய். "மிதவாதிகளை அணைத்துக்கொள்ளுங்கள்" என்று இந்தியா மந்திரி மார்லி சீமையிலிருந்து வைஸிராய்க்குத் தந்தியனுப்பினார். இது கோகலே உள்ளிட்டவர்க்குத் தெரியும்.

மிதவாதிகளை எதிர்த்து நிற்கும் கோஷ்டியாரைச் சர்க்கார் மடக்கிச் சிறை புகுத்துவது நிச்சயம் என்று கோகலே, லஜபதியின் மூலமாய்த் திலகருக்குச் செய்தி அனுப்பிவைத்தார். லஜபதி இந்தச் செய்தியைத் திலகருக்குச் சொல்லியதும், அரவிந்தர் முதலியவர்களைக் கலந்து திலகர் பதில் கொடுத்ததும் ஆன இந்த ஸீனை அரவிந்தர் வாயால் வர்ணிக்கக் கேட்டால், மயிர்க் கூச்செறியும்.

மிதவாத வழியைப் பின்பற்றத் திலகர் உடன்படவில்லை என்பது சரித்திரம். திலகரின் இந்தத் தீர்மானம், மனமறிந்து கஷ்டங்களை வருவித்துக்கொண்ட தீர்மானமாகும். இந்தத் தீர்மானமே நமது நாட்டாரின் மனோபாவத்தை அடியோடு மாற்றிய தீர்மானமாகும். இந்தத் தீர்மானத்துக்கு மனம் உவந்து ஆதரவு அளித்த பெரியார்களில் பாரதியார் ஒருவர்.

பாரதியாருடைய வாழ்வின் போக்குக்கு, இந்தச் சம்பவங்கள் சிறப்பான காரணங்கள். பாரதியார் ஒப்பற்ற கவி என்ற முறையிலே, கவி ரவீந்திரரைப்போல அரசியல் கிளர்ச்சியில் கலந்து கொள்ளாமல் ஒதுங்கி நின்றிருக்கலாம். இவ்வாறு

செய்யாமல் அவர் அரசியலில் தீவிரமாகக் கலந்து கொண்டதற்கு திலகர், அரவிந்தர், விபின்பாபு இவர்கள் காரணம் என்று சொல்லலாம்.

பாரதியார் சூரத்திலிருந்து சென்னைக்குத் திரும்பி வந்ததும் திலகரின் கொள்கையையும் வழியையும் ஆதரித்து *இந்தியா* பத்திரிகையில் சண்டப்பிரசண்டமாய் எழுத ஆரம்பித்தார். 1908ஆம் வருஷம் திலகருக்கு ஆறு வருஷம் கடுங்காவல் தண்டனை விதிக்கப்பட்டது. திலகர் கோஷ்டியைச் சேர்ந்த "பெரிய மரங்களை" ஒவ்வொருவராய், அரசாங்கத்தார் சாய்க்கத் தொடங்கினார்கள்.

சர்க்காரின் முதல் அடி, தேசீயக் கூட்டத்தாரைக் கலகலக்கும்படி செய்துவிட்டது. அடுத்தது யார் என்று ஜனங்கள் பேச ஆரம்பித்தார்கள். பாரதியார் நடத்திவந்த *இந்தியா* பத்திரிகையின் எழுத்து சென்னைச் சர்க்காருக்குப் பிடிக்க வில்லை. முதல் பாணம், *இந்தியா* பத்திரிகையைப் பிரசுரிப்பவர் பேரில் பாய்ந்தது. அடுத்த பாணம் பாரதியாரின் பேரில் பாயும் என்று அவரது நண்பர்களுக்குத் தெரியும்.

பாரதியாரின் வாழ்விலே இது ரொம்ப நெருக்கடியான சந்தர்ப்பம். நண்பர்கள் ஒன்றுகூடி யோசித்தார்கள். இந்தச் சமயத்தில் பாரதியார் சிறை செல்லுவது உசிதமல்ல என்பது சில நண்பர்களின் யோசனை. பாரதியாருக்கு, 'தேசபக்தர்', 'கவி' என்ற இரண்டு வகையிலும் பெருமை.

பாரதியாரின் சிறைச் சேவையைக் காட்டிலும் கவிதைத் தொண்டு உயர்ந்தது என்பது இலக்கியச் சுவை கொண்ட நண்பர்களின் கட்சி. சிறை செல்லவேண்டும் என்பது ஒரு சிலரின் வாதம்.

இந்தப் பகுதியை நான் ஏன் விஸ்தாரமாக எழுதவேண்டும் என்பதற்குக் காரணம் உண்டு. உள்ளே நடந்த சம்பவங்களைக் கவனிக்காமல் பாரதியார் கோழை, பயங்கொள்ளி என்று சிலர் தவறாக எண்ணிக் கொண்டிருந்தார்கள். சிலர் வாய்விட்டும் சொன்னார்கள்.

பாரதியார் பயங்கொள்ளி அல்லர். ஒரு மனிதனுடைய உள்ளத்தின் உண்மையான நிலைமையை, அவன் பேசுகிற பேச்சு தெளிவாகக் காண்பித்துவிடும். பாரதியாரின் எழுத்திலே அச்சத்தை, தாட்சண்யத்தை லவகேசமும் காணமுடியாது. நெருக்கடியில் பயப்படுகிறவர் அவர் அல்லர் என்பதற்கு, ஒரு சம்பவத்தைப் பின்னால் சொல்லுகிறேன்.

பாரதியார் புதுச்சேரிக்குப் போனதற்குக் காரணம் அவருடைய நண்பர்கள். இதை விவரமாக இப்பொழுது சொல்லத் தேவையில்லை. நண்பர்களின் யோசனைத் திறனில் பாரதியாருக்கு எல்லையற்ற நம்பிக்கை. பாரதியாரின் கவிதைத் தொண்டு நாட்டுக்குத் தேவை என்று நண்பர்கள் தீர்ப்புச் சொல்லிவிட்டார்கள்.

மனிதனுக்குத் தருமசங்கட நிலைமை ஏற்படுவதென்றால், இப்படித்தான் ஏற்படும். கடமை, இரண்டு அம்சங்களாகக் கண்ணில் தோன்றும். அவைகள் ஒன்றுக்கொன்று சம்பந்த மில்லாதவை போலவும் தோன்றும். எதைத் தள்ளுவது, எதைக் கொள்ளுவது என்பதிலேதான் தருமசங்கடம்.

நண்பர்களின் வேண்டுகோளுக் கிணங்கிப் புதுச்சேரியில் அடைக்கலம் புகுந்தபின் பாரதியார் பட்ட கஷ்டங்கள், சிறைக் கஷ்டங்களைக் காட்டிலும் ரொம்ப ஜாஸ்தி என்றுதான் சொல்லவேண்டும். 'எண்ணெய் காய்கிற இரும்புச் சட்டியிலிருந்து, எரிகிற நெருப்பில் வீழ்ந்த' கதையைப்போல ஆயிற்று, பாரதியாரின் புதுச்சேரி வாசம்.

1908ஆம் வருஷத்தில் பாரதியார் புதுச்சேரிக்குப் போய்ச் சேர்ந்தார். புதுச்சேரி ஓர் ஆபத்தான ஊர். பிரெஞ்சுக்காரர்களுக்கு இந்தியாவிலே மிச்சப்பட்டிருக்கும் துளித்துளி இடங்களில் புதுச்சேரி ஒன்று. 1870ஆம் வருஷத்து பிராங்கோ-ஜெர்மன் யுத்தத்திற்குப் பிறகு, பிரெஞ்சுக்காரர்கள் இங்கிலீஷ்காரர்களின் தயவை நாடும் நிலைமைக்கு வந்துவிட்டார்கள். எனவே (தயவை எதிர்பார்த்து) இந்திய ராஜாங்கத்துக்குக் கட்டுப்பட்டவர்கள் புதுச்சேரி துரைத்தனத்தார்.

அந்தக் காலத்தில் புதுச்சேரியில் தக்க ஜனத்தலைவர்கள் இல்லை. ஜனங்களும் பிரெஞ்சு சுகபோக நாகரிகத்தில் மூழ்கியவர்கள். ஜனங்களுக்குள் கட்டுப்பாடு அதிகமில்லை. இந்த நிலைமையில் பாரதியாரின் கவித்திறன் அவர்களுக்கு எவ்வாறு அர்த்தமாகும்?

அரசாங்கத்துக்குப் பயந்து பாரதியார் ஓடிவந்துவிட்டார் என்று புதுச்சேரிவாசிகளில் சிலர் யோசனையின்றித் துவக்கத்தில் ஏளனம் செய்தார்கள். பாரதியாருக்கு ஒத்தாசை செய்யாததற்கு இந்தக் காரணமே போதாதா? ரொம்ப சக்தி படைத்த சர்க்காரை எதிர்த்த கலகக்காரர் பாரதியார் என்று நினைத்து, மற்றும் பெரும்பான்மையோர் பயந்துபோனார்கள். இவர்கள் பாரதியாரிடம் கிட்டே அணுகுவார்களா? இவர்களிடமிருந்து பாரதியார் எவ்வித ஒத்தாசையை எதிர்பார்க்க முடியும்?

மகாகவி பாரதியார்

ஊர் புதிது; கையில் பசை அதிகமில்லை; சர்க்கார் பகைமையும் கூடவே இருக்கிறது. இப்படி நிலைமை இருக்குமாகில் பாரதியாரின் வாழ்வு பஞ்சுமெத்தைமேல் படுத்துறங்கும் வாழ்வாக இருக்க முடியுமா? முதல் முதலாக ஈசுவரன் தர்மராஜா கோயிலைச் சுற்றியிருக்கிற வீதி யொன்றில் ஒரு அய்யங்கார் வீட்டில் பாரதியார் குடிபுகுந்தார்.

தனித்துப் புதுச்சேரிக்கு வந்த பாரதியார் சம்பாஷணை நட்புக்குத் திண்டாடிப்போனார். கடன் கொடுக்க நிர்வாக மில்லாதவர்கள் புதுச்சேரியில் அடைக்கலம் புகுந்தால், அவர்களை யாருமே கவனிக்கமாட்டார்கள். நூறோடு நூற்றொன்று என்று சேர்த்துக் கொள்ளுவார்கள். அதற்குமேலே உள்ளத்தில் ஒன்றுமே பரபரப்பு ஏற்படாது.

பாரதியார் புதுச்சேரிக்குச் சென்றதும் அவரை ஜனங்கள் கொஞ்சம் கொஞ்சமாய்த் தெரிந்துகொள்ளவே, ஏற இறங்கப் பார்த்தார்கள். கடற்கரையில் அமைக்கப்பெற்றிருக்கும் இரும்புப் பாலத்தில் பாரதியார் ஒரு பெஞ்சியின்பேரில் உட்காரப்போய், வேறு எவரேனும் ஏற்கெனவே உட்கார்ந்திருந்தால், அவர்கள் பெஞ்சியைக் காலி செய்துவிட்டுச் சொல்லிக்கொள்ளாமல் அப்பால் நகர்ந்து போய்விடுவார்கள். இது மரியாதையால் அல்ல; மிதமிஞ்சின பயத்தால்.

இந்த வாழ்வு சிறையிலே தனிக்காவலில் இருப்பதைக் காட்டிலும் கேவலமானதாகும். பசிக்கிற ஒருவனுக்கு நாலா பக்கங்களிலும் பக்குவமான ஆகாரங்கள் நிறைந்திருந்தாலும், உண்ண வகையில்லாமல் போனால் அவன் நிலைமை எப்படி யிருக்கும்? இத்தனை ஜனங்களுக்கும், முதலில் பாரதியாரை அனுபவிக்க முடியாமல் போனதைப்பற்றி என்ன சொல்லுவது?

எல்லாரும் வீரர்களாயிருக்க வேண்டும் என்பதில்லை. வீரர்களாயிருக்க முடியாமல் போனால், எல்லாரும் கோழைகளா யிருக்க வேண்டு மென்பதுண்டா? பயப்படுவதற்கும் ஒரு எல்லை இல்லையா? அதுவும் புதுச்சேரிவாசிகள் பயப்படுவதற்கு எல்லை நிச்சயமாய் இருக்கலாம், இருக்க முடியும். புதுச்சேரி பிரெஞ்சு ஆதிக்கத்தின்கீழ் இருந்தாலும் அதில் வசிப்பவர்கள் இந்தியர்கள் தானே? தமிழர்கள் தானே? அச்சத்தை லட்சணமாய்ப் பழக்கிக் கொண்டிருக்கிறவர்களுக்கு, அதற்கு எல்லை போடாவிட்டால், லட்சணம் அவலட்சணமாய்ப் போய்விடாதா?

பாரதியார் புதுச்சேரிக்குப் போய்ச் சேர்ந்த சிறிது காலத்துக்குப் பிறகு மண்டையம் சீனிவாஸாச்சாரியாரும் புதுச்சேரிக்குப் போய்ச் சேர்ந்தார். புதுச்சேரியிலிருந்தே இந்தியா

பத்திரிகையை வெளியிட வேண்டும் என்பது தேசபக்தர்களின் யோசனை.

யந்திரம் முதலிய யாவும் சென்னையிலிருந்து புதுச்சேரிக்கு வந்து சேர்ந்தன. ரூ துய்ப்ளெக்ஸ் (தூப்ளே வீதி) என்ற ரோடிலிருந்த ஒரு கட்டடத்தை வாடகைக்குப் பேசினர். அங்கிருந்து *இந்தியா* வெளிவந்துகொண்டிருந்தது. இதற்கு பாரதியார் பேரிலும் வாரண்டு.

பாரதியாரை அரசாங்கத்தாரின் கண்ணில் குற்றவாளியாகத் தோன்றும்படி செய்தது, *இந்தியா*வில் பிரசுரமான எந்த எழுத்துத் தெரியுமா? ஒரு எழுத்து எனக்கு நினைவு இருக்கிறது. "என்று தணியும் இந்த சுதந்தரத் தாகம்? என்று மடியும் எங்கள் அடிமையில் மோகம்" என்று பாரதியார் ஆரம்பித்திருக்கிறாரே, அந்தக் "கிருஷ்ண ஸ்தோத்திரம்" தான்.

"எனக்குப் பசுக்களைக் கொடு; தேக ஆரோக்கியத்தைக் கொடு. என் குடும்பமும் நானும் க்ஷேமமா யிருப்பதற்கு அருள் புரிவாயாக! உன் பாத மலர் என்றைக்கு என் கண்ணில் படுமோ? யம தூதர்கள் என்னை வேதனை செய்யாமல் தடுப்பாயாக!" என்று கடவுளை ஸ்தோத்திரம் செய்தால், அது பழைய கதை; மிகப் பழைய வேதம்.

இந்தத் துதியை யாரும் ஏற்பார்கள்; அரசாங்கத்தாரும் ஒப்பக் கூடும். தனக்காகவும் தன் குடும்பத்தாருக்காகவும் தனியாக மௌனமாகக் கடவுளை ஸ்தோத்திரம் செய்தால், அதை யார் கவனிக்கப் போகிறார்கள்? "எங்கள் அடிமையில் மோகம்" என்று பாரதியார் சொன்னால், அதனால் பொது ஜனங்களுக்கும் அரசாங்கத்தாருக்கும் கோபம் வராதா?

'எங்கள் அடிமையில் மோகம்' என்று சொல்லுவதற்கு பாரதியார் யார் என்று ஜனங்களும் அரசாங்கத்தாரும் கேட்கத்தானே செய்வார்கள்? குத்துகிறாற்போல ஸ்தோத்திரம் செய்வது ஜனங்களுக்குப் பிடிக்கவில்லை. வளர்த்துக்கொண்டே, புதிய வகையில் மாற்றிக்கொண்டே வந்தாலொழிய, ஜனசமூக வாழ்வு நாசமாய்ப் போகும் என்ற உண்மையை அறிந்த அரசாங்கத்தார், பாரதியாரின் புதுப் பேச்சையும் உயிர் நிறைந்த புது சிருஷ்டியையும் காணப் பொறுக்கவில்லை.

இந்தியா பத்திரிகை புதுச்சேரியிலிருந்து எவ்வளவு காலம் வெளிவந்துகொண்டிருக்க முடியும்? ஜனங்களின் பயமும் அரசாங்கத்தாரின் கோபமும் ஒன்றுசேர்ந்தால், நல்ல பத்திரிகைக்கு அல்ப ஆயுள்தான். பெரும்பாலும், அந்தப் பத்திரிகை தானாகத்

தற்கொலை செய்துகொண்டு மடியவேண்டிய நிலைமைக்கு வந்துவிடும்.

இருந்தாலும், *இந்தியா* பத்திரிகைக்குச் செல்வாக்கு இருந்தது; அதாவது கள்ளக்காதல். கள்ளக்காதல் எவ்வளவு காலம் நிலைத்திருக்கும்? கள்ளக்காதலுக்கு உயிரும் மோகமும், அது பகிரங்க மாகாதிருக்கும் வரையிலேதான். வெளிப்பட்டுப்போனால், அந்தக் காதலைத் தாங்கிக் கஷ்டங்களை அனுபவிக்கக்கூடிய தைரியம் பெரும்பான்மையான காதலர்களிடம் இருப்பதில்லை.

தேசபக்தியும், ஒரு நிலைமையில் கள்ளக் காதலைப் போலவே இருக்கும். அரசாங்கத்தார் பயமுறுத்தாதவரையில், தேசபக்தி ராஜபாட்டையில் செல்லும். கஷ்டங்கள் நேராதவரையில் எல்லாரும் தேசபக்தர்கள்தான். எல்லாரும் வந்தேமாதரக் கூச்சல் போடுவார்கள். இந்த இடத்தில் "கோஷம்" என்ற நல்ல வார்த்தையைப் பிரயோகம் செய்வது தவறாகும்.

பாரதியார் *இந்தியா* பத்திரிகையைப் புதுச்சேரியிலிருந்து நடத்திவந்த காலத்தில் இந்தக் "கள்ளக் காதல்" தேசபக்திதான் முழக்கம். *இந்தியா* பத்திரிகையை வாங்கிப் படிக்கும் தமிழர்கள் அதை பகிரங்கமாகப் படிக்கமாட்டார்கள். பறிமுதலான புஸ்தகத்துக்குக் கிடைக்கும் ரகசிய மரியாதைதான் *இந்தியா* பத்திரிகைக்குக் கிடைத்தது.

மனிதன் ஆபத்தினால் அனேகமாய்ச் சாவதில்லை. ஆபத்து வருமோ என்று எண்ணி யெண்ணி ஆபத்து வருவதற்கு முன்னே முக்கால் பங்கு இறந்துபோய்விடுகிறான். *இந்தியா* பத்திரிகையைப் புதுச்சேரியிலிருந்து வரவொட்டாமல் சென்னை சர்க்கார் தடுத்துவிடுவார்களோ என்று ஜனங்கள் நினைக்க ஆரம்பித்த பொழுதே, *இந்தியாவின்* ஆயுள் காலம் குறுகிவிட்டது என்று சொல்லலாம்.

எண்ணத்துக்குத் தகப்பன் விருப்பம் என்று ஆங்கிலத்தில் ஒரு பழமொழி உண்டு. அதாவது எல்லா எண்ணங்களுக்கும் காரணம் ஆசைதான். ஆசையினால்தான் எண்ணங்கள் மனதில் தோன்றுகின்றன. மனிதனுக்கு நேரும் கஷ்டங்களுக்குக் காரணம், அவருடைய மனதில் குடிகொண்டிருக்கும் அச்சமே. பயமே கஷ்டத்துக்குத் தாய் என்று சொல்லலாம்.

இந்தியா பத்திரிகை நின்றுபோவதற்கு முன்னர் அதை நடத்திவந்த அன்பர்கள் (பாரதியார் உள்பட) பட்ட கஷ்டங்களைச் சொல்லி முடியாது. நல்ல முயற்சிக்குப் பணக் கஷ்டம் எல்லா தேசங்களிலு முண்டு. ஆனால் நம்முடைய நாட்டில் அந்தக் கஷ்டத்துக்கு எல்லை கோல முடியாது.

நாய் வேஷம் போட்டுக்கொள்ளுகிறவன் தானே குரைத்துத் தீரவேண்டும்? மற்றவர்கள் அதைப் பார்த்து நற்சாட்சிப் பத்திரம் கொடுப்பார்கள்; பணத்தால் சன்மானம் செய்யமாட்டார்கள். பெரும்பாலும் ஏழை எளியவர்கள்தான் தேசபக்தர்களாக இருப்பார்கள்.

அவர்கள் கையில் பணமேது? சிறைமுதல் தூக்குமேடை வரையில் செல்ல அவர்கள்தான் தயாரா யிருக்கவேண்டும். இடையே ஜீவனத்துக்கு நல்ல வழியில் முயற்சி செய்யவேண்டும். பத்திரிகை முதலிய தொண்டுகளுக்கும் பணத்தைக் கண்டுபிடிக்க வேண்டும். கற்பனையும் தேசபக்தியும் உள்ளவர்களுக்கு இது நன்றாய்த் தெரியும்; விஸ்தாரமாகச் சொல்லத் தேவையில்லை.

இந்தியா பத்திரிகை, புதுச்சேரியிலிருந்து சரிவர வெளியூர் களுக்குப் போய்ச் சேராது. *இந்தியா* காரியாலயத்துக்கு வந்து சேரவேண்டிய பணம் சரிவர வந்து சேராது. தபாலாபீசிலும் சதா சில்லறைத் தகராறுகள் நேர்ந்து கொண்டிருந்தன. ஆகமொத்தம், பாரதியார் பட்டினி; காரியாலயத்தில் வேலை செய்பவர்களுக்குக் கஷ்டம். மொத்தத்தில் எல்லாருக்கும் கற்பனை செய்துகொள்ள முடியாத தொல்லை.

முயற்சி திருவினை யாக்கும் என்றார் வள்ளுவர். முயற்சி என்ற சொல்லுக்குப் பதிலாக, உணர்ச்சி என்ற சொல் பிரயோகம் செய்யலாமோ என்று நான் யோசிக்கிறேன். தேசபக்தர்களுக்கு அவர்களுடைய உணர்ச்சிதான் வற்றாத ஊற்று; குறையாத பொக்கிஷம். இந்தப் பொக்கிஷத்தைக் கொண்டுதான், பாரதியாரும் அவரது அருமை நண்பர்களும் *இந்தியா* பத்திரிகையை நடத்தி வந்தார்கள்.

பத்திரிகை நடத்துவது சுளுவான வேலைதானே என்று நீங்கள் சிரிக்கவும் கூடும். அலைஓய்ந்து நீராடுவது என்பது என்றைக்குமே சாத்தியப்படாத சங்கதியாகும். எல்லாரும் தேசபக்தர்களாகி, அவர்கள் யாவரும் தனவந்தர்ககளாகவும் ஆனபின்னர் நாட்டின் சுதந்திர முயற்சிகளில் ஈடுபடவேண்டும் என்று வேதாந்தம் பேசினால் அந்தப் பேச்சு கவைக்கு உதவுமா?

இந்தியா பத்திரிகை நிற்பதற்கு முன்னமே, பாரதியார் தமது வீட்டை மாற்றிக்கொண்டார். ஈசுவரன் தர்மராஜா கோயில் வீதிக் கோடியில் "விளக்கெண்ணெய்"ச் செட்டியாரின் வீட்டுக்குக் குடிமாற்றிக்கொண்டார். இந்தத் தங்கமான செட்டியாரைப் பற்றித்தான் துவக்கத்தில் நான் பிரஸ்தாபம் செய்தது.

விளக்கெண்ணெய்ச் செட்டியாரின் உண்மையான பெயர் எனக்கு ஞாபகமில்லை. காந்தி அன்புடன் அளித்த ஹரிஜன்

என்ற திருநாமத்துக்குப் பிறகு ஆதி திராவிடர் என்ற அர்த்தமற்ற பெயரில் யாருக்கு ஆசை இருக்கும்? விளக்கெண்ணெய்ச் செட்டியாரின் வீடு இல்லாமல் போனால், பாரதியாரின் புதுச்சேரி வாசம் பாழாய், பாலைவனமாய்ப் போயிருக்கும்.

நானறிந்து செட்டியார் பாரதியாரை வாடகைப் பணம் கேட்டதே கிடையாது. செட்டியார் வருவார்; பாரதியார் பாடிக் கொண்டிருக்கும் பாட்டைக் கேட்பார். பிறகு மௌனமாய் வெளியே போவார். பாரதியார் பேச்சுக் கொடுத்தாலொழிய, செட்டியார் தாமாக ஒன்றும் பேசமாட்டார். செட்டியார் வருவார், நிற்பார், போவார். வீட்டுக்குச் சொந்தக்காரர், வாடகைக்காக அதுவும் ஆறுமாத வாடகைக்காக, கால்கடுக்க நின்று கொண்டிருப்பது அதிசயத்திலும் அதிசயமல்லவா?

விளக்கெண்ணெய்ச் செட்டியாரின் வீடு சங்கப் பலகை, கான மந்திரம், அபய விடுதி, சுதந்தர உணர்ச்சிக் களஞ்சியம், அன்னதான சத்திரம், மோட்ச சாதன வீடு, ஞானோபதேச அரங்கம். இத்தனைக் காரியங்களும் அங்கே நடைபெற்றன என்று சொல்லுவது மிகையாகாது. இவைகள் நடைபெறும் காலங்களில், பாரதியார் எல்லாவற்றிற்கும் சாசுவதத் தலைவர். வோட் எடுத்து தலைமைப் பதவி பெறவில்லை. மணித் திருநாட்டின் தவப்புதல்வர் அவர் என்ற உரிமை ஒன்றே போதாதா?

இதனிடையே அரவிந்தர் புதுச்சேரிக்கு வந்துசேர்ந்தார். அவர் வந்து சேர்ந்தது 1910ஆம் ஆண்டில் என்பது என் நினைவு. மானிக்டோலா வெடிகுண்டு வழக்கில் விடுதலையடைந்த பின்னர் அரவிந்தர் *கர்ம யோகின்* என்ற ஆங்கில வாரப் பத்திரிகையைக் கல்கத்தாவில் நடத்திவந்தார். சுமார் நாற்பது மலர்கள் வெளிவந்தன. அரவிந்தர் புதுச்சேரிக்கு வந்து மறையு முன்னரே *கர்ம யோகின்* பத்திரிகை மறைந்து போயிற்று.

அரவிந்தரின் பத்திரிகையைத் தழுவி, பாரதியார் *கர்ம யோகி* என்ற தமிழ்ப் பத்திரிகையை வெளியிட்டார். அது புதுச்சேரியில் ஸெய்கோன் சின்னையா அச்சுக்கூடத்தில் அச்சடிக்கப்பட்டது. அச்சு முத்து முத்தாய் அழகாயிருக்கும். அந்தப் பத்திரிகையில் எழுத்துப் பிழை ஒன்றும் காணமுடியாது.

9

கர்ம யோகி பத்திரிகையை பாரதியார் துவக்கி நடத்திய காலத்தில் (அதாவது 1910இல்) இந்தியா முழுதும் அரசியல் கிளர்ச்சி அதிகம். இதனிடையே லோகமான்ய திலகருக்கு ஆறு வருஷம் சிறைவாசம். அவர் பர்மாவுக்குக் கொண்டுபோகப்பட்டார்.

அரசாங்கத்தார் இரண்டு வித உபாயங்களைக் கையாண்டார்கள். அடக்குமுறையை வலது கையால் உபயோகப்படுத்திக் கொண்டார்கள். இடது கையால் சீர்திருத்தம் வழங்கினார்கள். இதற்கு மின்டோ–மார்லி சீர்திருத்தம் என்று பெயர்.

இந்தச் சீர்திருத்தத்தின் மூலமாய், மாகாண சட்டசபைகளில் ஜனங்களின் பிரதிநிதிகள் பெரும்பான்மையில் இருப்பார்களென்று மார்லி பிரபு சத்தம் போட்டு, சீமையிலிருந்து சொன்னார். இது தவறு என்று அரவிந்தர் தமது *கர்மயோகின்* பத்திரிகையில் தெளிவாக எடுத்துக் காண்பித்தார்.

சட்டசபையில் கேள்வி கேட்கும் உரிமைதான் ஜனப்பிரதிநிதிகளுக்கு மிச்சப்படும் என்றும் கேள்விகளுக்குச் சரியான பதிலைச் சர்க்கார் பிரதிநிதிகளிடமிருந்து பெறமுடியாது என்றும் அரவிந்தர் எழுதியிருந்தார். அரவிந்தர் 1909ஆம் ஆண்டில் எழுதியதை தேசமக்கள் இருபது வருஷங்களுக்குப் பிறகு அனுபவத்தில் தெரிந்து கொண்டார்கள்.

சில்லறைச் சீர்திருத்தங்கள், புரட்சிகரமான பெரிய சீர்திருத்தங்களுக்கு விரோதிகள் என்று மார்லி பிரபு ஓரிடத்தில் கூறிய உண்மையைத் தேசபக்தர்கள் எடுத்துக் காண்பிப்பதற்கு அப்பொழுது சந்தர்ப்பம் ஏற்பட்டது. இந்தச் சந்தர்ப்பத்தை பாரதியார் கைநழுவவிடவில்லை. *கர்மயோகியில்* அழுத்தமாக எழுத்து வேலை நடந்துகொண்டு வந்தது.

‘பதஞ்சலி யோக சூத்திரம்’ சமஸ்கிருதத்தில் இருந்ததை சுவாமி விவேகானந்தர் இங்கிலீஷில் மொழிபெயர்த்தார். மூலத்துக்கும் விவேகானந்தருடைய மொழிபெயர்ப்புக்கும் சில இடங்களில் முரண் இருக்கிறது என்பது பாரதியாரின் எண்ணம். மூலத்திலிருந்தே அவர் யோக சூத்திரத்தைத் தமிழில் தர்ஜமா செய்து பகுதி பகுதியாகக் *கர்ம யோகி* பத்திரிகையில் வெளியிட்டார்.

மொழிபெயர்ப்பு வேலையே எப்பொழுதும் சிரமம். எழுதிய ஆசிரியரின் மனோபாவத்தை உணராமல் மொட்டைத்தனமாய் வார்த்தைக்கு வார்த்தை தர்ஜமா செய்வது பள்ளிக்கூடப் பையன்களுடைய வழக்கம்.

பாரதியார் மொழிபெயர்த்தது ரொம்ப நன்றாயிருக்கிற தென்று அரவிந்தர் முதலிய பெரியார்கள் சொன்னது எனக்கு நன்றாக ஞாபகமிருக்கிறது. மகாபாரதத்தை க்ரிப்பித் என்ற இங்கிலீஷ்காரரும் ராமேஷ் சந்த்ர தத்தர் என்ற வங்காளியும் தனித்தனியே தர்ஜமா செய்திருக்கிறார்கள். இவைகள் சார மற்றவை என்பது அரவிந்தர், பாரதியார், வ.வே.சு. அய்யர் இவர்களின் கருத்து.

மொழிபெயர்ப்பைப்பற்றி இவ்வளவு விஸ்தாரமாக, படிப்பவர்களுக்கு அலுப்பு வரக்கூடிய அளவில், ஏன் பேசவேண்டுமென்றால், ஒரு காரியத்தின் வெளியுருவத்தைக் காட்டிலும் அந்தக் காரியத்தைத் தூண்டும் மூலசக்தியும் மனோபாவமுந்தான் உயர்ந்தவை என்று சொல்லுவதற்காகவே. மேதாவிகள் விஷயத்தின் மர்மத்தை விரைவில் உணர்கிறார்கள். மற்றவர்கள் வெளியுருவத்தைக் கண்டு மயங்கிவிடுகிறார்கள்.

பாரதியார் வெறும் கவி மட்டுமல்லர். தத்துவ தரிசனத்தில் அவருக்கு அளவிலா ஆவல். “சொல் வேண்டும்” என்று பாரதியார் பாடியிருக்கும் பாட்டு, அவருடைய தத்துவ தரிசனத்தின் ஆவலைக் காண்பிக்கிறது. இயற்கையின் மர்மத்தை விண்டு காண்பிக்கும் சொல் வேண்டும்; அதன் மூலமாய்த் தமிழர்களும் ஏனையோரும் எல்லையற்ற சக்தியைப் பெறவேண்டும் என்பது பாரதியாரின் வாழ்க்கை ஆவல்.

பத்திரிகைத் தொழில் நின்று, பட்டினி கோர உருவத்துடன் எட்டிப்பார்க்க ஆரம்பித்தது. பட்டினிக் காலங்களில் மேதாவிகள், கர்மவீரர்கள், வள்ளுவரைச் சரண்புகவேண்டியதுதான். “செவிக்கு உணவில்லாதபொழுது, சிறிது வயிற்றுக்கும் ஈயப்படும்” என்ற வள்ளுவர் வாக்கை, “வயிற்றுக்கு உணவில்லாத பொழுது,

செவியைக்கொண்டு காலந்தள்ளவேண்டும்" என்று மாற்றி விடலாம் எனத் தோன்றுகிறது.

வரம்பில்லாமல் தத்துவம் பேசிக்கொண்டே போகிறேன் என்று நீங்கள் வருந்தக்கூடாது. இவையெல்லாம் தத்துவமே இல்லை. பூரண வாழ்வு வாழத்துணிந்த மேதாவிகளுக்கு, வீரர்களுக்கு, பொதுவாக எந்த நாட்டிலும், சிறப்பாக சுதந்திர மில்லாத நாட்டில் எத்தனை விதத் துன்பங்கள் நேருகின்றன வென்றும் அவைகளை மேதாவிகள் எவ்விதம் ஜீரணம் செய்து கொள்ளுகிறார்கள் என்றும் நாம் எல்லோரும் தெரிந்துகொள்ள வேண்டாமா?

நாம் எல்லோரும் ஞானிகள் அல்ல; வீரர்களுமல்ல. ஞானத்தினால் ஞானம் பிறக்கிறது என்பது பெரும்பாலும் தவறு. கள்ளி வயிற்றில் அகில் பிறப்பதைப்போல, தப்பிதத்திலிருந்து ஞானோதயம் ஏற்படுவது சாதாரணம்; விளையாட்டுச் செயலிலிருந்து வீரத்தனம் உண்டாவது சகஜம். மேதாவிகளுக்குத் தப்பிதம் செய்யத் துணிச்சல் இருக்கிறது. மற்றவர்களுக்கு இந்தத் துணிச்சல் சாதாரணமாய் இருப்பதில்லை. மேதாவிகளையும் வீரர்களையும் ஆட்டிவைப்பது அவர்களுடைய உணர்ச்சி. அந்த உணர்ச்சி கட்டுக்கும் கட்டுப்பாட்டுக்கும் அஞ்சி ஒடுங்குவதில்லை.

புதுச்சேரியில் மறைந்த தேசபக்தர்கள் என்ன செய்யமுடியும்? அரசாங்கத்தாருக்குக் கோபம் வராத நிலைமையில் அவர்களால் பத்திரிகை நடத்த முடியாது. தேசபக்தர்களுடைய உணர்ச்சி துடிதுடிக்கிற அளவுக்குத் தக்கபடி அரசியல் நிர்வாகிகளுக்குக் கோபம் உண்டாவது இயல்பு.

1910ஆம் வருஷத்தில் பாரதியாரின் வாழ்விலே, மேற்சொன்ன வகையில் ஒரு நெருக்கடியான நிலைமை ஏற்பட்டது. லோகத்திலே ஒரு விசித்திரம் உண்டு. இணையற்ற மேதாவிகள் பிறந்தாலும், அவர்களுடைய மேதையை ஒரு சிலரால்கூட அனுபவிக்க முடியாமல் போனால், மேதாவிகள் கதி அதோகதிதான். எவ்வளவுதான் திடசித்தம் இருப்பினும், மேதாவிகள் மனம் உடைந்து போகக்கூடிய நிலைமைக்கு வந்துவிடுவார்கள். பிறநாட்டுச் சரித்திரங்களைக்கொண்டுதான் மனதில் தைரியம் உண்டாக்கிக் கொள்ளவேண்டும்.

பாரதியார் மனமுடைந்து போகவேண்டிய தருணத்தில் அரவிந்தர் புதுச்சேரிக்கு வந்துசேர்ந்தார். மானிக்டோலா வெடிகுண்டு வழக்குக் காலத்தில் காவலிலிருந்த அரவிந்தர், சிறையில் கண்ணனைக் கண்டு தைரியமும் மனச்சாந்தியும் கொண்டதாக ஒரு பிரசங்கத்தில் சொல்லியிருக்கிறார். இத்தகைய

மேதாவியைக் கண்ட பாரதியார் உள்ளப் பூரிப்படைந்தார். அரவிந்தரின் சம்பாஷணையினால், பாரதியாரின் "ஊக்கமும் உள்வலியும்" வளர்ந்தன. பாரதியாரின் பேச்சினால் அரவிந்தர் மகிழ்ச்சி யடைந்தார்.

அரவிந்தர் புதுச்சேரிக்கு வந்ததும் பங்களா முதலிய வசதிகள் அவருக்கு இருக்கவில்லை. கலவை சங்கர செட்டியார் வீட்டு மூன்றாவது மெத்தையில் அரவிந்தரும் அவரது சிஷ்யர்களும் வாசம் செய்துவந்தார்கள். சாயங்கால வேளைகளில் பாரதியாரும் பொறுக்கி எடுத்த அவரது நண்பர்கள் சிலரும் சம்பாஷணைக்காக அரவிந்தரின் இடத்துக்குச் செல்லுவார்கள்.

அந்தக் காலத்தில் இந்தியாவிலிருந்த தலைவர்களிடம் ஏகதேசம் எனக்குப் பழக்கம் உண்டு. சத்தியாகிரக இயக்கத்துக்குப் பின் தோன்றிய தலைவர்களிடமும் சிறிது அறிமுகமுண்டு. காந்திஜியையும் தெரியும். ஆனால் சம்பாஷணையின் மாண்பிலும் இனிப்பிலும், அரவிந்தருக்கும் பாரதியாருக்கும் இணையாக யாரையுமே சொல்ல முடியாது என்பது என் கருத்து. ஒரு வேளை, காந்திஜியையும் கபர்தேயையும் விலக்காகச் சொல்லலாமோ என்னவோ?

திலகரின் சம்பாஷணையில் பொருளும் சக்தியும் இருக்கும். ஆனால் வழவழப்பும் இனிப்பும் ஹாஸ்யமும் இராது. திலகரின் தோழரான கபர்தேயின் பேச்சில் வியக்கத்தக்க நகைச்சுவையும் சிங்காரமும் செழித்து இருக்கும். சுரேந்திரநாதரின் பேச்சே பிரசங்கம். விபின் சந்திர பாலரின் பேச்சில் கசப்பும் சுளிப்பும் கலந்து நிற்கும். ஆனால் சக்தியும் நவீனமுங்கூட இருக்கும். கோகளேயின் பேச்சு தங்கக்கம்பி இழை; சன்னப்பேச்சு, பிரோஸ்ஷா மேத்தாவின் பேச்சு தடியடி முழக்கம். லஜபதிராய் அமரிக்கையுடன், முன்னெச்சரிக்கை நிறைந்த பேச்சுப் பேசுவார். ஜி. சுப்பிரமணிய அய்யர் விஸ்தாரமாகப் பேசுவார். சேலம் விஜயராகவாச்சாரியார் சட்ட மேற்கோள், சரித்திர மேற்கோள் இல்லாமல் பேசவேமாட்டார்.

பாரதியார்—அரவிந்தர் சம்பாஷணையில் நவரசங்களும் ததும்பும், ஒழுகும். கவிதை, சரித்திரம், தத்துவம், அனுபவம், கற்பனை, ஹாஸ்யம், குறுக்கு வெட்டு, விஸ்தாரம், உண்மையை வெளிப்படுத்தும் ஆவல், அபரிமிதமான இலக்கியச் சுவை, எல்லை இல்லாத உடல் பூரிப்பு எல்லாம் சம்பாஷணையினிடையே இடைவிடாது நர்த்தனம் செய்யும். அந்தக் காலத்திலே குருக்கெழுத்து நான் பழகிக்கொள்ளவில்லையே என்று வருந்துகிறேன். சம்பாஷணையில் சிற்சில கட்டங்களும் குறிப்புகளுந்தான் இப்பொழுது என் நினைவில் இருக்கின்றன.

தினசரி டயரி எழுதும் பழக்கமும் என்னிடம் இல்லை. அளவற்ற நஷ்டம். இப்போது என்ன செய்கிறது?

புதுச்சேரி தேசபக்தர்களுள் வ.வே.சு. அய்யரைப் போல நூல் பயிற்சி உள்ளவர்கள் யாருமே இல்லையெனச் சொல்லலாம். அபாரமாகப் படிப்பார். வீரர்களின் சரித்திரம், இலக்கியம், யுத்த சாஸ்திரப் புஸ்தகங்கள், பழைய தமிழ்க் காவியங்கள், பிற நாட்டு நல்லறிஞர்களின் நூல்கள் இவைகளை அய்யர் இடைவிடாது படித்துக்கொண்டிருப்பார். கஸ்ரத் செய்வதில் அய்யருக்கு ரொம்ப ஆவல். நீந்துவார்; ஓடுவார். பாரதியாருக்கு இவைகளி லெல்லாம் ரொம்ப ஆசைதான். ஆனால் செய்வதேயில்லை. எல்லாவற்றையும் பக்கத்திலிருந்துகொண்டு உற்சாகத்துடன் வேடிக்கை பார்ப்பார்.

அய்யர் கஸ்ரத் செய்யும்போது பாரதியார் பார்த்துக் கொண்டிருந்தால், அய்யர் எப்படி உடம்பை வளைக்கிறாரோ, அதைப் போல் பாரதியாரும் தன்னினைவு இல்லாமல் வளைப்பார். பாரதியாரின் உள்ளம் அவ்வளவு உற்சாகம் நிறைந்த உள்ளம்; மெழுகு உள்ளம்; யோசித்து ஈடுபடுகிற உள்ளமல்ல. நல்ல காரியங்களில் யோசனையின்றி அவரது உள்ளம் ஒட்டிக்கொள்ளும். இதற்குத்தான் கவிதை உணர்ச்சி என்று பெயர். இதுவே காதல் உள்ளமாகும்.

அய்யர், பாரதியார், சீனிவாஸாச்சாரியார் முதலியோர் அரவிந்தரின் வீட்டுக்குச் சென்று பேசத் தொடங்கினால், பொழுது போகிறதே தெரியாது. மாலை நான்குமணிக்குப் பேச ஆரம்பித்தால், இரவில் பத்துமணி வரைக்கும் வேறு எந்தச் சிந்தனையுமே இருக்காது. சாப்பாட்டைப்பற்றிக் கவலை எதற்கு?

இந்தச் சம்பாஷணையின் அற்புதம் என்னவென்றால், அவர்கள் சந்நிதானத்தில் இருக்கும் வரையில், சாதாரணமாக முடியாதவை என்று தோன்றும் காரியங்களை யெல்லாம் சுளுவாகச் செய்து முடித்துவிடலாம் என்று தோன்றும். காரியசித்திக்கு நடுவே கஷ்டம் இருப்பதாகவே தோன்றாது. மலையை நகரச்செய்யும் தன்னம்பிக்கை இவர்களிடம், இந்தக் கூட்டத்தில் இருந்தது என்று சொல்லலாம்.

லாப நஷ்டக் கணக்குப் பார்க்கும் காரியத் திட்டத்தால், சுதந்தரமும் சரித்திரமும் பிறப்பதில்லை. ஆழத்திலிருக்கிற பொருளை எடுக்கவேண்டுமானால், தண்ணீரில் தலைகீழாய்ப் பாயவேண்டும். பெரிய காரியங்களைச் செய்வதற்குத் தலைகீழாய்ப் பாயத் தூண்டும் தன்னம்பிக்கைதான் தேவை.

10

பாரதியார் சுந்தர ரூபன். மாநிறம். ஐந்தரை அடிக்குக் கொஞ்சம் அதிகமான உயரம். அவருடைய மூக்கு மிகவும் அழகான மூக்கு. அவருடைய கம்பீரமான முகத்துக்கு அளந்து அமைக்கப் பட்டதைப் போலிருக்கும் அந்த அழகிய நாசி. ஸீஸர், ராஜகோபாலாச்சாரியா ருடையவை போல, கருட மூக்கல்ல. ஸீஸர் மூக்கு நடுவில் உயர்ந்து, நுனியில் கூர்மையாகி, கண்டவர்களைக் கொத்துவதுபோலத் தோன்றும். பாரதியாரின் மூக்கு கடைசல் பிடித்தது போலிருக்கும். நீண்ட நாசி. அந்த நீளத்தில் அவலட்சணம் துளிகூட இருக்காது.

பாரதியாரின் கண்கள் செவ்வரி படர்ந்த செந்தாமரைக் கண்கள். இமைகளின் நடுவே, அக்கினிப் பந்துகள் ஜ்வலிப்பது போலப் பிரகாசத்துடன் விளங்கும். அந்தக் கண்களை எவ்வளவு நேரம் பார்த்துக்கொண்டிருந்தாலும் தெவிட்டாது.

அவருடைய நெற்றி பரந்த நெற்றி. நெற்றியின் இரண்டு கங்குகளிலும், நிலத்தைக் குடைந்து கொண்டு போயிருக்கும் கடலைப்போல, முகம் தலைமயிரைத் தள்ளிக் குடைந்துகொண்டு போயிருக்கும். கங்குகளின் மத்தியில், முகத்தின் நடு உச்சியில், மயிர் கொஞ்சம் நிமிர்ந்து நிற்கும். நெற்றியிலே இந்தச் சேர்மானம், அவருக்கு வர்ணிக்க முடியாத அழகைக் கொடுத்தது. பேர் பாதிக்கு அதிகமாக, அவர் தலை வழுக்கை.

இந்த வழுக்கையை மறைத்து மூடுவதற்காக, கங்குக் கேசத்தை, இரண்டு பக்கங்களிலுமிருந்து உச்சித் தலைக்குக் கொண்டுபோய் அதைப் படியச் செய்யும் பாரதியாரின் கவலை நிரம்பிய முயற்சி, சிறு பிள்ளைகளுக்குச் சிரிப்பை உண்டாக்கலாம். தலை மயிரைச் சிங்காரிப்பதில், அவர் அரைமணி

நேரத்துக்கு மேல் செலவழிப்பார். நாளைக்கு ஒரு மாதிரியாகத் தலைமயிர் அணிவகுப்பு.

பாரதியாருக்கு வீசை உண்டு. அது பார்க்க ரொம்ப நேர்த்தியாக விருக்கும். கண்ணைக் குத்தும் கெய்ஸர் வீசையல்ல; கத்தரிக்கோல் பட்ட "தருக்கு" வீசையல்ல; தானாக வளர்ந்து பக்குவப்பட்டு அழகும் அட்டஹாசமும் செய்த வீசை. அவரது வலதுகை எழுதாத நேரங்களிலெல்லாம் அனேகமாய் வீசையிலிருக்கும். வீசையை முறுக்குவதாகத் தோன்றாது; வீசைக்கு "ட்ரில்" பழக்கிக் கொடுப்பது போலத் தோன்றும்.

சில சமயங்களில் தாடி வைத்துக்கொண்டிருந்தார். ஆனால் அவருடைய வாழ்க்கையில், பெரும்பகுதி வீசை மட்டுந்தா னிருந்தது. ஒரே ஒரு சமயந்தான் வீசை யில்லாமலிருந்தார் என்பது என் நினைவு. அவருடைய நடுநெற்றியில், சந்திர வட்டத்தைப் போல, குங்குமப் பொட்டு எப்பொழுதும் இருக்கும். குங்குமப் பொட்டு இருப்பதில் அவருக்கு ரொம்ப கவனம்.

இடுப்பிலே "தட்டுச் சுற்று" வேஷ்டி. சாதாரணமாய்ச் சொல்லப்படும் "சோமன் கட்டு" அவர் கட்டிக்கொள்வதில்லை. சில சமயங்களில் "சோமன் கட்டு" கட்டிக்கொண்டிருந்து, அலுத்துப்போய், அதை விட்டுவிட்டார்.

உடம்பிலே எப்பொழுதும் ஒரு பனியன் சட்டை இருக்கும். வேஷ்டிகளையோ சட்டைகளையோ அவர் சலவைக்குப் போட்டு நான் பார்த்ததில்லை. யாராவது ஒரு பக்தனோ வீட்டு வேலைக்காரியோ, துவைத்துக் காயவைத்திருப்பார்கள். பனியனுக்கு மேல் ஒரு ஷர்ட்டு. அது கிழிந்துமிருக்கலாம். அனேகமாய்ப் பித்தான் இருக்காது. இதற்குமேல் ஒரு கோட்டு. இதற்கு, மரியாதைக்காக ஒரு பித்தான் போட்டுக்கொள்வார்.

ஷர்ட்டின் இடது பக்கப் பித்தான் துவாரத்தில் ஏதாவது ஒரு புதிய மலர் செருகி வைத்துக்கொள்ளுவார். ரோஜா, மல்லிகைக் கொத்து முதலிய மணங்கமழும் பூக்கள் அகப்பட்டால் நல்லதுதான். இல்லாவிட்டால் வாசனை யில்லாத புதுப்பூ எது அகப்பட்டாலும் போதும். வேப்பம்பூவா யிருந்தாலும் பரவாயில்லை. "நாள் மலர்" ஒன்று அந்தப் பித்தான் துவாரத்தில் கட்டாயமாய் இருந்துதான் ஆகவேண்டும்.

இடது கையில் ஒரு நோட்டுப் புஸ்தகம், சில காகிதங்கள், ஒரு புஸ்தகம் இவைகள் கண்டிப்பாய் இருக்கும். கோட்டுப் பையில் ஒரு பெருமாள் செட்டி பென்ஸில் இருக்கும். பவுண்டன் பேனா அவரிடம் தரிப்பதில்லையோ என்னவோ, பவுண்டன் பேனாவினால் அவர் எழுதி நான் பார்த்ததில்லை. எப்பொழுதும் பென்ஸில் எழுத்துத்தான்.

எழுத்து குண்டுகுண்டா யிருக்கும். ஒரு எழுத்தின்பேரில் இன்னொரு எழுத்து படாது; உராயவும் உராயாது. க வுக்கும் ச வுக்கும் வித்தியாச மில்லாமல் நம்மில் பலர் எழுதுகிறார்களே, அத்தகைய அலட்சிய புத்தியை பாரதியாரின் எழுத்தில் காணமுடியாது. ஒற்று எழுத்துக்களுக்குமேல், நேர்த்தியான சந்தனப் பொட்டைப்போல புள்ளி வைப்பார். அவர் எழுத்தை அட்சராப்பியாஸம் ஆரம்பிக்கும் குழந்தைகள்கூடப் படிக்கலாம். ஒரு வரிக்கும் மற்றொரு வரிக்கும் இடையே தாராளமாக இடம் விட்டு எழுதுவார். காகிதத்தின் இரண்டு கங்குகளிலும் போதிய இடம் விட்டுவிடுவார்.

உடை விஷயத்தில் ஒன்று பாக்கி. வடநாட்டு சீக்கியர்களைப் போல் முண்டாசு கட்டிக்கொள்வதில் அவருக்கு ஆசை அதிகம். அந்தத் தலைப்பாகையுடன் அவர் ஹிந்துஸ்தானி பேசினால், அவரைத் தமிழன் என்று யாருமே சொல்லமுடியாது. அவ்வளவு தெளிவான உச்சரிப்பு.

பாரதியாரின் வெளிப் புறப்பாட்டுக்கு இத்தனை அங்கங்களும் தேவை. இவ்வளவோடும் சேர்ந்த குதூஹலமான குமரிச் சிரிப்பு. சங்கீத வித்வான்கள் ரவை புரட்டுவதுபோல, பாரதியாரின் சிரிப்பில் அபரிமிதமாக ரவை புரளும்.

பாரதியார் இடது காலைக் கூசாமல் தரையில் வைக்கமாட்டார். இடது கால் பாதத்தில் அவருக்கு முக்கால் பைசா அகலத்தில் ஆணி விழுந்திருந்தது. சில சமயங்களில் கவனக்குறைவால், அவர் இடதுகால் கல்லிலோ வேறு கடினமான பொருளிலோ பட்டுவிட்டால், அவர் துடிதுடித்து அந்த இடத்திலேயே சிறிது நேரம் உட்கார்ந்துவிடுவார்.

பாரதியார் குனிந்து நடந்ததே கிடையாது. கூனாதே, கூனாதே என்று அடிக்கடி இளைஞர்களிடம் சொல்லுவார். கொஞ்சங்கூடச் சதையே இல்லாத மார்பை, பட்டாளத்துச் சிப்பாயைப்போல முன்னே தள்ளித் தலைநிமிர்ந்து பாடிக்கொண்டே நடப்பதில் பாரதியாருக்கு ரொம்பப் பிரியம்.

“லா மார்ஸேய்ஸ், லா ஸாம்பர் தே மியூஸ்” என்ற பிரெஞ்சுப் படை பெயர் பாட்டுக்களைப் பாடிக்கொண்டு, அவைகளின் தாளத்துக்கேற்ப நடப்பதில் பாரதியாருக்கு பிரம்மானந்தம். இந்தப் பாட்டுக்களின் மெட்டுக்களைத் தழுவித் தமிழில் பல பாட்டுக்கள் பாடவேண்டும் என்று சொல்லிக்கொண்டிருப்பார். இரண்டொரு பாட்டுக்கள் பாடியுமிருக்கிறார்.

பாரதியார் இருக்கிற இடத்தில், கூட்டத்துக்கு ஒரு நாளும் குறையிருக்காது. கந்துவட்டிக் கடையில்கூட அவ்வளவு கூட்டம் இருக்காது. குறைந்தது நாலைந்து பேர்களாவது இருப்பார்கள்.

வெளியே புறப்பட்டால் இரண்டொருவரேனும் அவரைப் பின்தொடர்ந்து செல்லாம லிருப்பதில்லை. கூடவே – ஆனால் எட்டத்திலேயே – போய்க்கொண்டிருக்கும் ரகசியப் போலீசாரைப் பற்றிக் குறிப்பிடத் தேவையா?

புதுச்சேரி வீதியில் பாரதியார் நடக்கும்பொழுது, திண்ணையில் உட்கார்ந்திருப்பவர்கள் அனேகமாய் எழுந்து நிற்பார்கள்; கும்பிடு போடுவார்கள். நின்று, பதில் கும்பிடு போட்டுவிட்டு, சிறிதளவு க்ஷேம சமாசாரம் விசாரித்த பின்னர்தான், அந்த இடத்தை விட்டு பாரதியார் நகர்வார்.

புதுச்சேரிக்குப் போயிருக்கிறவர்களுக்குப் "புஷ்" வண்டியைப் பற்றித் தெரிந்திருக்கும். அது ரிக்ஷா வண்டியல்ல. சில புஷ் வண்டிகளுக்கு நான்கு சக்கரங்கள் இருக்கும்; சிலவற்றிற்கு மூன்று சக்கரங்கள் இருக்கும் – அதாவது வண்டியின் முன்புறத்தில் ஒரு சக்கரம் அல்லது இரண்டு சக்கரம் இருக்கும். வண்டியைப் பின்னே இருந்து ஆள் தள்ளுவான். புதுச்சேரியில் புஷ்வண்டியைத் தள்ளுபவர்கள் பெரும்பாலும் ஹரிஜனங்கள், ஆண் பிள்ளை ஹரிஜனங்கள்.

பாரதியார் வெளியே புறப்பட்டுவிட்டால், இந்தப் புஷ் வண்டிக்காரர்களுக்கு ஆனந்தம். பாரதியாருக்கு முன்னே, வண்டியைக் கொண்டுவந்து நிறுத்திவிடுவார்கள். கூலி பேசவும் மாட்டார்கள், கேட்கவும் மாட்டார்கள். பாரதியாரை நடக்கவும் விடமாட்டார்கள். போய்ச் சேரவேண்டிய இடத்துக்குப் போனதும், பாரதியார் வாடகைப் பணம் கொடுப்பார். வாங்க மாட்டார்கள்.

"என்னாத்துக்குங்க எனக்குக் காசு?" என்பான். "ரூபாய் வேணுமோ" என்று சொல்லி பாரதியார் சிரிப்பார். "ஏதுக்குங்க ரூபாய்?" என்பான். புஷ் வண்டிக்காரனுக்குக் கட்டிக் கொள்ளத் துணிவேண்டும். வண்டிக்காரனுடைய நௌிவு பாரதியாருக்குத் தெரியும். சிறிது நேரம், சம்பாஷணைச் சல்லாபம் செய்வார். துணி வேண்டும் என்று அவன் வாயால் வரும்படியாகச் செய்வார். தாம் மேலே போட்டுக்கொண்டிருப்பது பட்டாயிருந்தாலும் சரி, கிழிந்த அங்கவஸ்திரமா யிருந்தாலும் சரி, சரிகைத் துப்பட்டாவா யிருந்தாலும் சரி, அது அன்றைக்குப் புஷ் வண்டிக்காரனுக்கு "ப்ராப்தி."

தாம் போட்டுக்கொள்வதற்கு வீட்டிலே அங்கவஸ்திரம் இருக்காதே என்ற கவலை பாரதியாருக்கு இருந்ததே இல்லை. அங்கவஸ்திர மில்லாமல் காலம் தள்ளினாலும் தள்ளுவார்; புஷ் வண்டிக்காரனுக்குக் கொடுத்ததாக மட்டும் யாரிடமும் சொல்லமாட்டார்.

பாரதியாருக்கு அங்கவஸ்திர மில்லையே என்ற பரிவு கூர்ந்து யாரேனும் நண்பர் அவருக்குப் புதிய அங்கவஸ்திரம் கொடுத்தால், அதற்கும் மேற்சொன்ன கதி நேர்ந்தாலும் நேரும். புதுச்சேரி புஷ் வண்டிக்காரர்கள், அதிலும் பாரதியார் குடியிருந்த வட்டாரத்திலிருந்த புஷ் வண்டிக்காரர்கள், கொடுத்து வைத்தவர்களாகத்தான் இருக்கவேண்டும். பாரதியாருக்குத் துணிப் பஞ்சம், சட்டைப் பஞ்சம் ஏற்படலாம்; அவர்களுக்கு ஏற்படாது. ஏழைகள், ஹரிஜனங்கள் என்ற காரணத்தால், அவர்களிடம் பாரதியாருக்கு அளவு கடந்த அன்பு.

வீதியில் நடந்துகொண்டே யிருக்கும்போதும் பாரதியாரின் மனம் அருமையான விஷயங்களில் சஞ்சரித்துக்கொண்டிருக்கும். திடீர் திடீரென்று, நெருப்புப் பொறி பறப்பதுபோல், அவரது மூளையிலிருந்து அற்புதமான கருத்துக்கள் தெரித்துவரும்.

ஒரு சமயம், அவரும் நானும் காலை வேளையிலே சீனிவாஸாச்சாரியாரின் வீட்டுக்குப் போய்க்கொண் டிருந்தோம். வழியிலே, பிரெஞ்சு இலக்கியத்தின் பெருமையையும் விக்டர் ஹ்யூகோ அவர்களின் மேதையையும்பற்றி, வெகு நேர்த்தியாக எனக்கு எடுத்துச் சொல்லிக்கொண்டே வந்தார். திடீரென்று திண்ணையிலிருந்து ஒரு பையன் “இளமையில் கல்” என்று படித்த குரல் கேட்டது. உடனே பாரதியார், “முதுமையில் மண்” என்றார். எனக்குத் தூக்கி வாரிப்போட்டது. மேதை யென்றால் இப்படி யல்லவா இருக்கவேண்டுமென்று எண்ணித் திகைத்துப்போனேன்.

பாரதியார் சொல்லுகிறார்: “ஓய்! உமக்குத் தர்க்க சாஸ்திரப் பயிற்சி இல்லை போலிருக்கிறது! இளமையில் கல்லாயிருப்பவன் முதுமையில் கவனிப்பாரற்ற மண்ணாவது நிச்சயம். இதைப்பற்றி நீர் ஏன் அதிசயப்படுகிறீர்? இரண்டாயிர வருஷங்களாக, நமது மூதாதைகள் இளமையில் கல்லாகவும் முதுமையில் மண்ணாகவும் இருந்திருந்து, போய்விட்டார்கள். நம் காலத்திலே, நமக்கு எதை எடுத்தாலும் திகைப்பும் திண்டாட்டமுமாக இருக்கிறது. இளமையில் தகதகவென்று மின்னும் கோடி சூரியப் பிரகாசத்துடன் நமது குழந்தைகள் ஜ்வலிக்கவேண்டும். அப்படி ஜ்வலித்தால் அவர்கள் முதுமையில் மண்ணாக மாட்டார்கள். உலகத்தார்கள் அவர்களை மதிப்பார்கள். பின் சந்ததியார்கள் போற்றுவார்கள். இல்லாவிட்டால், நாம் இப்பொழுது பழி சுமத்துவதுபோல நம்மை நம் பின் சந்ததியார்கள் தூற்றுவார்கள்.”

11

தூத்துக்குடியில் சுதேசிக் கப்பல் கம்பெனி ஒன்று (1906இல் என்று என் நினைவு) ஏற்பட்டது. அந்தக் கம்பெனிக்கு உயிர் நாடி, தேசபக்த ஜாம்பவான் ஸ்ரீ. வ.உ. சிதம்பரம் பிள்ளை. அந்தக் கம்பெனி, பி.ஐ.எஸ்.என். என்ற இங்கிலீஷ் கப்பல் கம்பெனிக்குப் போட்டியாக நிறுவப்பட்டது என்பது வெள்ளைக்கார வியாபார கோஷ்டியாரின் எண்ணம்.

பி.ஐ.எஸ்.என். கப்பல் கம்பெனியார் கப்பல் கட்டணத்தை எவ்வளவோ குறைத்துப் பார்த்தும், இந்தியர்களில் பெரும்பான்மையோர் வெள்ளைக்காரக் கப்பலில் ஏறுவதுமில்லை; சாமான் அனுப்புவதுமில்லை. இந்தச் செய்தியை விஸ்தாரமாக வர்ணித்துப் பேசுவதில் பாரதியாருக்கு மிகுந்த உற்சாகம். "நம்ம ஜனங்களுக்கு நல்ல புத்தி வந்துவிட்டது. இனிமேல் அவர்களுக்கு யாதொரு குறையும் ஏற்படாது" என்று ரிஷிகள் வரங்கொடுப்பதைப்போல பேசுவார்.

பின்னர் சிதம்பரம் பிள்ளை சிறை சென்றதும் கம்பெனி நிர்வாக ஊழல் நிறைந்து உடைந்து போனதும் திருநெல்வேலி கலகக் கேஸ் நடந்ததும் பழங்கதை. கடைசியாக சுதேசிக் கப்பல் கம்பெனிக்கு மிகுந்து இருந்தது "கோயாலண்டோ" என்னும் கப்பல் ஒன்றுதான். இதை யாரிடம் விற்பது? எப்படி விற்பது? என்ற நிலைமைக்கு வந்துவிட்டது கம்பெனியின் நிர்வாகம்.

பிரெஞ்சு இந்தியாவில் ஒரு ஸ்தலமாகிய சந்திரநாகூர் என்னும் பட்டினத்தில் (இது கல்கத்தாவுக்கு மேற்கே இருக்கிறது) வசித்து வந்த, புதுச்சேரி சட்டசபை மெம்பரான வங்காளி ஒருவரின் மூலமாய், இந்தக் கப்பலை விற்பதற்கு பேரம் நடந்தது. இது 1913இல் என்று நினைக்கிறேன்.

எந்த வெள்ளைக்காரக் கம்பெனி, சுதேசிக் கப்பல் கம்பெனி யின் சீர்குலைவுக்கு முக்கிய காரணமாயிருந்ததோ, அதே பி.ஐ.எஸ்.என். கம்பெனியிடம் சுதேசிக் கப்பலை விற்கும்படி நேர்ந்தது. இதைப்பற்றிப் பேசும்பொழுது பாரதியாருக்கு ஆத்திரமும் துக்கமும் அடைத்துக்கொள்ளும்.

"ஏதோ ஐம்பதினாயிரம் ரூபாய்க்கு விற்று, இந்த தேசத்தின் நஷ்டத்தைப் போக்க இவர்கள் எண்ணிக்கொண் டிருக்கிறார்களோ? மானங் கெட்டவர்கள்! கப்பலைச் சுக்குச் சுக்காய் உடைத்துக் கடலில் மிதக்கவிடுகிறதுதானே? இந்த தேசம் தாங்கும். மானம் பெரிது, மானம் பெரிது" என்று உள்ளம் பொங்கித் துடிப்பார் பாரதியார்.

"நடிப்புச் சுதேசிகள்" என்று பாரதியார் பாடியிருக்கும் பாட்டுக்களில், மானம், மானம் என்று அதை யொன்றையே அவர் அழுத்திக் கூறியிருக்கிறார். மனிதனுக்கு உயிரைக்காட்டிலும் மானம் பெரிது என்று இடித்திடித்துச் சொல்லுவதில் பாரதியாருக்கு அலுப்புத் தட்டுவதே யில்லை. "மான மில்லாதவனுக்கு மரியாதை தெரியாது. அவன் ஒரு நாளும் வளரமாட்டான்" என்று அவர் அடிக்கடி சொல்லுவார்.

இடையே, நீலகண்ட பிரம்மசாரி என்பவர் புதுச்சேரிக்கு வந்தார். இவர் பாரதியாருக்கு எப்படிப் பழக்கமானார் என்பது எனக்குத் தெரியாது. பின்னர் திருநெல்வேலி சதியாலோசனை வழக்கில் இவர் முக்கிய எதிரியாயிருந்ததைச் சர்க்கார் தஸ்தாவேஜியில் காணலாம். இந்த நீலகண்டர் – இவருக்குக் கண்டம் மட்டும் கறுப்பல்ல; உடம்பு முழுதுமே அட்டைக்கரி – புதுச்சேரியில் சூர்யோதயம் என்ற பத்திரிகையை நடத்தினார். இந்தப் பத்திரிகைக்கு பாரதியார் கட்டுரை தந்து உதவிசெய்து வந்தார்.

நாங்கள் (பக்தர்களும் நண்பர்களும் கூடி) ஒரு நாள் பாரதியாரோடு வாதாடினோம். "நீங்கள் ஏன் உங்கள் பழைய சுதேசமித்திரன் பத்திரிகைக்கு எழுதப்படாது?" என்று கேட்டோம். "எழுதலாம்" என்றார். "எழுதுகிறதுதானே?"என்றோம். "எழுத முடியாது" என்று முடித்துவிடுவதைப்போல கண்டிப்பாய்ப் பேசினார்.

பாரதியாரிடம் எங்களுக்கு அன்பு பாத்தியம், பக்தி பாத்தியம் ஏராளமாய் உண்டு. அவர் சொன்ன ஜவாப்பு எங்களுக்குத் திருப்தி யுண்டாக்கவில்லை. மறுபடியும் கிளறிக் கேட்டோம். "பதில் சொல்லித்தான் ஆகவேண்டுமோ?" என்று அழுத்தம் திருத்தமாகக் கேட்டார். "ஆமாம்" என்று சொல்லி நாங்கள் இன்னும் அழுத்தமாக வாயை மூடிக்கொண்டோம்.

"நீங்கள் பச்சைக் குழந்தைகள்; உங்களுக்குச் சங்கதி தெரியாது. *சுதேசமித்திரன்* பழைய காலத்துப் பத்திரிகை. பாரதி எழுத்தைப் பிரசுரித்து, அது தன் கௌரவப் பெயரைக் கெடுத்துக்கொள்ளுமா?" என்று சொல்லிச் சிரித்தார். இந்தக் கேலி சமாதானத்தையும் நாங்கள் ஏற்றுக்கொள்ளவில்லை. அடுத்த கேள்விக்கு இடம் வைத்துக்கொள்ளாமல், பாரதியார் சொன்னார்: "எனக்கும் *சுதேசமித்திரனு*க்கும் கொள்கையில் வேறுபாடு. என் எழுத்தை உங்கள் பத்திரிகையில் போடுங்கள் என்று நான் அவர்களிடம் சொல்லுவது நியாயமாகுமா? மேலும், இப்பொழுதோ, தமிழ்ப் பத்திரிகைகளுக்கு 'நித்திய கண்டம்'. என் ஒரு எழுத்தின் மூலமாய்ச் *சுதேசமித்திரனு*க்கு ஆபத்து வந்தால் என்ன செய்கிறது? நான் எங்கெங்கே எழுதுகிறேனோ, அதையெல்லாம் சர்க்கார் கண்கொட்டாமல் பார்த்துக்கொண்டிருப்பார்கள். *சுதேசமித்திரன்* பேரில் அவர்கள் 'லபக்'கென்று பாய்ந்தாலும் பாய்வார்கள். இப்பொழுது ஒழுங்காக நடக்கிற பத்திரிகை *சுதேசமித்திரன்* ஒன்றுதான். என்னால் அதற்கு ஏன் ஆபத்து வரவேண்டும்?"

எங்களில் ஒருவருக்கு வாய்த்துடுக்கு கொஞ்சம் ஜாஸ்தி, "அவர்கள் உங்களை எழுதும்படி கேட்டார்களா?" என்றார் அவர். கேட்காத தவறை *சுதேசமித்திரன்* நிர்வாகிகளின் பேரில் போட்டாலொழிய, அந்த நண்பருக்கு மனச்சமாதானம் உண்டாகாதுபோலத் தோன்றிற்று.

பாரதியார் நேருக்கு நேராக யாருடனும் சண்டை போடுவார்; யாரையும் கண்டிப்பார். ஆனால் எதிரில் இல்லாதவர்களைப் பற்றி அவதூறு பேசும் கெட்ட வழக்கம் அவரிடம் துளிகூடக் கிடையாது. *சுதேசமித்திரன்* ஆபீசிலிருந்து எனக்கு ஏன் எழுதவேண்டும்? நீங்கள் அவர்கள் பேரில் வீண்பழி சுமத்தப் பார்ப்பது தவறு. பாரதி உங்களுக்குப் பெரியவன். அவர்களுக்கும் பெரியவனா யிருக்கவேண்டு மென்பதுண்டா? உலக மறியாத பச்சைக் குழந்தைகள்" என்று முடித்தார்.

இந்த பதில் எங்களுக்கு ஒருவாறுதான் சமாதானத்தைத் தந்தது. பாரதியார் *சுதேசமித்திரன்* நிர்வாகிகளை ஆதரித்துப் பேசினாலும், அவருக்கிருந்த மனக்குறையை அந்தப் பேச்சு ஒருவாறு வெளிக்காண்பித்துவிட்டது. எங்களுக்கோ ஏன் கேட்டோம் என்றாகிவிட்டது. ஆனால் என்ன செய்கிறது?

1910–1911 வருஷங்களில், பாரதியாரின் பெயரும் கீர்த்தியும் நாடு முழுதும் பரவவில்லை. அரசாங்கத்தை எதிர்த்துப் போராடுபவர் என்று மட்டும் தெரியும். இலக்கியத்தையும் அரசியல் போராட்டத்தையும் பிரித்துப் பார்த்து, பாரதியாரின்

இலக்கிய மேதையை, கவித்திறனை அளந்து பார்க்க அப்பொழுது முடியாமல் போனால், அதைப்பற்றி இப்பொழுது யாரும் நிஷ்டூரம் பேசலாகாது. ரொமேன் ரோலண்டு என்ற பிரெஞ்சு ஆசிரியரின் மேதையை உலகம் ஒப்புக்கொள்ளச் சுமார் நாற்பது வருஷங்கள் செல்லவேண்டியிருந்தது. 1905–1910 இந்த வருஷங்களுக்குள் பாரதியாரின் மேதையைத் தமிழ்நாட்டு ஆசிரியர்களும் மற்றவர்களும் தெரிந்துகொள்ளாதது பெருந் தவறாகாது.

முன்னொரு காலத்தில், சென்னையில் *ஸ்டாண்டர்ட்* என்ற ஆங்கில தினசரி ஒன்று நடந்து வந்தது. அதற்கு ராமசேஷய்யர் என்பவர் அதிபர். இந்தப் பத்திரிகையைத்தான், பின்னர் *நியூ இந்தியா* என்ற பெயருடன் ஸ்ரீ அன்னிபெஸன்டு நடத்திவந்தார். *ஸ்டாண்டர்ட்* பத்திரிகையில், பாரதியாருக்கும் கும்பகோணம் புரொபஸர் சுந்தரராமய்யர் அவர்களுக்கும் அத்வைத தத்துவ தரிசனத்தைப் பற்றிச் சுமார் நான்கு மாதகாலம் வரையில் வாதம் நடந்துவந்தது.

இந்த வாதத்தில் ஒரு ஸ்வாரஸ்யம். தத்துவத்தின் வியாக்கியானத்தில் இரண்டு பேருக்கும் அபிப்பிராய பேதம் வந்துவிட்டது. சுந்தரராமய்யருக்கு சாஸ்திர ஆராய்ச்சிப் பழக்கம் ரொம்பவும் உண்டு. பாரதியாருக்கு அவ்வளவு பழக்கமில்லை. இவர்களுடைய வாதம் எப்படி நடைபெறுகிறது என்பதைக் கவனிக்க, இந்தக் கட்டுரைகள் வரும் பத்திரிகையை எதிர்பார்த்த வண்ணமாய் நாங்கள் துடிதுடித்துக் கொண்டிருப்போம்.

சுந்தரராமய்யருக்குப் பக்க பலம் அவருடைய நூல் பயிற்சி. பாரதியாருக்குப் பக்க பலம் அவருடைய நுண்ணிய அறிவும் மேதையும் ஆவேசமும். இரண்டு மத்த கஜங்கள் மோதிக் கொண்டால் அது எப்படி இருக்கும்? வீரனுடைய தன்மையை இன்னொரு வீரன்தான் அறியமுடியும். சுந்தரராமய்யர் படித்த புலவர். பாரதியாரோ மேதாவி. ஆச்சாரிய சங்கரருடைய தத்துவம் எளிதிலே பாரதியாருக்குப் பிடிபட்டுப்போய்விட்டது.

எவனும் ஈசுவரத்தன்மையை அடையலாம் என்பது பாரதியாருடைய கட்சி. எல்லாம் ஈசன் என்பது அய்யருடைய வாதம். பார்வைக்கு இரண்டும் ஒன்றுபோலத் தோன்றும். எல்லாம் ஈசன் என்பது காகித தத்துவம் என்பார் பாரதியார். மனிதன் ஈசுவரத் தன்மையை அடையவாவது என்று அய்யர் ஏளனம் செய்வார். எங்களுக்கு பாரதியாரிடம் அளவு கடந்த பிரேமை. எனவே அவர் சொல்வதுதான் சரி என்பது எங்களுடைய எண்ணம். இரண்டு பேருடைய ஆராய்ச்சி

வாதங்களையும் சீர்தூக்கிப்பார்த்து, முடிவுக்கு வரவேண்டிய தேவையே எங்களுக்குக் கிடையாது.

ஆனால் தெளிந்த, தெரிந்த இடத்தில் இதைப்பற்றிப் பேச்சுவந்தபொழுது, நாங்கள் நினைத்தது சரியென்ற முடிவுக்கு வந்தோம். அதாவது, இதைப்பற்றி அரவிந்தரின் பங்களாவில் சம்பாஷணை பிறக்கும். சுந்தரராமய்யருக்கு உண்மையில் அனுபூதி கிடையாது என்று அரவிந்தர் சொல்லுவார். 'தத்துவத்தைத் தர்க்கத்தால் காணமுடியாது. அதை அனுபவிக்கவேண்டும்' என்பார் அரவிந்தர். பெரும்பாலும் நூல் பயிற்சியுள்ள பண்டிதர் களுக்குத் தத்துவ அனுபவம் இருப்பதில்லை. அவர்கள் தர்க்க ஆராய்ச்சி கஜக்கோலால், மகத்தான உண்மைகளை அளக்கப் பார்க்கிறார்கள்.

மிதவாத கோகளேக்கும், லோகமான்ய திலகருக்கும் வித்தியாசம் என்ன? சரித்திரத்தில், பொருளாதாரத் துறையில், இலக்கியத்தில், பேச்சில், கோகளே இணையற்றவர். ஆனால், லோகமான்ய திலகர்தானே, தேசத்தாரின் உணர்ச்சியையும் சக்தியையும் ஒன்று கூடச் செய்தார்? விமர்சனத்தில் கைதேர்ந்தவன், நூல் எழுத வேண்டுமென்பதுண்டா? கோகளே இயற்கையின் பணியாள்; திலகர் இயற்கையின் புதல்வன். ஈசனுடைய தன்மை நந்தனாருக்குத் தெரியும். நந்தனாரின் ஆண்டைக்குத் தெரியுமோ? நந்தனாரின் ஆண்டை, எத்தனையோ வண்டி சாஸ்திரங்களை ஏடு ஏடாய்ப் புரட்டிப் பார்த்திருக்கிறார் என்றாலும் கடைசியில் ஆண்டை நந்தனாரை அடிபணிய வேண்டியிருந்தது.

தமிழ்நாட்டுக் கணித சாஸ்திரி, மேதாவி ராமானுஜம் யாரிடம் கணித சாஸ்திர சிட்சை பெற்றார்? ஆக்ஸ்போர்டு சர்வகலாசாலை நிபுணர் ஹார்டி அவர்களுக்கு, ராமானுஜம் கணக்குப் போட்ட வழி புலப்படுவதற்கே நீண்ட காலமாயிற்று. குழந்தைக்குப் பாலிருக்கிற இடம் தெரியும். மற்றவர்களுக்குப் பாலே தேவையில்லை; பாலைப்பற்றித் தர்க்கவாதந்தான் தேவை.

சுந்தரராமய்யர் பாரதியாரின் ஆங்கிலப் புலமையைப் போற்றினாரே யொழிய, பாரதியாரின் வாதத்தை ஒப்புக்கொள்ள வில்லை. இதே சுந்தரராமய்யர் அரவிந்தர் எழுதிய "கீதை கட்டுரைகளை" அழுத்தமாகக் கண்டித்திருக்கிறார். வாதமும் கண்டனமும் புலவர்களின் பொழுதுபோக்கு, உண்மையை நாடுவதும் அதற்காக உயிரை விடுவதும் மேதாவிகளின் கடமை.

12

புதுச்சேரிக்கு ஒரு மைல் வடக்கே, முத்தியாலுப்பேட்டை என்று ஒரு ஊர் இருக்கிறது. அந்த ஊரில் கிருஷ்ணசாமி செட்டியார் என்று ஒரு இளைஞர் இருந்தார். அவருக்குத்தான் வெல்லச்சுச் செட்டியார் என்ற அருமையான செல்லப் பெயரை பாரதியார் கொடுத்தது.

கிருஷ்ணசாமி செட்டியார் ரொம்ப "குள்ளை". நல்ல கெட்டியான, இரட்டை நாடி உடம்பு. அவரிடம் உடலிலோ மனதிலோ சோர்வை ஒரு நாளும் நான் பார்த்ததில்லை. அவருக்குச் செல்லப் பெயர் அமைந்தது, அவருடைய உடல் உறுதியின் காரணத்தினால்.

இந்தச் செட்டியாருக்கு நெசவுத் தொழில். கொஞ்சம் பூஸ்தியும் பணமும் உண்டு. துணி வியாபாரமும் நடந்துகொண்டு வந்தது. அவர் அடிக்கடி பாரதியாரின் வீட்டுக்கு வந்துவிடுவார். எத்தனை நாழிகை வேண்டுமானாலும மௌனமாய் உட்கார்ந்திருப்பார். முதலில் பாரதியாரை "ஸ்வாமி" என்று கும்பிடுவதோடு சரி.

பாரதியாருக்கு அவரிடம் ரொம்ப பிரியம். அவரிடம் தாம் பாடிய பாடல்களைப் பாடிக்காண்பிப்பதில் பாரதியாருக்கு ரொம்ப திருப்தி. செட்டியாரின் முகத்தைப் பார்த்தால், அவர் ஒரு இலக்கிய ரஸிகரென்றே தோன்றாது. அவருக்கு அப்பொழுது (1910–1911) வயது சுமார் இருபது இருக்கலாம்.

"இவரிடத்தில் பாரதியார் வீணாக வாசித்துக் காண்பிக்கிறாரே!" என்று எங்களில் சிலர் எண்ணியதுண்டு. ஆனால் சிரிக்க வேண்டிய பகுதியில் எங்களுக்கு முன்னமே செட்டியார் 'களுக்' கென்று சிரித்துவிடுவார். சோகரஸக்

கட்டம் வந்தால், செட்டியாரின் முகத்தைக் கண்கொண்டு பார்க்கமுடியாது. முகத்திலே உருக்கம் தாண்டவமாடும்.

பார்வையிலே நாம் எவ்வளவு ஏமாந்து போகிறோம் என்பதற்கு, கிருஷ்ணசாமி செட்டியாரை ஒரு உதாரணமாக பாரதியார் அடிக்கடி சொல்லுவார். "எந்த புற்றில் எந்தப் பாம்பு இருக்குமோ, யார் கண்டார்?" என்று பேச்சை முடித்துவிடுவார் பாரதியார்.

இந்த மாதிரி சமயங்களில், பாரதியார் சில கதைகள் சொல்லுவார். செட்டியாரைக் குத்துகிறது போலவும் தூக்கிப் பேசுகிற மாதிரியும் பாரதியார் ஒரு சிறு கதை சொல்லுவார். அது பழைய கதைதான். நண்பர் செட்டியாருக்கு அதை பாரதியார் பிரயோகம் செய்ததால், அதைச் சொல்லவேண்டி யிருக்கிறது.

இரண்டு பேர் காட்டுப் பாதையாகப் போய்க்கொண் டிருந்தார்களாம். ஒருவர் குடியானவர். மற்றவர் செட்டியார். காட்டுப் பாதையில் திருடர் பயம் ஜாஸ்தி. இருட்டுக்கு முன் காட்டைக் கடந்துவிடலாம் என்று இருவரும் பயணம் புறப்பட்டார்கள். ஏதோ அவகேட்டால், இருட்டிப் போனபிறகுதான் அவர்கள் காட்டுக்குள் நுழைந்தார்கள்.

இந்தக் கட்டத்தில், "ஏன் செட்டியாரே! கதை சரியாகச் சொல்லவேண்டுமானால், இந்தச் சமயம் திருடர்கள் வரலாமா அல்லது கொஞ்ச தூரம் வழிநடந்து, சிறிது நேரம் ஆனபிறகு வரலாமா?" என்று பாரதியார் கேட்பார். "எந்தச் சமயத்தில் வந்தாலென்ன? நான் பாரதியாரோடு வழிப் பிரயாணம் செய்கிற செட்டி. எனக்கு என்ன பயம், எனக்கு என்ன அவமானம்?" என்பார் செட்டியார். "அச்சா! அப்படிச் சொல்லப்பா, தங்கமே!" என்று பாரதியார் விழுந்து விழுந்து சிரிப்பார். நாங்கள் மட்டும் சிரிக்காமல் இருப்போமா?

திருடர்கள் குடியானவனை நையப் புடைத்து, அவனிட மிருந்ததைப் பிடுங்கிக்கொண்டார்கள். செட்டியார் (கதைச் செட்டியார்தான்) பார்த்தார். பேச்சு மூச்சு இல்லாது படுத்துக் கொண்டார். திருடர்கள் செட்டியாரைக் கோலால் தட்டிப் பார்த்து, "கட்டை கிடக்கிறது" என்றார்கள். "உங்கள் வீட்டுக் கட்டை, பத்து ரூபாய் பணத்தை மடியில் கட்டிக்கொண்டிருக்குமோ" என்றார் செட்டியார்.

"என்ன செட்டியாரே, சரிதானே கதை?" என்பார் பாரதியார். "கதை எப்படியிருந்தாலும், அது இப்பொழுதுதான் முடிந்தது" என்று மடியிலிருந்து பத்து ரூபாய் நோட்டை எடுத்து பாரதியாரிடம் கொடுப்பார் செட்டியார். "கதையில், திருடர்கள்; நான் பகல்

கொள்ளைக்காரன்" என்று சொல்லி பாரதியார் கட கடவென்று சிரிப்பார். பாரதியார் சிரித்துக்கொண்டிருப்பதைப் பார்ப்பதில் செட்டியாருக்கு பிரம்மானந்தம். கண் கொட்டமாட்டார். பாரதியாரின் முகத்தை அப்படியே அள்ளி விழுங்கிவிடுவது போல லயித்துப் போயிருப்பார். அத்தகைய பக்தியை, செட்டியாரிடம் தவிர வேறு யாரிடமும் அவ்வளவாக நான் பார்த்ததில்லை.

என்ன ஆச்சரியம்! செட்டியாரைப் பார்த்தால், ஒன்றுமே தெரியாத ஒன்றுமே விளங்காத அப்பாவியைப்போல இருப்பார். ஆனால் அவர் செய்கிற காரியமோ அபாரமாயிருக்கும். பாரதியார் சொல்லிய கதையை, செட்டியார் எவ்வளவு நேர்த்தி யான நகைச்சுவையுடன் முடித்தார்! விளையாட்டுக்காக அவர் பாரதியாரிடம் அந்த ரூபாய்களைக் கொடுக்கவில்லை. பாரதியாரின் நிலைமையை அறிந்தே கொடுத்தார்.

பணங்கொடுக்கிற சங்கதியில், பாரதியாரோடு ரொம்ப ஜாக்கிரதையாகப் பழகவேண்டும். அவருடைய கையில் பணம் இருக்காது என்பது உண்மை. ஆனால் பிச்சைக்காரனுக்குப் பிச்சை போடுவதைப்போல நினைத்துக்கொண்டு எவரேனும் உதவிசெய்ய முன்வந்தால், அவர்கள் பாரதியாரிடம் அவமானப்பட்டுப் போவார்கள்.

மோதி மிதித்துவிடு, பாப்பா!–அவர்
முகத்தில் உமிழ்ந்துவிடு, பாப்பா!

இந்த மாதிரி பாரதியார் பாப்பா பாட்டில் பாடியிருப்பது உங்களுக்கு நினைவு இருக்கலாம். பாரதியாருக்குப் பிச்சை போடுவதாக எண்ணிக்கொண்டு, ஆடம்பரத்துடன் உதவி செய்பவர்களுக்கு, மேற்சொன்ன பாட்டிலுள்ள இரண்டு தண்டனையும் நிச்சயமாய்க் கிடைக்கும். அந்தச் சமயங்களில், பாரதியாரின் ரௌத்திரம் பொங்கி எழும். முகத்தைப் பார்க்கவே முடியாது. கண்கள் தீப்பொறிகளைக் கக்குவது போல இருக்கும். வீசை துடிதுடிக்கும். "மடையன்! நான் ஏழையோ? அவன் சத்திரம் கட்டிவைத்திருக்கும் சீமானோ?" என்று ஆத்திரத்தோடு பேசுவார்.

பாரதியாருக்கு யாரும் பிச்சை போடமுடியாது. பயபக்தி விசுவாசத்துடன் கப்பம் வேண்டுமானால் கட்டலாம். அவர் கவிச் சக்கரவர்த்தி யல்லவா? அவர் குடைக்கீழ் வாழும் மாந்தர்களும் மன்னர்களும் கிஸ்தி செலுத்தலாம் அல்லது கப்பங் கட்டலாம். காலணா கேட்கும் கடைத்தெருப் பிச்சைக்காரனா அவர்?

இந்த சந்தர்ப்பத்தில், எனக்கு ஒரு கதை ஞாபகம் வருகிறது. இங்கிலீஷ் ஆசிரியர்களுக்குள், ஸாமுவேல் ஜான்ஸன் என்று

ஒருவர் இருந்தார். அவர் மேன்மை வாய்ந்த குணசீலர்; மகத்தான தயை உள்ளவர்; மேதாவி. ஆனால் நித்திய தரித்திரர். அவருடைய தரித்திரத்தின் கொடுமையை ஒரு அன்பரால் தாங்கமுடியவில்லை. ஜான்ஸனுடைய பாதரட்சைகள், அடி அட்டை தேய்ந்து, நாலா பக்கங்களிலும் பிய்ந்து கிழிந்துபோயிருந்தன.

அன்பருக்கு, ஜான்ஸனிடம் நடுக்கம். ஜான்ஸனுக்குத் தெரியாமல், நடுராத்திரியில் ஜான்ஸன் குடியிருந்த அறையில், புதுப்பாதரட்சை ஜோடி ஒன்றை அன்பர் வைத்துவிட்டுப் போய்விட்டார். காலையில் புது ஜோடுகள் "முகத்தில் விழித்தார்" ஜான்ஸன். "யாரடா அவன், என் ஏழ்மையைக் கண்டு ஏளனம் செய்யத் துணிந்தவன்!" என்று அவர் எண்ணிக்கொண்டார்.

ஜோடுகளை அறைக்கு வெளியே கொண்டுபோய், கைக் கெட்டுகிற உயரத்தில் கட்டி, "இந்த ஜோடுகளைத் திருட்டுத்தனமாக இங்கே கொண்டு வைத்தவனை, இவைகளாலேயே அடிப்பது உசிதம்" என்று காகிதத் துண்டில் எழுதி, அதை ஜோடுகளில் ஒட்டி வைத்துவிட்டார். மறுநாள் இரவில், ஜோடுகள் இருந்தவிடம் தெரியாமல் போய்விட்டன.

இது நடந்த கதை. ஜான்ஸனுக்கு வந்தது வினோதமான, அசட்டுக் கோபமல்லவா என்று நம்மில் பெரும்பான்மையோர் சாதாரணமாக எண்ணலாம். "அதனாலேதான் நாம் அசட்டு அடிமைகளாக இருக்கிறோம்" என்று வாய்த்துடுக்காக பதில் சொல்ல எனக்குத் தோன்றுகிறது. ஆனால் துடுக்கான பதில் சொல்லுவதால் லாபமென்ன?

பணம் சம்பந்தமாக, பாரதியாரிடம் இங்கிதத்துடன் பழக வேண்டும். அவருடன் பழகிய நண்பர்களுக்கெல்லாம் இது நன்றாகத் தெரியும். பாரதியார் யாரிடமும்–நன்றாய்ப் பழகித் தெரிந்தாலொழிய–லேசில் பணம் கேட்டுவிட மாட்டார். கேட்டு வாயிழப்பதும் அவரால் தாங்க முடியாத காரியம்.

ஒரு சமயம் பணத்துக்கு ரொம்ப முடை. வீட்டில் உணவுச் சாமான்கள் இல்லை. ஐந்து ரூபாய் வேண்டுமென்று ஒரு நண்பருக்குக் கடிதம் எழுதியனுப்பினார் பாரதியார். கடிதத்துக்கு பதில் இல்லை. சாயங்காலம் அந்த நண்பரைச் சந்திக்க நேர்ந்தது. "பாரதி! உங்களுக்கு நான் பணம் அனுப்பியிருப்பேன். இந்த ஒத்தாசை நான் செய்திருந்தால், உங்களுக்கு மனச்சமாதானம் ஏற்பட்டு உங்களுடைய மேதையில் கூர்மை மழுங்கிப் போயிருக்கும். உங்கள் மேதையை அழித்துவிட எனக்குச் சம்மத மில்லை" என்று முந்திக்கொண்டு நண்பர் சொன்னார்.

பாரதியாருக்குத் தாங்கமுடியாத ஆத்திரம். "ஓய்! அளப்பை நிறுத்தும். மேதைக்கு தரித்திரம் மட்டும் போதாதா? அதோடு, நீர் ஏளனம் வேறு செய்யவேண்டுமா? உம்முடைய மனப்பான்மையைச் சீர்திருத்தம் செய்யமுடியாது. அதை அடியோடு, தலை குப்புற அடிக்கும் புரட்சித் தத்துவம் இந்த நாட்டுக்குத் தேவை" என்று சொல்லிவிட்டு அந்த இடத்தை விட்டு அகன்றார்.

புலவர் வறுமையை, கவிகளின் தரித்திரத்தை ஏளனம் செய்யத் துணிந்தவர்கள் மனிதப் பதர்கள். அவர்களுக்கு லட்சிய உயர்வும் உணர்ச்சிகளின் மேன்மையும் விளங்கவில்லை என்பது தெளிவு. "காலம் போம்; வார்த்தை நிற்கும்" என்ற அபூர்வமான பழமொழியின் உண்மையைக் கனவிலும் கண்டறியாதவர்கள் அவர்கள். வறுமையில் சிறுமைத்தனம் கொண்ட காரியம் எதுவும் செய்யப்படாது. ஜான்ஸன், பாரதியார் செய்ததையும், நம்மில் பலர் 'வயிற்றுப் பிழைப்பு' என்று சற்றும் கூச்சமில்லாமல் கூச்சல் போடுவதையும் ஒப்பிட்டுப் பார்த்தால், அவர்கள் செய்கையிலுள்ள நயம் நன்றாய்த் தெரியும்.

மாலை வேளையில் நண்பர்கள் கூடிக்கொண்டால், அவர்களுக்கு ஏதேனும் சிற்றுண்டிகள் வழங்கவேண்டும் என்று பாரதியாருக்கு ஆசை உண்டாகும். அந்தச் சமயத்தில் அருமை கிருஷ்ணசாமி செட்டியார் அங்கே அநேகமாய் இருப்பார். பாரதியாரிடம் ஏதாவது செல்லாப் பணமிருக்கும். அதை எடுத்து நண்பர்களிடம் காட்டி, "இது செல்லுமா, பார்த்துச் சொல்லுங்கள்" என்பார். நண்பர்கள் செல்லாது என்றால், "செல்லும் செல்லாததற்குச் செட்டியார் அதோ இருக்கிறார்" என்று பாரதியார் வாஞ்சையுடன் "வெல்லச்சு" நண்பரைச் சுட்டிக் காண்பிப்பார்.

மகா சூட்சுமபுத்தி யுள்ளவரான கிருஷ்ணசாமி செட்டியாருக்கு இந்தக் குறிப்புத் தெரியாதா? உடனே, நோட்டோ பணமோ வெளியே வரும். பணமில்லாமல் பாரதியாரிடம் வரலாகாது என்பது செட்டியாரின் சங்கற்பமா? செட்டியார் மடியில் எப்பொழுதும் பணம் இருக்கும் என்பது பாரதியாரின் நம்பிக்கையா? செட்டியாரைப்போல அபூர்வமான குணங்களைப் படைத்தவர்கள் நம் நாட்டில் சில பேர்களே.

இந்தச் செட்டியாருக்கு, முத்தியாலுப்பேட்டைக் கருகாமையில் ஒரு தோட்டமிருந்தது. இந்தத் தோட்டந்தான் பாரதியாரின் "குயில் பாட்டு"க்குக் காட்சி ஸ்தலம். இந்தத் தோட்டத்தில் ஒரு அற்புதம் நடந்தது. அதைப்பற்றிப் பிறகு சொல்லுகிறேன்.

13

மனிதர்களுக்கெல்லாம் நடமாட்டத்தில் ஆசை. ஒரே இடத்தில் நீண்டகாலம் இருப்பது முடியாத காரியம். அடைபட்டுக் கிடப்பது, சிறைவாசம்போல. கண்ணுக்குப் புதிய காட்சி, காதுக்குப் புதிய குரல்கள், காலுக்கு நடமாட்டம், ரத்தத்துக்கு ஓட்டம், உள்ளத்துக்குப் புத்தம் புதிய உணர்ச்சிகள்—இவைகள் மனிதனுக்குத் தேவை. ஒரே இடத்தில் நீண்டநேரம் உட்கார்ந்து கொண்டிருந்தால் கால், 'மரத்துப்' போய்விட்டது என்று சொல்லி, அதை நீட்டவும் மடக்கவும் உதைக்கவும் செய்கிறார்கள்.

மனதுக்கும் நடமாட்டம் வேண்டும்; இல்லாவிட்டால் அதுவும் 'மரத்துப்' போகும். பாரதியாருக்குப் புதுச்சேரி வாசம் சிறைவாசத்தைப் போலவேதானிருந்தது. எவ்வளவு காலம் ஒரே வித முகங்களைப் பார்த்துக்கொண்டு, ஒரே 'ஸெட்' ஆட்களோடு பேசிக்கொண்டிருப்பது? புதுச்சேரி அரசியலில் பிரிட்டிஷ் இந்திய தேசபக்தர்கள் கலந்துகொள்ளக்கூடாது. துடிதுடிக்கும் உள்ளம் படைத்தவர்கள், இத்தகைய நிபந்தனைகளுடன் சுகமாகக் காலந்தள்ள முடியாது; மனம் தாழ்ந்துபோகும்.

அற்ப மனிதர்களுடன் பேச்சுச் சல்லாபம் வைத்துக்கொள்ளுவதைக் காட்டிலும் மௌன விரதம் மேலானது என்று ஒரு அறிஞர் கூறியிருப்பது உண்மை. வார்த்தைகளுக்கும் கருத்துக்களுக்கும் லட்சியத்துக்கும் கௌரவம் கெட்டுப்போகும். சுகம் என்றால் பிறனை வஞ்சித்துத் தனக்கு மட்டும் தேடிக்கொள்ளும் சுகம் என்று அற்பன் எண்ணுகிறான். உலக சுகம் என்றால் அது ஏமாற்று வேலை, ஏமாற்றுக் கருத்து என்று எண்ணுகிறான் மூடன். கவிதை என்றால் கூத்துப்பாட்டு என்ற

ஆபாச எண்ணம் அவன் மனதில் தோன்றுகிறது. சுதந்தரம் என்றால் உயிரை இழப்பதற்கு ஏற்பட்ட தற்கொலைச் சந்தர்ப்பம் என்று அவன் மயங்குகிறான்.

இந்தக் கேவலமான நிலையில் மனிதர்கள் இருப்பார்களாகில், மேதாவிகள் என்ன செய்வது? இந்த நிலைமையில் மூன்று காரியங்கள் செய்யலாம். ஒன்று மௌனமாயிருக்கலாம்; அறிவிலி களின் அவதூறைப் பொருட்படுத்தாமல், பிடிவாதமாகத் தங்கள் கருத்தை உலகத்துக்குத் தெரிவிக்கலாம்; களைத்துச் சோர்ந்து போகுங்காலத்தில், இயற்கைத் தாயினிடம் சரண்புகலாம். இந்த மூன்று காரியங்களையும் பாரதியார் செய்தார்.

தோட்டங்களில் வசிப்பது; கடற்கரைக்குப் போய், கடலின் ஓய்விலா அலை ஒலியில் ஈடுபட்டுத் தன் கவலையை மறப்பது; சிறிது காலம் மௌனவிரதம் கொள்ளுவது; தன் கருத்தை வெளியிடுவது –இவைகளை பாரதியார் செய்துவந்தார்.

பச்சைப் பசேலென்று கண்ணைக் கவரும் மரஞ்செடி கொடிகளுள்ள தோட்டத்தைக் காணுவதில், அதில் வசிப்பதில், பாரதியாருக்கு அளவில்லாத ஆனந்தம். வளர்ச்சியில் சுரணையில்லாதவர்களுடைய முகங்களைப் பார்ப்பதைக் காட்டிலும் வளருகிற கொடியைப் பார்த்து ஆனந்தமடையலாம் என்று பாரதியார் அடிக்கடி சொல்லுவார். “ரோஷமில்லாத முகத்தை எப்படி ஓய் பார்த்துக்கொண்டே யிருப்பது?” என்று நொந்துகொண்டு சொல்லுவார்.

இந்த மாதிரி, வெறி பிடித்தாற் போலப் பேசும் காலத்தில் பாரதியார் வீட்டுக்குள் இருக்க இசைவதில்லை. யாரையேனும் அழைத்துக்கொண்டு, நண்பர் கிருஷ்ணசாமி செட்டியாரின் தோட்டத்துக்குப் போய்விடுவார்; அல்லது புதுச்சேரிக்கு அடுத்த வில்லியனூருக்குப் போவார்.

தோட்டத்தில் மரங்களையும் செடிகளையும் குளத்தையும் சின்னஞ் சிறு குருவிகளையும் பார்த்தவுடனே, பாரதியாரின் அலுப்பு சலிப்பு எல்லாம் எங்கேயோ மாயமாய்ப் பறந்துபோய் விடும். ரஸிகத்தன்மை படைத்த உயிருள்ள தோழர்களுக்கு நடுவே இருப்பதாக அவர் எண்ணிக்கொள்ளுவாரோ, என்னவோ?

ஸரிக – க – காமா என்று அவர் வாய்க்குள்ளே சொல்லிக் கொண்டால், புதிய பாட்டுக்குத் தாளம் கோலிக்கொண்டிருக்கிறார் என்று பக்கத்திலிருப்பவர்கள் தெரிந்துகொள்ளலாம். மரத்தை வெறித்துப் பார்ப்பார்; குளத்தை உற்றுப் பார்ப்பார்; ஆகாயத்தை முட்டுகிறாற்போல மார்பை வெளியே தள்ளி, தலையை எவ்வளவு தூரம் நிமிர்த்தி உயர்த்த முடியுமோ அவ்வளவு

தூரம் நிமிர்த்தி, உயர்த்திப் பார்ப்பார். ஸஸ்ஸ – ஸஸ்ஸ – ஸஸ்ஸ என்று மூச்சுவிடாமல், உரக்கக் கத்துவார். வலது காலால் தாளம் போடுவார்; தவறிப்போனால் இடது காலால் பூமியை உதைப்பார். ஒரு நிமிஷம் மௌனம். “சொல் ஆழி வெண் சங்கே” என்ற கூக்குரல், கூப்பாடு. இல்லாவிட்டால் தாயுமானவரின் கண்ணிகளில் ஒன்று “மத்தகஜம் என வளர்த்தாய்” என்ற சந்தோஷ முறையீடு. மீண்டும் ஒரு முறை ஸரிக – க – காமா.

குழந்தையைப் பெற்றெடுக்கும் பிரசவ வேதனைதான். உற்சாகமும் சோர்வும் ஒன்றையொன்று பின்னிக்கொண்டு வெளிவருவதைப் பார்க்கக் கொடுத்து வைத்திருக்கவேண்டும். மனித உலகத்தோடு பாரதியாருக்கு அப்பொழுது உறவே கிடையாது என்று சொல்லிவிடலாம். புதுப்பாட்டு வருகிற வேகத்தில், அது அவருடைய கூட்டையே முறித்துவிடுமோ என்று தோன்றும். பாரதியாரின் கீதங்களில் ரத்தப் பசை, ஜீவ களை இருக்கிறது என்று சொல்லுவதில் பொய்யே கிடையாது.

கலைஞர்கள், மேதாவிகள் புதுக்கருத்துக்களை உலகத்துக்கு அறிவிக்கையில் என்ன பாடுபடுகிறார்கள் என்பதை உலகம் தெரிந்துகொள்ள முடியாது. புதுக்கருத்து ஒன்று – ஜீவ களை நிறைந்த கருத்து; தர்க்க வாதம் நிறைந்த கருத்தல்ல – மேதாவி களின் உள்ளத்திலிருந்து வெளிவருவதற்குள், அது உடல் முழுவதையும் குலுக்கி, நடுநடுங்கச் செய்து, பிராணனை அரைகுறைப் பிராணனாகச் செய்துவிடுகிறது. உலகத்துக்காக மேதாவிகள் ஒவ்வொரு நிமிஷமும் உயிரை விடுகிறார்கள் என்பது பல வகைகளிலும் உண்மை.

இந்த மாதிரி அவர்கள் ஏன் உயிரை விடவேண்டும் என்று சிலர் கேட்கலாம். அது இயற்கைத் தாயின் கொடிய விதி. இயற்கைச் சட்டத்தை ஏளனத்தால் கொல்லமுடியாது. குழந்தை பிறந்தவுடன் தாய்க்குப் பால் சுரப்பதைத் தடுக்கமுடியுமா? குழந்தைகளைப்போல ஏராளமான மனிதர்கள் இந்த உலகத்தில் இருக்குமளவும், மேதாவிகள் நிமிஷம் தவறாமல், உள்ளத்தில் பிரசவ வேதனைப் படவேண்டியதுதான்.

ராமகிருஷ்ண பரமஹம்சர், பக்தியின் பலவித பாவங்களை அனுபவிப்பதற்காக, பலவகை சிருஷ்டிகளாகத் தம்மை பாவித்துக்கொண்டாராம். கிருஷ்ணனிடம் ராதைக்கு இருந்த காதல் பக்தியை உயர்ந்ததாகச் சொல்லுவதுண்டு. அதை அனுபவிப்பதற்காக, சேலை யுடுத்திக்கொண்டு, தம்மைப் பெண்ணாகப் பாவித்து நடந்துகொண்டாராம். ராமனிடம் ஹனுமானுக்கு இருந்த இணையற்ற விசுவாசபக்தியை உணரும்பொருட்டு, வாலைக் கட்டிக்கொண்டு மரக்கிளையில்

உட்கார்ந்துகொண்டு, ராமநாமம் ஜபிப்பாராம். இவைகள் ராமகிருஷ்ணரது கேலிச் சேஷ்டைகளல்ல; நாடக மேடை வேஷங்களல்ல.

படைப்பு கவிதை மயம். கவிதை உள்ளத்தைப் பெறாவிடில், படைப்பின் நுட்பத்தையும் ரகசியத்தையும் அறிய முடியாது என்று பாபு விபின் சந்திர பாலர், அபூர்வமான உண்மை தரிசனத்துடன் சொல்லியிருக்கிறார். கவிகளின் உள்ளம் குழந்தையின் குழைந்த உள்ளமாகும். எதிலும் கள்ளம் கபடம் இல்லாமல் ஒட்டிக்கொண்டு உறவாடும்பான்மை, கவிகளுக்கு மிகுதியும் உண்டு.

புகழேந்திக்கும் ஒட்டக்கூத்தருக்கும் சண்டை. புகழேந்தி அபூர்வமான கவி. ஒட்டக்கூத்தரை அகராதிக் கவி எனலாம். பல ரகங்களான வார்த்தைகளைக் கொட்டுவதில் ஒட்டக்கூத்தர் சமர்த்தர். சோழராஜனுக்கு இருவர் பேரிலும் பிரியம். பாட்டுப் பாட வேண்டும் என்று அவர்களிருவரையும் அரசன் வேண்டிக்கொண்டான். ஒட்டக்கூத்தர் முதலிலே பாடினார். பின்பு, “அதை வெட்டிப் பாடவோ, ஒட்டிப் பாடவோ” என்றார் புகழேந்தி. “ஒட்டிப் பாடுக” என்றான் அரசன். ஒட்டக்கூத்தரை ஒட்டிப் புகழேந்தி பாடியதாகக் கதை.

இயற்கையே ஒரு அற்புதமான ஒட்டு வேலை. ஜீவராசிகள் அனைத்தும் தனித்துத் தனித்து நிற்பதாகத் தோன்றினாலும், அவைகள் யாவும் சூட்சுமமாய் ஒன்றோடொன்று ஒட்டிக் கொண்டிருக்கின்றன. மனிதனுடைய தேகத்தையே எடுத்துக் கொள்ளுவோம். காலோடு தலை ஒட்டிக்கொண்டிருக்கிற அற்புதம் எவ்வளவு விசித்திரமா யிருக்கிறது? தலையின் தொழிலென்ன?காலின் வேலை யென்ன? தினையளவுகூடப் பொருத்தமில்லாத வேலைகள்! என்றாலும் இவை யிரண்டுக்கு மிடையே இருக்கும் ஒட்டுதலைப் பார்த்தால், பிரமிக்கும்படி யிருக்கிறது. பாரதியார் பாடுகிறார்:

காக்கை குருவி எங்கள் ஜாதி–நீள்
கடலும் மலையும் எங்கள் கூட்டம்
நோக்கும் திசையெல்லாம் நாமன்றி வேறில்லை
நோக்க நோக்கக் களியாட்டம்!

இதுதான் கவிகள் உலகத்துக்கு எடுத்து உபதேசம் செய்யும் மூல மந்திரம். ஜீவராசிகளுக்குள் இந்த ஒட்டுதல் எப்படியெல்லாம் புகுந்து பதிந்துகிடக்கிற தென்பதை, நவரஸங்களும் ததும்ப, விஸ்தாரமாக, விதரணையுடன் பேசுவதே கவிகளின் வேலை.

நோக்கும் திசையெல்லாம் நாமன்றி வேறில்லை என்ற உண்மையை எந்த மனிதன் உணர்கிறானோ, அவன் கவி.

அவனுக்குப் பகைமை கிடையாது; எனவே பலவீனம் துளிகூடக் கிடையாது. "நோக்க நோக்கக் களியாட்டம்" அவனுக்கு ஏற்படு வதற்கு என்ன ஆட்சேபணை யிருக்கிறது?

முத்தியாலுப்பேட்டை கிருஷ்ணசாமி செட்டியாரின் தோட்டத்திலே, நோக்கி நோக்கிக் களியாட்டம் ஆடுவார் பாரதியார். அவருடைய ஆனந்தம் வர்ஷதாரையாகப் பெருக்கடையும். உன்மத்தனைப்போல, வெறிகொண்டவனைப் போல, சில சமயங்களில் அவர் ஆகிவிடுவார். இயற்கையின் மின்சார சக்தி, கவிதை உணர்ச்சி என்ற கம்பி மூலமாக, பாரதியாரின் உடலிலும் உள்ளத்திலும் நுழைந்து, பாய்ந்து, பரவி, பூரித்துப் போகும்பொழுது அவர் ஆனந்தக் கூத்திடாமல் சும்மா இருக்கமுடியுமா? குரலிலே ஸரிக – க – காமா; காலிலே தாளம்; கைகள் கொட்டி முழங்கும். உடல் முழுவதும் அபிநயந்தான். தேகமும் மனமும் அனுபவிக்கும் ஆனந்தத்தையும் சக்தியையும் கண்கள் வெளிக்காண்பிக்கும்.

குழந்தை பிறந்தவுடன் சோர்ந்து நித்திரையில் ஆழ்ந்துவிடும் தாய்மார்களைப் போல, கவிதை பிறந்தவுடன் பாரதியார் சோர்ந்து போய், மண் தரையில் படுத்துக்கொள்ளுவார். தலைக் குயரமாய் எதையும் வேண்டார். எதையும் கொடுக்க, எங்களுக்கு தைரியமும் உண்டானதில்லை. இயற்கைத் தாய் நர்த்தனம் செய்த உடலுக்கு இயற்கையான சயனந்தான் வேண்டும் போலும்!

சிறிது நேரம், கண்ணயர்ந்ததுபோல பாரதியார் படுத்துக் கொண்டிருப்பார். அப்பொழுது அவர் உள்ளத்தில் என்ன நிகழுமோ, தெரியாது. தூக்கிவாரி போட்டாற்போல எழுந்திருப்பார். சேங்கன்றை நினைத்துக்கொண்டு, மேய்ச்சல் தரையிலிருந்து அம்மா என்று அலறிக்கொண்டு ஓடிவரும் பசுவாக அப்பொழுது பாரதியார் என் கண்ணுக்குப் படுவார். சேங்கன்றைப் பார்த்தபின் அல்லது அதன் குரலைக் கேட்டபின்தான் பசுவின் தாபம் தணியும். சிறிது நேரத்துக்குமுன் நிகழ்ந்த இயற்கையின் ஆவேசம் கெட்டு மடிந்துபோயிற்றோ என்ற அச்சத்தால், பாரதியார் திடீரென்று எழுந்திருப்பாரோ, என்னவோ? இத்தகைய சந்தர்ப்பங்களில் பாரதியாரின் முகவிலாசம் மிகவும் வசீகரம் கொண்டதாயிருக்கும். அகம்பாவம், மாச்சரியம் முதலிய சேஷ்டை உணர்ச்சிகளின் சின்னத்தை முகத்தில் காணவே முடியாது.

இயற்கையோடு ஒட்டிக்கொண்ட உள்ளத்தில் சிறுமை இருக்குமா? எனவே அதன் சின்னம் முகத்திலே எப்படித் தோன்றும்? ஆயிரம் வருஷங்கள் உயிரோடிருந்தாலும், பாரதியாரின் இந்த அற்புத முகத்தோற்றத்தை நான் மீண்டும் எப்பொழுது பார்க்கப்போகிறேன்? கவிதை பிறக்குந் தருணத்தில்

காட்சியளிக்கும் பாரதியாரின் ஜோதி முகத்தை, தமிழர்களில் ஆயிரம் பேர் பார்த்திருந்தாலும் போதுமே! நம் நாடு நிச்சயமாய் இதற்குள் கடைத்தேறி யிருக்குமே! எனக்கு ஏற்பட்ட பாக்கியம் நூற்றுக் கணக்கான தமிழர்களுக்கு ஏற்படவில்லையே என்றுதான் என் நெஞ்சம் வருந்துகிறது.

"பாரதிதாஸன்" என்ற புனைபெயருடன், ஆச்சரியப்படத் தக்க தமிழ்க் கவிதை எழுதும் வாத்தியார் கனக சுப்புரத்தினத்தைப் பற்றி முன்னமே குறிப்பிட்டிருக்கிறேனல்லவா? அவர் பாரதியாருக்குத் தோழன், சீஷன். மேற்சொன்ன தோட்டத்தைப் பற்றி அவர் அதிசயமான சேதி யொன்றைச் சொன்னார்.

காற்றடிக்குது கடல் குமுறுது
கண்ணை விழிப்பாய் நாயகனே

என்று பாரதியார் பாடியிருக்கிறாரே, அது புதுச்சேரியில் அடித்த பெரும்புயல் சம்பந்தமாகத்தான். இன்றைக்குச் சுமார் முப்பது வருஷங்களுக்கு முன், புயல் அடித்தது. தமிழ்நாடு முழுதும் வெள்ளமும் புயலும். உடைத்துக் கொள்ளாத ஆறுகள் ஏரிகள் இல்லை. மரங்கள் சடசடவென்று சரிந்து வீழ்ந்தன. "காடெல்லாம் விறகான செய்தி" ஆயிற்று நாடு முழுதும்.

புதுச்சேரி கடற்கரை நகரம்; புயலால் நேர்ந்த சேதத்தை அளவிட்டுச் சொல்லமுடியாது. ஒதியஞ்சாலை என்ற தோட்டத்தி லிருந்த அழகான மரங்கள் எல்லாம் தலைகுப்புற வீழ்ந்தன; தந்திக் கம்பங்கள் முறிந்துபோயின; கட்டடங்கள் சரிந்தன; கூரைகள் அப்படியே, கூடாரம் அடித்ததுபோல, உட்கார்ந்து விட்டன. நகரம் முழுதும் "பேய் மேய்ந்த" காட்டைப்போலத் தோற்றம் அடைந்தது.

இவ்வளவு பயங்கரமான சேதத்தின் நடுவே, முத்தியாலுப்பேட்டை கிருஷ்ணசாமி செட்டியாரின் தோட்டத்தி லிருந்த மரங்கள் மட்டும் விழவில்லை என்று பாரதிதாஸன் சொன்னார். எனக்கும் அவருக்கும் அற்புதத்தில் நம்பிக்கை யில்லை. ஆனால் நிகழ்ந்ததை நம்பித்தானே ஆகவேண்டும்? இந்த மரங்கள் தப்பித்துக் கொண்ட காரணத்தை முழுதும் ஆராயாமல், அற்புதம் என்று அதைக்கொள்ள, என் மனம் கூசுகின்றது. தனது ரகசியத்தை பாரதியாருக்கு போதித்த இடம் கெடாமல் இருக்கவேண்டும் என்பது இயற்கைத் தாயின் விருப்பமோ, என்னவோ என்று கற்பனை கலந்து பேசலாம். ஆனால், மனிதனுடைய அறிவிலே அற்பமும் மகத்துவமும் கலந்து நிற்கின்றன. இயற்கையின் சூதை அற்பஅறிவினால் அளக்கமுடியாது; அளப்பதற்குக் கவிதை உள்ளம் வேண்டும்.

14

ஆயிரத்துத் தொள்ளாயிரத்துப் பத்தோ, பதினொன்றோ, சரியாக நினைவில்லை; அந்த வருஷ மத்தியில், தூத்துக்குடி ஸப் – கலெக்டர் ஆஷ் சுட்டுக் கொல்லப்பட்டார். இந்தக் கொலைக்கும் புதுச்சேரிவாசிகளான பிரிட்டிஷ் இந்திய தேசபக்தர்களுக்கும் சம்பந்தம் இருப்பதாக, சென்னை மாகாணப் போலீசாரின் சூசனை.

பாரதியாரைப்பற்றிச் சென்னை அரசாங்கத்தார் சந்தேகப்படுவதற்கே காரணமில்லை. மானிக்டோலா வெடிகுண்டு வழக்கில் எதிரியாயிருந்த அரவிந்தரும் (அரவிந்தர் ஷ வழக்கில் விடுதலை அடைந்தார்), பாரிஸ்டர் ஸாவர்க்கரோடு நெருங்கிப் பழகிய வ.வே.சு. அய்யரும் புதுச்சேரியில் இந்தக் காலத்தில் வாசம் செய்துவந்ததுதான் மேற்சொன்ன சந்தேகத்துக்குக் காரணம் என்று சொல்லிக்கொண்டார்கள்.

அந்தச் சந்தேகம் எப்படித் தொலைந்து போனாலும் போகட்டும்; அதைப்பற்றி நாம் அதிகமாகக் கவலைப்பட வேண்டியதில்லை. அந்தச் சந்தேகத்தின் விளைவுதான் விபரீதமாகப் போயிற்று.

இந்தக் கொலைக்குப் பிறகு, சென்னை மாகாணப் போலீசார் புதுச்சேரியை முற்றுகை போட்டார்கள் என்றே சொல்லவேண்டும். புதுச்சேரிக்குள்ளேயே நூற்றுக்கணக்கான பிரிட்டிஷ் இந்தியப் போலீசார். பாரதியார் வீடு, அய்யர் வீடு, அரவிந்தர் வீடு இவைகளின் பக்கத்திலே, போலீசார் கும்பல் கும்பலாக உட்கார்ந்திருப்பதை அக்காலத்தில் காணலாம்.

எல்லாம் பொம்மலாட்ட வேடிக்கையைப் போல நடக்கும். தேசபக்தர்கள் வீட்டுக்குள் இருந்தால், போலீசார் பக்கத்து வீடுகளில் உட்கார்ந்திருப்பார்கள். அவர்கள் வெளியே

சென்றால், போலீசார் எழுந்திருந்து அவர்களைப் பின்தொடர ஆரம்பித்து விடுவார்கள். தேசபக்தர்களுக்கு முதலில் ஏற்பட்ட அவஸ்தை, பின்னர் அவர்களுடைய புதுச்சேரி நண்பர்களுக்கும் ஏற்பட்டது.

இந்த மாதிரி பின்தொடர்ந்து போவதில், பல சில்லறை வேடிக்கைகள் நடைபெறும். இந்த வேடிக்கைகளைத் தேசபக்தர்கள் செய்வதில்லை; அவர்களுடைய புதுச்சேரி நண்பர்கள் செய்து ஆனந்தமடைவார்கள்.

போலீசாரால் பின் தொடரப்பட்ட நண்பர்களில் சிலர், ஒரு வீட்டுக்குள் நுழைந்து, அதன் பின்புறமாய் வெளியே போய் விடுவார்கள். உள்ளே நுழைந்த ஆள் வெளியே வருவார் என்று வெளியே இருக்கும் போலீசார் காத்துக்கொண்டிருந்து அலுத்துப்போவார்கள்.

ஆளை விட்டுவிட்டால், 'பிளாக் மார்க்' வருமே என்று லபோ லபோ வென்று பரிதாபமாகக் கூக்குரலிடுவார்கள். நண்பர்கள் செய்யும் இந்த சேஷ்டைகளை, பாரதியார், அய்யர், அரவிந்தர் மூவரும் கண்டித்திருக்கிறார்கள். "இது என்ன அற்பத்தனமான காரியம்" என்று பாரதியார் அடிக்கடி கண்டித்துப் பேசுவார்.

இது சம்பந்தமாக பாரதியாருக்கும் ஒரு நண்பருக்கும் வாதம் நடந்தது:

நண்பர்:– தாங்கள் எங்களைக் கண்டிப்பது நியாயமில்லை. போலீஸ்காரர் எங்களைப் பின் தொடரும்படியாக நாங்கள் என்ன செய்தோம்?

பாரதியார்:– நீங்கள் எங்களோடு பழகுகிறதுதான் நீங்கள் செய்கிற குற்றம். சகவாச தோஷத்துக்குப் பலன் கிடையாதா?

நண்பர்:– புத்தகத்தைத் தலையணையாக வைத்துப் படுத்துக் கொண்டிருந்தால், சகவாச தோஷத்தினால் படிப்பு வரும் என்று சொல்லுவீர்கள் போலிருக்கிறதே!

பாரதியார்:– ஓய்! நாங்கள் அச்சுப் புத்தகங்களல்ல. நாங்கள் உயிருள்ள புத்தகங்கள். இது சர்க்காரின் மதிப்பு. நாங்கள் என்ன செய்கிறது?

நண்பர்:– நல்ல மதிப்பு இது! காத்தானுக்கு வியாதி வர, தீத்தானுக்கு மருந்து கொடுத்தார்களாம்! புத்திசாலிகளோடு பேசப்படாது என்று கூடச் சர்க்கார் உத்தரவு போட்டாலும் போடுவார்கள் போல் இருக்கிறதே!

பாரதியார்:– புத்திசாலி சும்மா இருப்பானா? சும்மா இருக்க முடியுமா? தன் கட்சியை வலுப்படுத்தத்தான் பார்ப்பான். எங்களிடம் வருபவர்களுக்கு நாங்கள் தேசபக்தியைப் புகட்டி விடுவோம் என்று சர்க்கார் பயப்படுகிறார்கள். அந்த பயம் இயற்கை தானே? அந்த பயங்கூட அவர்களுக்கு இல்லாவிட்டால் எங்களுக்கு மதிப்பேது? ஜனங்களுக்கு எங்களிடம் இயற்கையாகத் தோன்றாத மதிப்பை, சர்க்கார் எங்களுக்கு வருவித்துக் கொடுக்கிறார்கள். சென்னைச் சட்டசபை மூலமாய்ச் சர்க்காருக்கு வந்தனமளிப்பு செய்யவேண்டும் என்று எனக்கு ஆசை.

இப்படி பாரதியார் சொல்லவும், அந்த நண்பர் தமது பெரிய சரீரத்தைக் குலுக்கிக் குலுக்கிச் சிரிப்பார். பிரஸ்தாப நண்பர் புதுச்சேரிக் கல்லூரி யொன்றில் ஆச்சாரியார்*. நல்ல சங்கீத ரஸிகர்; பிரெஞ்சு பாஷையில் நிபுணர்; சரித்திரத் துக்கடாக் கதைகள் சொல்லுவதில் சமர்த்தர்; ஹாஸ்யமாகப் பேசுவதில் திறமைசாலி; பரம ரஸிக சிரோமணி. அவருடைய பெயர் சுப்பிரமணிய அய்யர்.

ஒழிந்த நேரங்களில் அவருடன் சம்பாஷணைச் சல்லாபம் செய்வதில் பாரதியாருக்கு ரொம்ப பிரியம். அவரும் பாரதியாரின் பாடல்களைக் கேட்டு, ஆனந்தப் பரவசமடைவார். தினம் ஒரு தடவையேனும், பாரதியார் அவரைக் கண்டு யோகக்ஷேம சமாச் சாரம் விசாரிக்காமலிருக்கமாட்டார். பாரதியாருக்குப் பிரெஞ்சு உச்சரிப்பிலும் பாஷையிலும் சந்தேக மிருந்தால், சுப்பிரமணிய அய்யரிடந்தான் சந்தேக நிவர்த்தி செய்துகொள்ளுவார்.

இந்தப் போலீஸ் அமளி காலத்திலே, பாரதியாரின் வீட்டில் சில வினோதங்கள் நிகழும்.

ரகசியப் போலீசார், பல வேஷங்கள் தரித்து பாரதியாரைப் பார்க்க வருவார்கள். இந்த பாக்கியம் அரவிந்தருக்கும் அய்யருக்குங்கூட உண்டு.

ஒரு நாள் பாரதியாருக்கு ஒரு கடிதம் வந்தது. அதன் சாரம் வருமாறு:–

ஹே! கவிச் சக்கரவர்த்தி! தங்களுடைய திவ்ய முகமண்டல ஜோதியைக் கண்டும் தங்களுடைய அமிருத வர்ஷ தாரை களான பாடல்களைக் கேட்டும் ஆனந்தப்படுவதற்காக, கையில் காசில்லாமல், ஸ்டேஷன் விட்டு ஸ்டேஷன் தாண்டி**

* *Professor*

** *Jumping from station to station.*

டிக்கெட்டில்லாமல் கடைசியாகப் புதுச்சேரி வந்து சேர்ந்தேன். இப்பொழுது ஒரு இடத்தில் மறைந்து கொண்டிருக்கிறேன். இரவில் ஏழு மணிக்குத் தங்கள் வீட்டுக்கு வருகிறேன். வெளிச்சத்தைச் சிறிதாக்கி வைத்துக்கொண்டிருந்தால் நல்லது.

தங்கள் பக்தன்
இலக்கியப் பிரியன், திருநெல்வேலி அன்பன்.

ஸ்டேஷன் விட்டு ஸ்டேஷன் தாண்டி வந்த 'பக்தன் இலக்கியப் பிரியன், திருநெல்வேலி அன்பன்' ஏழு மணிக்கு வந்தார். ஆனால் பாரதியார் வெளிச்சத்தைச் சிறிதாக்கி வைக்கவில்லை; "மறவர் பாட்டு" என்ற தமது பாடலை உரக்கப் பாடிக்கொண்டிருந்தார். அந்தப் பாட்டிலே, "நாயும் பிழைக்கும் இந்தப் பிழைப்பு" என்று ஒரு அடி இருக்கிறது. ஏழு மணி அடிக்கிற சமயத்தில், இந்த வரியை பாரதியார் பாடிக்கொண்டேயிருந்தார்! வந்தவரும் இதைக் கேட்டுக்கொண்டே வந்தார்!

"நாயும் பிழைக்கும் இந்தப் பிழைப்பு! சீ, சீ, சீ, நாயும் பிழைக்கும் இந்தப் பிழைப்பு!" என்று உரக்கப் பாடினார் பாரதியார்.

வந்தவர் நல்ல தேக அமைப்புள்ளவர். தலைமொட்டை; விவேகானந்தரைப் போல, கழுத்துமுதல் கால்வரையில் காவிச் சட்டை. முகத்திலே நேர்த்தியான குங்குமப் பொட்டு.

பாரதியார் பாட்டை நிறுத்தினார். வந்தவர் கும்பிட்டார். "ஆகா! தர்மம் நாசமாய்ப் போகப்போகிறதே! கிருஹஸ்தன் நமஸ்காரம் செய்யனும். சன்னியாசி ஆசிர்வாதம் செய்யனும். தலைகீழ்ப் பாடமாய்ச் செய்துவிட்டீர்களே!" என்று அவரைப் பார்த்து பாரதியார் கேலி செய்தார்.

வந்தவர் சிரிக்கவே யில்லை. மடியிலே கனம்போலிருக்கிறது! பாரதியாரின் சந்தேகம் ஊர்ஜிதப்பட்டது. "சரி! என்னைப் பார்த்தாய்விட்டது. போய்விட்டு வாருங்கள்" என்றார் பாரதியார். அன்பர் லேசிலே விடுகிற பேர்வழியல்ல. ஹிந்தி, இங்கிலீஷ், தமிழ், மலையாளம் முதலிய பாஷைகளில் ஒன்றுவிடாமல் பேசித் தீர்த்துவிட்டார். பாரதியாருக்கு அடங்காத கோபம்.

"அரவிந்தரை எப்பொழுது பார்க்க முடியும்?" என்றார் 'அன்பர்'. "அய்யரைப் பார்த்தாகிவிட்டதோ, இல்லையோ?" என்று பாரதியார் ஆத்திரத்துடன் கேட்டார். வந்தவருக்கு அப்பொழுதுதான் பாரதியாரின் ஆத்திரமும் சூட்சுமப் பேச்சும் பாட்டும் விளங்கின. வந்தவர் உத்தரவு கேட்டுக்கொண்டு வெளியே போகுமுன், "ஓய்! அர்ஜ்ஜுன சன்னியாசி! உசிதமாய்

வாழும்! உயரமாய் வாழும்! மட்டத்திலே ஆசை வைக்காதேயும்" என்று சொல்லி பாரதியார் அவரை வழியனுப்பினார்.

சன்னியாசி வேஷம் மட்டுமா? ஒரு நாள் நவரத்ன வியாபாரி ஒருவர் வந்தார். வியாபாரி வேஷம் அவருக்கு நன்றாகப் பலித்திருந்தது. "கற்கள் ஏதேனும் வேண்டுமா?" என்றார் அவர் பாரதியாரிடம். பாரதியார் அவரை ஏற இறங்கப் பார்த்தார். பாரதியாரின் சுடர்விழிப் பார்வையைக் கண்டு அவர் அச்சமடைந்தார். "ஓய்! என்னிடத்திலும் கொஞ்சம் நவரத்னங்களிருக்கின்றன. அவைகள் விலைபோகும்படியாக உங்கள் சர்க்காரிடம் கொஞ்சம் சிபார்சு செய்யுங்களேன். உம்மிடம் போலீஸ் டயரி இருக்கிறதா?" என்றார் பாரதியார்.

ரத்ன வியாபாரிக்குத் தூக்கி வாரிப்போட்டது. அவருக்கு ஒன்றும் சொல்லத் தோன்றவில்லை. "பெரியவாளுக்கு நமஸ்காரம்" என்று சொல்லிவிட்டுப் போய்விட்டார்.

சில சமயங்களில், பலாத்காரப் புரட்சியைப்பற்றி பாரதியார் என்ன எண்ணிக்கொண்டிருக்கிறார் என்பதை அறிய தலைப்பாகை, கோட், ஷர்ட் முதலிய அங்கங்களுடன் சில இங்கிலீஷ் படித்த தமிழ் "வித்வான்கள்" வருவார்கள். இவர்களில் பெரும்பான்மையோர், ரகசியப் போலீஸ் இலாகாவைச் சேர்ந்தவர்களாகவேயிருப்பார்கள். பாரதியாரின் கண்கள் இவர்களின் பேரில் அம்புகளைப் போலப் பாயும்.

ஆனால், வந்தவர்களெல்லாரும் பாரதியாரின் பெருமையை உணராமல் போனதில்லை. சில சமயங்களில், அவர்களுடன் பேசாமல் பாரதியார் பாடிக்கொண்டே யிருப்பார். எந்த வேஷம் போட்டுக்கொண்டாலும், எந்த மனிதனாவது நாட்டை மறக்க முடியுமா? வயிற்றுப் பிழைப்பு, மனிதனைச் சாறாகப் பிழிந்து சக்கையாக அடித்துவிடுவதில்லை. வயிற்றுப் பிழைப்புக்காரர்களுக்குக்கூட பாரதியாரைக் கண்டதும் இயற்கையான மனித சுபாவம் திடீரென்று வந்துவிடும். அந்த நரம்பில் "கை வைத்து" அழுத்த பாரதியாருக்குத் தெரியும்.

15

புதுச்சேரியில் வசித்துவந்த பாரதியாரின் பேரிலும் அவருடைய சகாக்களின் பேரிலும், பிரிட்டிஷ் இந்தியப் போலீசாருக்கு ஏன் இவ்வளவு ஆத்திரம் ஏற்படவேண்டும்? தென்னாப்பிரிக்கா போயர் யுத்த காலத்தில், கிம்பர்லி, லேடிஸ்மித் கோட்டைகளை (இங்கிலீஷ் சேனைகளை உள்ளே வைத்து) போயர்கள் முற்றுகை போட்டது போலவே, பிரிட்டிஷ் இந்தியப் போலீசார் புதுச்சேரியை முற்றுகை போட்டார்கள்.

முற்றுகை என்ற பதத்தை நான் விளையாட்டுக்காகப் பிரயோகம் செய்ததாக எண்ணவேண்டாம். புதுச்சேரிக்கு வெளியே, கடலிருந்த கிழக்குப் பக்கத்தைத் தவிர, மற்ற மூன்று பக்கங்களிலும், போலீஸ் உடையோடும் போலீஸ் உடையில்லாமலும் போலீஸ்காரர்கள் பந்தோபஸ்து செய்துவந்தார்கள். இவர்களோடு மாமூல் எக்ஸைஸ்–அப்காரி இலாகாக்காரர்களும் சேர்ந்து கொண்டார்கள்.

புதுச்சேரியிலிருந்து வந்த சந்தேகப்பட்ட பேர்வழிகளை யெல்லாம், பிரெஞ்சு எல்லைப் புறத்தில் கடுமையாகச் சோதனை செய்தார்கள். மற்றும் பலரை ரொம்ப பயமுறுத்தினார்கள். இன்னும் சிலரைக் கைதுசெய்து, சிறையில் அடைத்து சில நாட்கள் வைத்திருந்து, புதுச்சேரி தேசபக்தர்களுடன் சேரப்படாது என்று எச்சரிக்கை செய்து, வெளியே விட்டார்கள். வியாபாரத்துக்காக வெளியூர்களுக்குச் செல்ல நேர்ந்த புதுச்சேரிவாசிகள் பலர், இந்த அவஸ்தைக்கு உள்ளானார்கள்.

பாரதியாருடன் இருந்த முருகேசன் என்ற பையனைப் போலீசார் ரொம்பவும் வெருட்டிப் பயமுறுத்தினார்கள். அவன் சென்னைக்கு வரும் சமயம் பார்த்து அவனைக் கைதுசெய்து,

இரண்டொரு மாதம் காவலில் வைத்திருந்து, சோளக்கொல்லைப் பொம்மையாக ஆக்கி வெளியே விட்டார்கள்.

போலீசாரின் வெளி பந்தோபஸ்து அமுல் இவ்வாறு நடந்து வந்தது. புதுச்சேரியில் அவர்கள் எத்தனைப் பேர் இருந்தார்கள், தெரியுமா?

பிரிட்டிஷ் இந்தியப் போலீசார் தனியாக ஒரு பங்களாவையே வாடகைக்குப் பிடித்துக்கொண்டார்கள். இவர்களுக்குத் தலைமையாக ஒரு டெபுடி சூபிரண்டு. இந்தப் பதவியில் அப்துல் கரீம் என்பவர் இருந்தார். அவர் இப்பொழுது பென்ஷனும் கான்பகதூர் பட்டமும் பெற்றுச் சுகமாக இருக்கிறார். அவருக்குக் கீழே குருவப்ப நாயுடு, ரங்கசாமி அய்யங்கார் என்ற இரண்டு கெட்டிக்கார போலீஸ் இன்ஸ்பெக்டர்கள், புதுச்சேரி தேசபக்தர்களை வளைத்து நசுக்கிவிடுவதற்காக கற்பனைக் கடங்காத அபார வேலை செய்தார்கள். இவர்களுக்குக் கீழே, சப் இன்ஸ்பெக்டர்கள், "ஏட்டு அய்யாக்கள்," கான்ஸ்டபிள்கள் மொத்தம் இருநூறு பேர்களுக்குக் 'குறையாமலிருந்தார்கள்.

கான்ஸ்டபிள்களுக்கும் ஏட்டுகளுக்கும் பங்களாவிலேயே சமையல் வசதிகள் ஏற்பாடு செய்யப்பட்டிருந்தன. இத்தனை ஆர்ப்பாட்டங்களும் அரவிந்தர், பாரதியார், வ.வே.சு. அய்யர் உள்ளிட்ட பத்து தேசபக்தர்களுக்காக! புதுச்சேரியில் அமைக்கப்பட்டிருந்த போலீஸ் பட்டாளத்தின் செலவு என்ன என்று சென்னைச் சட்டசபையில் தைரியமாய் ஒருவர் கேள்விகேட்டார். ஜவாப் கொடுக்க முடியாது என்று சென்னை அரசாங்கத்தார் சொல்லிவிட்டார்கள்.

இந்தப் போலீஸ் குழாம் புதுசேரியில் செய்த வேலை மெச்சத் தகுந்தது. தேசபக்தர்கள் வெளியே சென்றால் பின்தொடர்பவர்கள் போக, பாக்கியுள்ளவர்கள் பிரிந்து பிரிந்து புதுச்சேரி நகரத்தில் வேலை செய்துவந்தார்கள். தங்கள் உத்தியோக மதிப்புக்குத் தக்கபடி, அவர்கள் புதுச்சேரிவாசிகளைக் கண்டு பேசுவார்கள். சாதாரண போலீஸ் கான்ஸ்டபிள்கள், வெற்றிலைபாக்குக் கடைக்காரன், புஷ் வண்டிக்காரன் முதலியவர்களுடன் பழகி, தேசபக்தர்களிடம் எவ்வித உறவும் வைத்துக்கொள்ளக்கூடாது என்று பிரசாரம் செய்வார்கள், பயமுறுத்தவும் செய்வார்கள். சப் இன்ஸ்பெக்டர்கள், பெரிய பெரிய கனவான்களைப் பேட்டி கண்டு, தேசபக்தர்கள் பிரிட்டிஷ் இந்திய அரசாங்கத்துக்கு விரோத மாக வேலை செய்கிறார்கள் என்று சொல்லி, "சுதேசிகளுக்கு" அவர்கள் எந்த வகையிலும் ஒத்தாசை செய்யலாகாது என்று எச்சரிக்கை கலந்த புத்திமதி கூறுவார்கள்.

புதுச்சேரியில் வாழ்ந்து வந்த தேசபக்தர்களைப் புதுச்சேரி வாசிகள் "சுதேசிகள்" என்று அழைத்து வந்தார்கள்.

புதுச்சேரி பிரெஞ்சுப் போலீசும் பிரிட்டிஷ் இந்தியப் போலீசும், ரஸ்தாக்களிலும் கடைத்தெருக்களிலும், மார்க்கெட்டிலும் கடற்கரையிலும் ரயில் ஸ்டேஷனிலும் கூடிக் கலந்து, "குசுகுசு" வென்று ரகசியம் பேசிக்கொண்டு சல்லாபம் செய்யும் காட்சியை வர்ணிக்கவே முடியாது.

குருவப்ப நாயுடுகாரு, ரங்கசாமி அய்யங்கார், இவர்களிருவரும் பாரதியாரைக் கண்டு பேசுவார்கள். இவர்களிரண்டு பேர்களிலும் ரங்கசாமி அய்யங்கார்தான் அடிக்கடி பாரதியாரின் வீட்டுக்கு வந்துவிடுவார். பாரதியாரை ஏய்த்து உளவு சம்பாதித்துவிடலாம் என்ற நோக்கமோ அல்லது பாரதியாரின் கவிதைத் திறமையிலே, பேச்சுத் திறமையிலே அவருக்குப் பிரேமையோ, அது இன்னதென்று தெரியவில்லை.

உளவு என்று சொன்னேனே, அது எதைப்பற்றி? ஆஷ் கொலைக்கும் புதுச்சேரி 'சுதேசி'களுக்கும் சம்பந்த இழை இருப்பதாகப் பிரிட்டிஷ் இந்தியப் போலீசாருக்குச் சந்தேகம். தூத்துக்குடி ஆறுமுகம் பிள்ளை என்பவர், திருநெல்வேலி சதிவழக்கில் அப்ரூவராக மாறிச் சில அபாண்டமான பழிகளைப் புதுச்சேரி 'சுதேசி'களின்பேரில் சொல்ல நேர்ந்தது.

இந்தச் சதிவழக்கில் சம்பந்தப்பட்டதாகச் சொல்லப்பட்ட ஒட்டப்பிடாரம் மாடசாமிப் பிள்ளையவர்கள் போலீசாரின் கையில் அகப்படாமல் எங்கேயோ தப்பி ஓடிப்போய்விட்டார் (ஒட்டப்பிடாரம் என்பது தூத்துக்குடிக்குச் சமீபத்தில் இருக்கிறது). இன்றுவரையில், மேற்சொன்ன மாடசாமிப் பிள்ளை எங்கு இருக்கிறார் என்ற செய்தி யாருக்குமே தெரியாது. அவர் உயிருடனிருக்கிறாரா அல்லது இறந்துபோய்விட்டாரா என்ற தகவலும் கிடையாது. இது நடந்து முப்பத்து மூன்று வருஷங்களாகின்றன.

மாடசாமிப் பிள்ளை புதுச்சேரிக்குப் போய், அங்கே 'சுதேசி'களால் போஷிக்கப்பட்டு ஒளிந்துகொண்டிருக்கிறார் என்று அந்தக் காலத்தில் போலீசார் ரொம்பவும் சந்தேகப்பட்டார்கள். இந்த ரகசியத்தை எப்படியாவது கண்டுபிடித்துவிடவேணடும் என்று பிரிட்டிஷ் இந்தியப் போலீசார் பகீரதப் பிரயத்தனம் செய்தார்கள். மேலும் புதுச்சேரி 'சுதேசி'கள், துப்பாக்கி முதலிய ஆயுதங்களைப் பிரான்சு முதலிய அன்னிய நாடுகளிலிருந்து தருவித்து எங்கேயோ மறைவிடத்தில் ஒளித்துவைத்துச்

சேகரித்து வருகிறார்கள் என்ற அபத்த வதந்தியும் போலீசாரின் சுறுசுறுப்புக்குக் காரணம்.

இது காரணம்பற்றியே, ரத்தினவியாபாரியாயும் வக்கீலாயும் தேசபக்தராயும் சன்னியாசியாயும் காவிய ரசிகராயும் வேஷம் போட்டுக்கொண்டு, பாரதியாரையும் மற்றுமுள்ள 'சுதேசி'களையும் போலீசார் பேட்டி கண்டார்கள். அரவிந்தர், யாரையுமே பார்ப்பதில்லை. அவர் வெளியே புறப்படுவதுமில்லை. பங்களாவுக் குள்ளாகவே அவருக்கு வாசம். பாரதியார் முதலியவர்கள், அந்த நியதி வைத்துக்கொள்ளவில்லை. மேலும், பாரதியார் ஒரு வகையில் ரொம்ப ஸரஸி. அன்னியர்களிடமும், முகத்தைக் "கடுகடு" என்று வைத்துக்கொண்டு பேசவே அவருக்குத் தெரியாது. தேசத்துரோகியா யிருந்தாலும், திக்கற்ற மனித ஜீவன் என்ற முறையில் அவனிடமும் பாரதியாருக்கு அளவுக்கு மிஞ்சிய காருண்யமுண்டு.

அந்தக் காலத்தில் புதுச்சேரியில், சகஜமாய்க் கிளம்பிய புரளிகளைக் கேட்டால் உங்களுக்குச் சிரிப்பு வரும். 'சுதேசி'களை அப்படியே மோட்டார் கார்களில் வைத்து, பிரிட்டிஷ் இந்தியாவுக்குத் தூக்கிக்கொண்டு போகும்படியாக போலீஸ்காரர்கள் ஏற்பாடு செய்துவிட்டார்கள் என்று ஒருவன் வியர்க்க வியர்க்க வந்து சேதி சொல்லுவான். பாரதியார் குலுங்கக் குலுங்க நகைப்பார்.

"சுதேசிகள் புதுச்சேரியிலிருந்து, இருபத்து நான்கு மணி நேரத்துக்குள் வெளியே போய்விடவேண்டுமென்று பிரெஞ்சு கவர்னர் உத்தரவு போட்டுவிட்டார். அந்த உத்தரவை சாதரா செய்ய பிரெஞ்சுப் போலீஸ்காரர்கள் இதோ வந்து கொண்டிருக்கிறார்கள். நான் அவர்களை வருகிற வழியில் பார்த்தேன்" என்று ஒருவன் "கோட்டை குந்தாணிப் புளுகு" அளப்பான். "கூண்டோடு கைலாசம்; எல்லா ஹிந்துக்களும் ஆசைப்படுகிற சங்கதி" என்று பாரதியார் அந்தப் புளுகைக் கேட்டு ஆனந்தமாய் அனுபவிப்பார்.

நந்தகோபாலு செட்டியார் என்பவர் புதுச்சேரி அரசியல் கட்சிகளி லொன்றுக்குத் தலைவர். அவர் செம்படவச் செட்டியார். கப்பல் 'கந்திராட்டு,' கடலைக் கொட்டை வியாபாரம் அவரது தொழில்கள். நந்தகோபாலுவின் பெயரைச் சொன்னால், புதுச்சேரி நடுங்கும். அவருக்கு "அடியாள்" ஜமா ரொம்ப ஜாஸ்தி என்று பிரஸ்தாபம். ஒரு வேடிக்கைப் பல்லவிகூட அவரைப் பற்றி உண்டு. "நந்தகோபாலு பாந்து (கூட்டம்) வருது; சர்க்கோ, சர்க்கோ (ஜாக்கிரதை, ஜாக்கிரதை)" என்று புதுச்சேரியார்

சொல்லிக்கொண்டு அச்சப்படுவதுண்டு. நந்தகோபாலு இப்பொழுது இறந்துபோய்விட்டார்.

'சுதேசி'களைப் பலவந்தமாய்ப் பிடித்துக் கொடுப்பதாக, நந்தகோபாலு பிரிட்டிஷ் இந்தியப் போலீசாருடன் ஒப்பந்தம் செய்து கொண்டதாகவும், அந்தக் காரியம் இரண்டு மூன்று நாட்களுக்குள் கட்டாயம் நடந்துவிடுமென்றும் ஒருவன் கிலிபிடித்த கண்களோடு, வாய் குளறித் தடுமாறும்படி வந்து சொல்லுவான்.

ஆச்சரியம் என்னவெனில், சற்று முன்னர்தான் பாரதியாரையும் சீனிவாஸாச்சாரியாரையும் பார்த்துப் பேசி, சல்லாபம் செய்துவிட்டு நந்தகோபாலு போயிருப்பார். நந்தகோபாலுவின் சல்லாப பேட்டிக்கு விபரீத அர்த்தம் கொடுத்துப் புரளியைக் கட்டிவிடுவார்கள் போலீசார். நந்தகோபாலு தமது உண்மையான கருத்தை மறைத்து, நயவஞ் சகத்துடன் 'சுதேசி'களோடு சல்லாபம் செய்துவிட்டுப் போனார் என்று மேற்கொண்டும் சூட்சும அர்த்தம் கற்பிப்பார்கள்.

தெய்வக் காதலிலே, கவிதை உணர்ச்சிகொண்டு ஆழ்ந்து கிடக்கும் பாரதியாரை, விலைமாதரைக் கொண்டு ஏய்த்துவிடப் போகிறார்கள் என்று ஒரு புரளி. இந்தப் புரளிகளுக்கெல்லாம் அஸ்திவாரம் ஒரே இடந்தான். அந்த இடம் எது என்று நான் தெளிவாகச் சொல்லவும் வேண்டுமா?

கடைசிப் புரளியைக் கேட்டு, பாரதியார் துடிதுடித்துப் போவார். "மனிதப் பதர்கள்! பாரதியை அவர்கள் யாரென்று எண்ணிக்கொண்டார்கள்? அதமர்கள்! நாட்டின் மனோபாவம் இவ்வளவு கீழ் நிலையிலிருக்கிறதே! இந்தக் கீழ்த்தரமான மனோ நிலைமையிலிருந்து அவர்களை மேல்படிக்கு எப்படிக் கொண்டு வருகிறது!" என்று முகவாட்டத்துடன் வருந்துவார்.

புதுச்சேரியில், போலீசார் முற்றுகை போட்ட காலத்தில் 'சுதேசி'கள் எவ்வளவு கஷ்டத்துக்கு, எத்தகைய இன்னல்களுக்கு ஆளானார்கள் என்று சொல்ல முடியாது. பணக் கஷ்டத்தைப் பற்றிச் சொல்லத் தேவையில்லை. தபால் சரியாகக் கிடைக்காது. மணியார்டர் வந்து சேராது. பயந்துபோன புதுச்சேரிவாசிகளின் மூலமாய்ப் பல தொல்லைகள் ஏற்பட்டன. அக்கம்பக்கத்து வீடுகளிலிருந்து சில்லறையாகச் சாமான்கள் கடன் வாங்கிக் கொடுப்பதுகூட அருமையாகப் போய்விட்டது.

தேச விடுதலை, புதிய உலக நிர்மாணம், நூதன உண்மைகளை நிலைக்கச் செய்தல் இவைகள் சிறிய சங்கதிகள் அல்ல. எவ்வளவு தியாகம் செய்தாலும் போதாதோ என்று எண்ணவேண்டிய

காரியங்கள் இவைகள். ஏழைகளின் கண்ணீர் கூரிய வாளை ஒக்கும் என்பார்கள். சிரேஷ்டர்கள் மனம் புழுங்கிப் புழுங்கி இறந்தாலொழிய, ஏழைகள் கண்ணீர் சொரிவதில்லை. பாரதியார், அரவிந்தர், காந்தி முதலிய சிரேஷ்டர்கள் சகிக்க முடியாத துன்பங்களுக்கு ஆளானால்தான் தேசத்தாரின் மனசாட்சி கூராகும்.

போலீஸ் நெருக்கடி காலத்தில் பாரதியாருக்கு உற்ற துணைவர்களா யிருந்தவர்களில் முக்கியஸ்தர்களாக மூன்று பேர்களைச் சொல்லவேண்டும். ஒருவர் சுந்தரேச அய்யர் என்பவர். இவர் தெலுங்கர். மணிலாக்கொட்டை வியாபார ஸ்தலமொன்றில் குறைந்த சம்பளம் வாங்கிவந்த குமாஸ்தா. இவர் தமது மனைவியின் நகைகளை அடகுவைத்தும் விற்றும் எவ்வளவு பணம் பாரதியாருக்குக் கொடுத்திருப்பார் என்று சொல்ல முடியாது. பாரதியாரின் கவிதையிலே இவருக்கு அளவு கடந்த மோகம்.

இன்னொருவர் பொன்னு முருகேசம் பிள்ளையவர்கள். இவர் பாரதியார் குடியிருந்த வீட்டுக்கு இரண்டு மூன்று வீடுகளுக்கு அப்பால், ஈசுவரன் தர்மராஜா கோயில் வீதியில் இருந்துவந்தார். சொத்துடையவர்; தெய்வமே கிடையாது என்று சங்கற்பங்கள் கொண்டவர்; பிரெஞ்சு பாஷையில் அபூர்வமான பயிற்சி பெற்றவர்; நல்ல உடல்கட்டு வாய்ந்தவர். இவர் வீட்டிலேதான் பாரதியார் குடியாகக் கிடப்பார். பாரதியாரோடு கட்சி வாதம் செய்வதில் பிள்ளையவர்களுக்கு அடங்காத ஆர்வம். பாரதியாரின் ஈசுவர பக்தியை இகழ்ந்து பேசுவதில் பிள்ளையவர்களுக்குப் பேரானந்தம். பிள்ளையவர்கள் பாரதியாருக்குப் பண உதவி செய்ததில்லை. பிள்ளையவர்களின் மூத்த குமாரன் ராஜா பகதூர், பாரதியாரின் பக்தன்.

முருகேசம் பிள்ளையின் மனைவியார் பாரதியாருக்குச் செய்த சேவையை, எப்படி புகழ்வது என்று எனக்கே தெரியவில்லை. உத்தம குணங்கள் பொருந்திய இந்த லட்சுமியைப்பற்றி அத்தியாயக் கணக்கில் எழுதினாலும் என் ஆசை தீராது. பாரதியாரின் பட்டினி சமயம் பார்த்து, வற்புறுத்தி அன்னமளித்து உபசாரம் செய்வதில் இந்த அம்மாள் இணையற்றவர். பின்னர் இந்த அம்மாளைப்பற்றி விவரமாகச் சொல்லுகிறேன்.

16

பாரதியார், அனேகமாய் எப்பொழுதும் பொன்னு முருகேசம் பிள்ளையவர்கள் வீட்டிலேதான் தங்கியிருப்பார். முருகேசம் பிள்ளையவர்களின் வீடு விஸ்தாரமான வீடு. மெத்தை உண்டு. மெத்தையிலே, ஒரு அறையிலே பாரதியார் இருப்பார். இரவுப் பொழுதையும் சில சமயங்களில் அங்கேயே போக்கிவிடுவார்.

இந்த வீட்டிலே கோவிந்தன் என்று ஒரு அருமையான பையன் வேலை பார்த்துக்கொண்டிருந்தான். கோவிந்தனும் அவனது சகோதரர்களும் சேர்ந்து மூன்று பேர்கள். இவர்களுடைய தாயார் ரொம்ப தைரியசாலி. இந்த அம்மாள் பாரதியாரின் வீட்டிலே சுற்றுக் காரியங்கள் செய்துவந்தாள். உடம்பு குச்சிபோல இருக்கும். பற்கள் வெளியே நீண்டிருக்கும். காது கேட்காது. ஜாடையிலே பேசினால், அதை வெகு நுட்பமாகக் கண்டுகொள்ளுவாள்.

பாரதியார் சம்பளம் கொடுப்பாரோ கொடுக்கமாட்டாரோ, இந்த அம்மாள் யாதொரு முணுமுணுப்புமின்றி வேலைபார்த்து வந்தாள். வேலையிலே ரொம்ப சுறுசுறுப்பு. சோம்பல் என்பதே அந்த உடம்பில் கிடையாது. கூலி வேலை செய்தாலும், கௌரவம் என்ற வஸ்துவை வெகு ஜாக்கிரதையாக பந்தோபஸ்து செய்து வைத்திருந்தவள்.

அவளிடம் சச்சரவு செய்து யாரும் மீளவே முடியாது. ஏன்? அவள் அசத்தியமாகப் பேசினதே இல்லை எனலாம். அகௌரவமான காரியமும் செய்ததில்லை. யாருக்கும் உபகாரம் செய்வாள். அவளுடைய பெயர் அம்மாக்கண்ணு.

அவள் சம்பந்தமாக பாரதிதாஸன் ஒரு அருமையான கதை சொன்னார். இந்தக் கதை ரொம்பப் பின்னால் நடந்திருக்கலாம். அம்மாக்கண்ணு பெயர்

வருகிற இந்த இடத்தில் சொல்லிவிடுவது சற்றுப் பொருத்தமா யிருக்கும்.

பாரதியார் ஒரு சமயம், அதிகமான வருத்தத்தினால், புதுச்சேரியை விட்டுவிட்டு பிரிட்டிஷ் இந்தியாவுக்குப் போய்விடுவது என்று தீர்மானங் கொண்டாராம். இது 1917ஆம் வருஷம் நடந்திருக்கவேண்டும். ஆத்திரப்பட்டுக்கொண்டு, ரயில் ஸ்டேஷனுக்குப் போய்விட்டார். அவரைத் தடுக்க யாரால் முடியும்?

இளமைப் பருவத்தில் பாரதியாருடன் அவருடைய மனைவி ஸ்ரீமதி செல்லம்மாள் எதிர்த்துப் பேசமுடியாது. நண்பர்களும் அப்படியே. பாரதியார் கோபங்கொண்டு எங்கேயோ வெளியே போய்விட்டார் என்ற சேதி நண்பர்களுக்குத் தெரிந்தது. அம்மாக்கண்ணு வீட்டிலில்லை. அம்மாக்கண்ணு வீட்டி லிருந்திருந்தால், பாரதியாரை வெளியே கோபித்துக் கொண்டு போக விட்டிருக்கவேமாட்டாள். பாரதியாருக்கு யோசனைசொல்லியோ, அவரோடு சண்டை போட்டோ அல்லது சாஷ்டாங்க நமஸ்காரம் செய்தோ காரியத்தில் வென்றிருப்பாள். பாரதியார் கோபமாய்ப் போனதைக்கேட்டு, அம்மாக்கண்ணு புதுச்சேரியில் எங்கேயெல்லாமோ தேடி அலைந்து பார்த்தாள். பாரதியார் அகப்படவில்லை.

சுப்புரத்தினம் (பாரதிதாஸன்) நேரே புதுச்சேரி ரயில் ஸ்டேஷனுக்குப் போய், அங்கு பாரதியார் இருப்பதைக் கண்டார். பாரதியார் கண்களில் தீப்பொறி பறக்க, ஸ்டேஷனில் யாருடனும் பேசாமல் உலாத்திக்கொண்டிருந்தார்.

சுப்புரத்தினத்தைப் பார்த்ததும் பாரதியாரின் முகம் ஒருவாறு மலர்ச்சி அடைந்தது. பிறரிடத்தில்–சம்பந்தமில்லா மூன்றாம் மனிதனிடத்தில் – கோப முகத்தை அல்லது வருத்த முகத்தைக் காண்பிப்பது நல்ல பழக்கமில்லை யல்லவா?

பாரதியாரைச் சமாதானம் செய்து, எப்படியோ சுப்புரத்தினம் திருப்பி அழைத்துக்கொண்டு வந்தார். இருவருக்கும் புஷ் வண்டி சவாரி. தர்மராஜா கோயில் வீதியிலிருந்த தமது வீட்டுக்கு வரமுடியாது என்று பாரதியார் கண்டிப்பாகச் சொல்லிவிட்டார்.

வேறுவீதி வழியாக, சுப்புரத்தினம் வீட்டுக்குப் போவதாகத் தீர்மானித்து, புஷ் வண்டியை அந்த வழியே செலுத்தினார்கள். வழியிலே, அம்மாக்கண்ணு நின்றுகொண்டிருந்தாள் சுண்டல் முதலிய தின்பண்டங்களுடன்.

பாரதியார் திரும்பிவருகிற செய்தியைப் பையன்கள் அவளிடம் சொல்லியிருக்கவேண்டும். பாரதியார் அன்றைக்குப்

பட்டினி. அது அம்மாக்கண்ணுக்குத் தெரிந்திருக்கவேண்டும். அம்மாக்கண்ணு வழிமறித்து இந்த உபசாரங்கள் செய்ததும், பாரதியாருக்கு அளவிலா மகிழ்ச்சி. "தேவாமிருதம்" என்றார் பாரதிதாஸன். உடனே தேவலோக நினைப்பு பாரதியாருக்கு வந்திருக்கவேண்டும். புஷ் வண்டிக்காரனைப் பார்த்து "ஓட்டடா ரதத்தை" என்றாராம் அவர்.

ஒரு சொல்லின் மூலமாய் மனிதனுக்கு எத்தகைய அபூர்வமான கற்பனை தோன்றுகின்றது என்பதற்கு, இந்தச் சம்பவம் இணையற்ற அத்தாட்சி. தேவாமிருதம், தேவலோகம், ரதம்—இவைகள் படிப்படியாக வந்த கற்பனைக் காட்சிகள். கற்பனையில்லாத மனிதன் கால் மனிதன்கூட அல்ல.

அம்மாக்கண்ணு கூலி வேலை செய்து பிழைக்கும் ஏழைக் குடித்தனக்காரி. மகா குரூபி. கிழப்பருவம் எய்தியவள்; வயது ஐம்பதுக்கு மேலிருக்கும். எழுதப் படிக்கத் தெரியாது. குண விசேஷங்களைத் தவிர, பழக்கத்தால் ஏற்படும் கல்வி முதலிய சக்திகள் ஒன்றுமில்லாதவள். இப்பேர்ப்பட்ட அம்மாக்கண்ணுக்கு பாரதியாரிடம் பக்தி ஏற்பட்டது ஆச்சரியம் என்பீர்கள். எனக்கு ஆச்சரியமாகத் தோன்றவில்லை.

அம்மாக்கண்ணு லேசான பேர்வழி அல்லள். அவள் "வீரை, சக்தி சொரூபம்." அவளுக்குக் கல்வியில்லாம லிருக்கலாம். இயற்கை யறிவுகூட இல்லாமல் போய்விட்டதா? இயற்கையறிவு, இயற்கை யுணர்ச்சி—இவைகளைக் கொண்டு பாரதியாரை அவள் எடைபோட்டுப் பார்த்திருக்கவேண்டும். பாரதியாரின் இயற்கையான மேன்மைக் குணங்களைக் கண்டு, அவள் பரவசமாகி யிருக்கவேண்டும்.

பாரதியாரின் வீட்டிலே சலிக்காமல் தொண்டு செய்தவள் அம்மாக்கண்ணு. அவளுடைய பக்தி தேவதா விசுவாசம் போன்றது.

பொன்னு முருகேசம் பிள்ளைக்கு ஒரு தங்கை இருந்தாள். அவளுக்கு ஒரு பெண் குழந்தை. அவளுக்கு வயது பத்து அல்லது பதினொன்று இருக்கலாம். இனிமையான தொண்டை வாய்ந்தவள். அந்தப் பெண் தினசரி, வீட்டு வேலைக்கான நேரம் போக, தன் மாமன் முருகேசம் பிள்ளையவர்களின் வீட்டிலேயே இருப்பாள். அவளுக்கு பாரதியாரிடம் இருந்த பிரேமையை அளவிட்டுச் சொல்ல முடியாது.

அந்தக் குழந்தை அதிகமாக வாய் பேசினதே யில்லை. உத்தமப் பெண்ணுக்குரிய லட்சணங்களை அவள் முகத்திலே காணலாம். நல்ல பொறுமைசாலி. முகம் சாந்த சொரூபம்.

அதோடுகூட, மறையாத அழியாத புன்னகை. பாரதியாருக்குச் சில்லறைத் தொண்டுகள் செய்வதில் அவளுக்கு அளவு கடந்த ஆவல்.

இந்தக் குழந்தைப்பெண், பாரதியாரின் குழந்தை மனப்பான்மையில் ஈடுபட்டுப் போயிருக்கவேண்டும். பாரதியார் குழந்தைகளுக்கு நல்ல விளையாட்டுத் தோழர். மனிதர்களின் எந்த மனோ நிலைமையை அவரால் கற்பனை செய்துகொள்ள முடியாது?

பொன்னு முருகேசம் பிள்ளையவர்களின் மனைவியார், பெண்மையின் வேறொரு "ஸாம்பிள்." அந்த அம்மாளின் பெயர் எனக்கு ஞாபகமில்லை. அவர் இறந்துபோய்விட்டார். மேற்சொன்ன மற்ற இருவரும் இப்பொழுதும் உயிரோடிருக்கிறார்கள்.

பிள்ளையின் மனைவியாருக்கு இரட்டைநாடி உடம்பு. குங்குமப் பொட்டு, அவருடைய முகத்தில் எப்பொழுதும் அழகு செய்து கொண்டிருக்கும். தூக்கத்தில்கூட அந்தப் பொட்டுக் கலைவதில்லை. ஏனெனில், விடியற்காலத்தில் அந்த அம்மாள் எழுந்திருந்தவுடன் நான் பார்த்திருக்கிறேன். சிறிய பூரண சந்திரனைப் போலிருக்கும் அவருடைய குங்குமப் பொட்டு. எந்த ஓரத்திலும் கலைந்திருந்தது கிடையாது. அசுரத் தூக்கமில்லாத தேவகணத்தைச் சேர்ந்தவர் அவர்.

அவருக்கு இரட்டை நாடி உடம்பாயினும், சோம்பல் துளிகூடக் கிடையாது. பிரஸ்தாப காலத்தில் அவருக்கு நாற்பது வயதுக்குமேலிருக்கலாம். ராஜாபகதூர், கனகராஜா என்று இரண்டு பையன்கள் அவருக்கு. ராஜாபகதூர், பாரதியாரின் பக்தன். ராஜாபகதூரைப் பற்றி பாரதியார் ரொம்பவும் கொண்டாடிப் பேசுவார். நான் புதுச்சேரியில் இருந்த காலத்தில், ராஜாபகதூர் மேல் படிப்புக்காக பிரான்ஸ் தேசத்துக்குப் போயிருந்தார்.

ராஜாபகதூரின் தாயார் பூமி அதிர நடந்து, நான் பார்த்த தில்லை. குரலைத் தூக்கிப் பேசினதைக் கேட்டதில்லை. முகத்தைச் சுளித்துக்கொண்டதைப் பார்த்ததேயில்லை. யாரிடமாவது "வெட்டி வம்பு" பேசினதை ஒரு பொழுதும் கண்டதில்லை. மௌனமாய், இங்கித மறிந்து காரியம் செய்வார். அந்த அம்மாள் பாரதியாரோடு அதிகமாகப் பேசினதையும் நான் கண்டதில்லை. பாரதியாரை ராஜாபகதூரின் அண்ணனாக பாவித்து வந்திருக்கவேண்டும் அந்த அம்மாள்.

காலையில் பாரதியார் எழுந்திருந்தால், பல் விளக்குவதற்குப் பல் பொடியும் தண்ணீரும் தயாராக மெத்தையில் காத்துக்

கொண்டிருக்கும். பாரதியார் பல் தேய்த்து முகங் கழுவியது, வீட்டின் அடுப்பங்கரையிலிருக்கும் அந்த அம்மாளுக்கு எப்படித் தெரியுமோ, உடனே காபி இட்டிலி, அல்லது ஏதாவது தின்பண்டம் வந்துவிடும். குழந்தையின் முகம் பார்த்து உணவு ஊட்டும் தாயைப்போல நடந்துகொண்டுவந்தார் அந்த அம்மாள்.

பெரிய மனிதர்களுக்கு, துன்பமயமான அவர்களுடைய பாலைவன வாழ்க்கையில், மேற்சொன்னதுபோல் சில இன்பமான சில்லறைச் சம்பவங்கள் நீர்ச்சுனைகளைப்போல நேர்ந்தாலொழிய, அவர்களுடைய கழுத்திலே சுருக்குக் கயிறு ஏறிவிடும் என்பதை நிச்சயமாகச் சொல்லலாம்.

ராஜாபகதூரின் தாயாருக்கு தேச விடுதலையில் கவலையா? இல்லை. பாரதியார் அவருக்கு உறவா? இல்லை. பாரதியாரின் கவிதை மேதையை அவர் கண்டறிந்தவரா? அதுவுமில்லை. பாரதியார் பிறருக்குச் சில்லறைத் தொல்லைகள் கொடுக்காதவரா? இல்லை. பாரதியார் தமக்குத் தாமே ஒன்றும் செய்துகொள்ளத் தெரியாதவர்; பழக்கமில்லாதவர். அவர் உடைகளைப் பிறர் வெளுத்துச் சுத்தமாய் வைத்திருக்கவேண்டும். சமயம் பார்த்துச் சாப்பாட்டுக்குக் கூப்பிடவேண்டும். வேலையிலிருக்கையில், அவரை யாரும் கிட்டே நெருங்க முடியாது.

நடத்தைக் கிரமத்தில், மரியாதை விஷயத்தில் பிறர் துளி தவறி நடந்தாலும் பாரதியாருக்கு ரோஷமும் ஆத்திரமும் வந்துவிடும். இரவிலோ விடியற்காலையிலோ எப்பொழுதேனும் வெறிபிடித்தாற்போல் பாரதியார் பாட ஆரம்பித்துவிட்டால், பாட்டு நிற்பதற்குக் குறைந்தது இரண்டு மணி நேரம் பிடிக்கும். தெருவாருக்குத் தூக்கங் கெடலாம். வீட்டிலுள்ளவர்களுக்குத் தூக்கம் போய்விடலாம். ஆனால், யாரும் இதைப்பற்றி பாரதியாரிடம் குறை கூறிக்கொண்டதே கிடையாது.

பாரதியாருக்கு ஒரு கெட்ட பழக்கமுண்டு எச்சிலை எட்டப் போய்த் துப்பமாட்டார். இருந்த விடத்திலிருந்தே துப்புவார். அது எந்த இடத்தில் விழுந்தாலும், அதற்கு அதுதான் ப்ராப்தி. பிள்ளையவர்களின் வீட்டிலும் இந்த அட்டஹாஸம் நடைபெறும். இதைப்பற்றி, ராஜாபகதூரின் தாயார் அருவருப்புக் கொண்டதேயில்லை. எங்களுக்கு பாரதியாரின் இந்தப் பழக்கம் பிடிக்கவில்லையாயினும், அவரிடம் நேரே சொல்ல எங்களுக்கு அச்சமும் கூச்சமும்.

பாரதியார் வெளியேபோகுங் காலம் பார்த்து, அவர் இருந்த அறையைச் சுத்தம் செய்வார் அந்த அம்மாள். இதைப்பற்றி வீட்டிலே யாரும் மூச்சு விடக்கூடாது. முருகேசம்

பிள்ளையவர்களும் பக்தி நிறைந்த கனவான். அவரும் பாரதியாரின் இந்தப் பழக்கத்தைக் கவனிப்பதேயில்லை.

ராஜாபகதூரின் தாயார், ஹிந்து குடும்பத்தில் உத்தம நெறி பற்றி, இல்லறம் நடத்தியவர். பாரதியாருக்குத் தொண்டு செய்ய வேண்டுமென்று அவருக்குத் தோன்றியது, ஹிந்து குடும்ப வாழ்க்கைப் பழக்கத்தினால் என்பது எனது துணிபு. தாய் மனப்பான்மை கொண்டவர் அவர். இப்பேர்ப்பட்ட புண்ணியவதிகளான பெண்மணிகள் நமது நாட்டில் லட்சக்கணக்கில் தோன்றினால், நமது நாடு எந்த நாட்டுக்கும் கீழான நிலையில் இருக்காது என்பது உறுதி.

17

ஒரு நாள் காலை, சுமார் ஏழு மணி இருக்கும். காப்பி சாப்பிட்டு முடிந்த சமயம். கட்டைக் குட்டையாக ஒரு கனவான் வீட்டுக்குள் வந்து நுழைந்தார். "பாரதி" என்று உரக்கச் சத்தம் போட்டுக்கொண்டு, நமஸ்காரம் செய்து பாரதியாரை இறுகத் தழுவிக் கொண்டார். பாரதியாரும் மெய்ம்மறந்துபோய், வந்தவரைக் கட்டிக்கொண்டார். இரண்டொரு நிமிஷங்கள் கழிந்தன. இருவர் முகங்களிலும் கண்ணீர் வாராத குறைதான்.

பாரதியாரின் உடலைத் தீண்டிச் சொந்தம் கொண்டாடியவர் எவரையும் நான் அதுவரையில் கண்டதே யில்லை. எனக்கு இந்தச் சம்பவம் வெகு ஆச்சரியமாயிருந்தது. வந்தவர் யாராயிருக்கலாம் என்று ஊகிக்க ஆரம்பித்தேன். பாரதியாரின் வெளியூர் நண்பர்களைப்பற்றிக் கேள்விப்பட்டிருந்தால், வந்தவர் இன்னாரென்று அனேகமாய் ஊகம் செய்யலாம். நான் அதிகமாய்க் கேள்விப்பட்டதில்லை.

"பாரதி! உன்னை எங்கே பார்க்க முடியாமல் போகிறதோ என்று பயந்துகொண்டிருந்தேன். நான் விடுதலையடைந்து இரண்டு மாச காலமாகிறது. எங்கே யெல்லாமோ சுற்றி அலைந்தேன். உன்னைப் பார்க்காமல் விடுவதில்லை என்று கங்கணங் கட்டிக் கொண்டேன். நீ சௌக்கியமா யிருக்கிறாயா?" என்றார் வந்தவர்.

ஜெயிலாம்! விடுதலையாம். பாரதியாரைப் பார்ப்பதென்று கங்கணங் கட்டிக்கொண் டிருந்தாராம்! பார்க்காமல் விடுவதில்லை என்கிறார்! பாரதியாரை, "நீ, நீ" என்று ஏகவசனமாக அழைக்கிறார்! இவர் யார்? இவர் எந்தச் சிறையிலிருந்து விடுதலையடைந்தார்? என்ன செய்துகொண்டிருக்கிறார்? ஒன்றுமே எனக்குப் புரியவில்லை.

"ஜெயிலில் உனக்கு சௌக்கியமா யிருந்ததா? உன் உடம்பு பார்வைக்கு அவ்வளவு நன்றா யிருக்கவில்லையே? உன் உடம்பே ஜெயிலில் இவ்வளவு இறக்கம் காணுவதென்றால், மற்றவர்களைப் பற்றிச் சொல்லத் தேவையில்லை. பிறகு மற்றதைப் பேசிக் கொள்ளலாம். முதலிலே ஏதாவது சாப்பிடு" என்றார் பாரதியார்.

வந்தவர் பல் விளக்குவதற்காகக் கொல்லைப்புறம் சென்றிருக்கையில், "ஓய்! இவரை உமக்குத் தெரியுமா?" என்று பாரதியார் என்னைக் கேட்டார். தெரியாதென்றேன். "இவர்தான் சுரேந்திரநாத் ஆர்யா. இவர் தெலுங்கில் அபூர்வமாகப் பிரசங்கம் செய்வார். என் சென்னைத் தோழர்களில் ஒருவர். ஆறு வருஷம் இவருக்குக் கடுங்காவல்" என்று பாரதியார் சொல்லிக்கொண்டிருக்கும் பொழுதே, ஆர்யா அங்கு வந்து சேர்ந்துகொண்டார்.

ஏதோ பலகாரம் சாப்பிட்டு முடிந்ததும், "பாரதி! உனக்கு ஒரு சேதி தெரியாதே! நான் கிறிஸ்தவன் ஆகிவிட்டேன். சிறையிலும் வெளியேயும் டேனிஷ் மிஷன் பாதிரிமார்கள் எனக்குப் பரிவு காட்டிச் செய்த உதவியை நான் எப்படி வர்ணித்துச் சொல்லுவது? நான் கிறிஸ்தவனாகிவிட்டேன்" என்றார் ஆர்யா.

"இப்படி நேரும் என்று நான் சந்தேகித்ததுண்டு. நீ என்ன செய்வாய்? ஹிந்து சமூகம் இருக்கிற நிலைமை இதற்கெல்லாம் இடங் கொடுக்கிறது. உயிர் அற்ற ஜனசமூகம்!" என்று பாரதியார் பதறிக்கொண்டே சொன்னார்.

"ஜெயிலிலிருந்து நான் வெளிவந்த பிறகு என்னிடம் ஒருவரும் பேசத் துணியவில்லையே! எங்கே போனாலும் என்னைக் கண்டு பயப்படுகிறார்கள். பாதிரிமார்கள்தான் என்னிடம் நல்ல முகம் காண்பித்து, எனக்கு வேண்டிய ஒத்தாசைகள் செய்தார்கள். பிரசங்கத்திலே கைதட்டுகிறதும், வீட்டுக்குப் போனதும் பயப்படுகிறதுந்தான் ஹிந்துக்களின் வேலை. இந்தக் கூட்டத்திற்குள் இருக்க எனக்குச் சற்றுக்கூடப் பிடிக்கவில்லை. நான் கிறிஸ்தவனானதில் உனக்கு வருத்தமோ?" என்றார் சுரேந்திரநாத் ஆர்யா.

பாரதியார், ஒன்றுமே சொல்ல முடியாமல் தவித்துக் கொண்டிருந்தார். பிறகு சொன்னார்: "மனக்கசப்பு அடைந்த ஒவ்வொரு ஹிந்துவும், அதுவும் புத்தியும் தைரியமும் தேசபக்தியும் நிறைந்த ஒவ்வொரு ஹிந்துவும், ஜன சமூகத்தின் ஊழல்களைக் கண்டு மனம் சகிக்க முடியாமல், வேறு மதத்துக்குப் போய்விட்டால், அந்த ஹிந்து ஜன சமூகத்தின் கதி

என்னவாகும்? புருஷன் செய்த தவறுக்காக மனைவி தற்கொலை செய்துகொள்வதும், மனைவியின் தவறுக்காகப் புருஷன் சன்னியாசம் வாங்கிக்கொள்வதும் சகஜமாய்ப் போனால், குடும்ப வாழ்க்கை என்பதைப்பற்றியே பேசமுடியாது. இனி, நீ பாதிரிமார்களின் ஆளுகைக்குப் பயந்து நடக்கவேண்டியவன். உன்னுடைய தீவிர தேசபக்தியை (இந்த இடத்தில் பாரதியார் கண்ணீர் விட்டார்) அவர்கள் மதப்பிரசாரத்துக்காகப் பயன்படுத்திக் கொண்டாலும் கொள்ளக்கூடும். உனக்கு நான் உபதேசம் செய்வது தவறு."

இவ்வாறு பாரதியார் சொல்லிக்கொண்டிருக்கும்பொழுதே, ஆர்யா களகள வென்று கண்ணீர் சொரிந்துவிட்டார்.

எனக்கு இன்னது செய்வதென்று தோன்றவில்லை. தாயுமானவர் கூறும் "மத்த கஜங்கள்" கண் கலங்குவதென்றால், அப்பொழுது சின்னப் பிள்ளையாயிருந்த என்னைப்பற்றி ஒன்றுமே சொல்லத் தேவையில்லை.

ஒரு நிமிஷம் பொறுத்து ஆர்யா சொன்னார்: "பாரதி! நான் அமெரிக்காவுக்குப் போகப்போகிறேன். பாதிரிமார்கள் எனக்கு ஒத்தாசை செய்வதாகச் சொல்லுகிறார்கள். அதை ஏற்றுக் கொள்ளுவது உசிதம் என்று எனக்குத் தோன்றிற்று. இந்த தேசத்திலேயே கௌரவம் இருந்தால்தான் ஏதாவது செய்ய முடியும். நான் அமெரிக்காவுக்குப் போய் வருகிறேன். போவதற்குமுன் உன்னைப் பார்த்துவிட்டுப் போகவேண்டுமென்று இங்கே வந்தேன். உன்னைப்போல உயர்ந்த கவியாயிருந்தாலும், பரவாயில்லை; அப்பொழுது நான் அயல் நாட்டுக்குப் போக வேண்டாம்."

பாரதியாரின் முகத்திலே ஈயாடவில்லை. அவர் சொன்னார்: "உன் தீர்மானத்தை மாற்ற நான் ஆசைப்படவில்லை. ஒருவன் செய்த உதவிக்காக நன்றி பாராட்டுவது மனித இயற்கை. அதை ஒப்புக்கொள்ளுகிறேன். அந்த இயற்கை இல்லாமல் போனால், உலகம் கட்டுக்கொள்ளாது. ஆனால், நன்றி காண்பிக்கும் பொருட்டு நாம் அடியோடு நம்மை மாற்றிக் கொள்ளவேண்டும் என்பதுண்டா?

"ஹிந்து ஜனசமூக ஆசாரங்களிலும் கொள்கைகளிலும் தினசரி வாழ்க்கையிலும் எத்தனையோ ஊழல்கள், கசடுகள் ஏறியிருக்கலாம். அவைகளை ஒழிக்க நாம் பாடுபடவேண்டும். அவைகளை ஒழிக்க முடியாது என்று பயந்து, வேறு மதத்தில் சரண் புகுவது என்பது எனக்கு அர்த்தமாகாத சங்கதி. எல்லா மதங்களிலும் உண்மை உண்டு.

"நம் ஹிந்து ஜனங்களிடம் நமக்கு ஆத்திரம் வரலாம். அதற்காக அவர்களை அழிக்க, அவர்களுடைய பரம்பரையை ஏளனம் செய்து அவமதிக்க, நாம் எண்ணலாகாது. அவ்வப்போது எத்தனையோ ஆச்சார்யர்களும் பக்தர்களும் தோன்றி, ஹிந்துக்களின் வாழ்க்கையைப் புனிதப்படுத்த முயன்றிருக்கிறார்கள். உன்னைப் போன்றவர்கள் அந்தக் கூட்டத்தில் சேரத் தகுந்தவர்கள். நீ கிறிஸ்தவனானது எனக்கு அவ்வளவாகப் பிடிக்கவில்லை.

"அமெரிக்காவிலோ வேறு அயல்நாடுகளிலோ படிக்கப் போன நமது இளைஞர்களில் பலர், வெள்ளை மனைவிகளுடன் இந்தியாவுக்குத் திரும்பிவருகிறார்கள். நமது தேசம் இப்பொழுது இருக்கிற நிலையில், அது கூடாது என்பது என் எண்ணம். ஐம்பது வருஷங்களுக்குப் பின் அந்த மாதிரி நடந்தாலும் பாதகமில்லை.

"உனக்கு உபதேசம் செய்ததாக நீ எண்ணிக்கொள்ளாதே. ஏதோ, என் மனதுக்கு உண்மை என்று தோன்றியதைச் சொல்லிவிட்டேன். சொல்லலாம் என்ற பாத்தியத்துடன்தான் சொன்னேன். உனக்கு மனதிலே ஆயாசமே வரப்படாது. அமெரிக்காவுக்குப் போ. என்ன வேண்டுமானாலும் செய். தேசத்தை மட்டும் ஒரு நாளும் மறக்காதே."

ஆர்யா விடைபெற்றுக்கொண்டு சென்றுவிட்டார். பாரதியாருக்கு வருத்தம் தாங்கமுடியவில்லை. "தேசத்துக்காக உழைத்துப் பாடுபட முன்வருபவர்களை இந்தத் தேசம் காப்பாற்ற முடியாமல் போனால், இதற்கு விமோசனம் ஏற்படப் போகிறதா? ஆர்யா எவ்வளவு யோக்கியன்! என்ன தீரன்! எதைக் கண்டும் அலுத்துக்கொள்ள மாட்டானே! அவனுக்கு அலுப்பும் மனக் கசப்பும் வருகிறதென்றால்! பராசக்தி! நீதான் இந்தத் தேசத்தைக் காப்பாற்றவேண்டும்" என்று தானே பேசிக்கொண்டார்.

"வரால் மீனுக்கும் வீசை இருக்கிறது; உங்களுக்கும் வீசை இருக்கிறது. இரண்டுக்கும் வித்தியாசம் என்ன?" என்று திருவல்லிக்கேணி கடற்கரைப் பிரசங்கத்தில் துடுக்காக ஜனங்களைக் கேட்ட தீரன் இந்த ஆர்யாதான். அமெரிக்காவில் டாக்டர் பட்டம் பெற்று – வைத்திய டாக்டர் அல்ல, தத்துவ டாக்டர் பட்டம் – இந்தியாவுக்குத் திரும்பிவந்து, சுயமரியாதை இயக்கத்தில் சேர்ந்து உழைத்த ஆர்யா இவர்தான். இவர் பாரதியாருக்கு ஆதிகால நண்பர்.

18

பிரிட்டிஷ் இந்தியாவிலிருந்து நூற்றுக்கணக்கான போலீசார், புதுச்சேரிக்கு வந்து முகாம் போட்டார்கள் என்று சொல்லியிருந்தேன். இந்தப் போலீசாரால், 'சுதேசி'களுக்கு அதாவது அரவிந்தர், பாரதியார் உள்ளிட்ட தேசபக்தர்களுக்கு ஏற்பட்ட துன்பங்களைக் கண்டும் கேட்டும் புதுச்சேரி வாசிகள் வெகுவாக மனமிரங்கினார்கள்.

புதுச்சேரியிலிருந்து 'சுதேசி'களை எப்படியாவது வெளியேற்றிவிடவேண்டும் என்று போலீசார் ரொம்பவும் பிரயத்தனம் செய்தார்கள். அவர்களுடைய ஒவ்வொரு முயற்சியும் பயனற்றுப் போய்விட்டது. முதல்படியாக, அவர்கள் புதுச்சேரி வாசிகளின் துணையை நாடினார்கள். போலீசாரின் நயபய வார்த்தைகளைப் புதுச்சேரிவாசிகள் ஏற்கவில்லை.

'சுதேசி'களின் சக்தியும் செல்வாக்கும் நாளுக்குநாள் விருத்தியடைந்துகொண்டே வந்தன. புதுச்சேரி ஒதியஞ்சாலை என்றவிடத்தில் ஸ்தாபிக்கப்பட்ட "ஸர்க்கிள் ஸ்போர்டிப்" என்ற இளைஞர் கூட்டத்தார் அரவிந்தரை மொய்க்கத் தொடங்கினார்கள். பாரதியாருக்குப் புதுச்சேரி முழுமையும் கீர்த்தி.

பொதுஜனங்களின் ஆதரவைப் பெறாத போலீசார் வேறொரு யுக்தி செய்தார்கள். பிரெஞ்சு அரசாங்கத்தின் உதவியை நாடினார்கள். புதுச்சேரி பிரெஞ்சு கவர்னர் அவர்களைப் பெரிய போலீஸ் அதிகாரிகள் அடிக்கடி பேட்டி கண்டார்கள். இவர்கள் கவர்னரோடு செய்த சம்பாஷணையின் சாரம், அவ்வப்போது 'சுதேசி'களின் காதுக்கு எப்படியோ எட்டிவிடும்.

எவ்வித அரசியலையும் விரும்பாதவர்களுக்கு அராஜகர்கள் என்று பெயர். அவர்களுக்கு எவ்வித

அரசியல் முறையும் கூடாது. அவர்களுக்கு ஐரோப்பாவிலே "அனார்க்கிஸ்ட்," "நிஹிலிஸ்ட்" என்று பெயர்கள் வழங்கிவந்தன.

இந்தக் கூட்டத்தின் தனி நபர்களுக்கோ இந்தக் கூட்டத்துக்கோ ஐரோப்பாவில் எந்த அரசாங்கமும் இடங்கொடுப்பதில்லை. நாட்டை விட்டுத் துரத்திவிடுவார்கள். அனார்க்கிஸ்டாயிருப்பது ஐரோப்பாவிலே பயங்கரமான குற்றமாக பாவிக்கப்பட்டுவந்தது.

புதுச்சேரியில் வசித்துவந்த 'சுதேசி'கள் அராஜகர்கள் என்று போலீசார், பிரெஞ்சு கவர்னருக்கு மந்திரோபதேசம் செய்தார்கள். ருசு வேண்டும் என்றார் கவர்னர். ருசுவுக்குப் போலீசார் எங்கே போவது? புதுச்சேரியிலிருந்து 'சுதேசி'களை நாடுகடத்த முடியாது என்று கவர்னர் சொல்லிவிட்டார்.

ஏதோ ஒரு ஐந்துவுக்கு ஆயிரம் உபாயங்கள் தெரியும் என்று சொல்லுவார்கள். போலீசாரின் இந்த யுக்தி பலிக்காமல்போனால், அவர்கள் வசம் வேறு உபாயங்கள் இல்லையா? பண்டைக் காலத்துப் போர்களிலே, ஒரு அஸ்திரம் பலிக்காமல் போனால் வீரர்கள் வேறு அஸ்திரங்களைப் பிரயோகம் செய்ததில்லையா?

போலீசார் வேறு உபாயத்தை நாடினார்கள். 'சுதேசி'கள் யாவரும் அன்னியர்களல்லவா? அவர்களுக்கு பிரெஞ்சுப் புதுச்சேரியில் குடியிருப்பு பாத்தியம் இல்லாமல் அடித்துவிடவேண்டும் என்பது போலீசாரின் புதிய முயற்சி.

அதன் பொருட்டு, பிரெஞ்சுஇந்திய சட்டசபையில் "அன்னியர் சட்டம்" என்று ஒரு புதிய சட்டம் செய்யுமாறு பிரெஞ்சு அரசாங்கத்தாரைத் தூண்டினார்கள். இந்தச் சட்டத்தை அமுலுக்குக் கொண்டுவந்தால், எப்படியேனும் 'சுதேசி'களை வெளியேற்றி விடலாம் என்பது போலீசாரின் கருத்து.

இத்தகைய சட்டமொன்று உண்டாக்க, பிரெஞ்சு கவர்னர் சம்மதித்தார். அன்னியர்களின் தூண்டுதலின்பேரில், எந்த அரசாங்கமாவது சட்டம் செய்யுமா என்று கேட்கலாம். பிரெஞ்சு இந்தியாவின் நிலைமை அப்படியிருந்தது.

*1911–1912*ஆம் ஆண்டுகளில் பிரான்ஸ் தேசத்தின் நிலைமை மிகவும் கேவலமாயிருந்தது. பக்கத்திலே, ஜன்ம விரோதிகளான ஜெர்மானியர்களுக்குத் தலைவர் கெய்ஸர். கெய்ஸர் செய்த காரியங்களை யெல்லாம், தங்களை அவமானப்படுத்தும் பொருட்டே செய்தார் என்பது பிரெஞ்சு அரசாங்கத்தாரின் கருத்து.

மொராக்கோ தேசத்திலே, அகாதிர் என்ற துறைமுகத்திலே, கெய்ஸர் தமது யுத்தக் கப்பலை நிறுத்தி அட்டஹாஸம் செய்தது

பழங்கதை. இதையும் கெய்ஸரின் ஏனைய செயல்களையும் கண்டு, பிரெஞ்சு அரசாங்கத்தார் வெருண்டு போனார்கள். இங்கிலாந்தின் உதவியைப் பெற்றாலொழிய, ஜெர்மனியின் அக்கிரமத்தைச் சமாளிக்க முடியாது என்று பிரெஞ்சு அன்னிய நாட்டு மந்திரி தீர்மானங்கொண்டார்.

எனவே பிரெஞ்சு அரசியலார் தமது பழைய பகைமையை மறந்து, இங்கிலாந்திடம் காதல் கொண்டு உறவாட ஆரம்பித்தார்கள். இங்கிலீஷ்காரர்களின் மனம் கோணாத வகையில் நடந்து கொள்ளவேண்டும் என்று தீர்மானங் கொண்டார்கள் பிரெஞ்சு அரசியல் நிர்வாகிகள்.

இந்த நிலைமைதான், பிரெஞ்சு கவர்னரைப் புதிய சட்டத்துக்கு இசையத் தூண்டியது. 'சுதேசி'களை அடியோடு கெடுத்து விடப் புதுச்சேரி சட்டசபை மெம்பர்கள் துணிய வில்லை. இந்தச் சட்டம் அமுலுக்கு வந்த தேதிக்கு முன்னால் ஒரு வருஷ காலம் புதுச்சேரியில் வசித்திருக்கும் அன்னியர்கள், ஐந்து ஆனரரி மாஜிஸ்ட்ரேட்டுகளிடமிருந்து கையெழுத்து வாங்கி, பிரெஞ்சுப் போலீசாரிடம் பதிவு செய்துகொண்டால், அவர்கள் குடியிருக்கலாம் என்ற ஷரத்து அந்தச் சட்டத்தில் புகுத்தப்பட்டது.

இந்தச் சிறிய ஷரத்து அந்தச் சட்டத்தில் புகுவதற்குச் 'சுதேசி'கள் என்ன முயற்சி செய்யவேண்டியிருந்தது என்பது இப்பொழுது யாருக்குத் தெரியும்? பிரெஞ்சு கவர்னரைத் தூண்டுவதோ பிரிட்டிஷ் இந்திய அரசாங்கம். 'சுதேசி'களோ பஞ்சைப் பேர்வழிகள் என்று கருதப்படுபவர்கள். பிரெஞ்சு கவர்னர் இங்கிலீஷ்காரர்களின் சொல்லைக் கேட்பாரா? 'சுதேசி'களின் சொல்லைக் கேட்பாரா?

மேற்சொன்ன திருத்தத்தை பிரிட்டிஷ் போலீசார் பெரிதாக மதித்து லட்சியம் செய்யவில்லை. ஏன்? ஐந்து கௌரவ மாஜிஸ்ட்ரேட்டுகளின் கையெழுத்துக்கள் (அத்தாட்சிகள்) 'சுதேசி'களுக்கு அகப்படாமல் செய்துவிடலாம் என்பது அவர்களுடைய தைரியம்.

சென்ற ஐரோப்பியப் போரில், இங்கிலீஷ் சேனைகளைப்பற்றிக் கேவலமாக எண்ணிய கெய்ஸர் என்ன வாழ்ந்தார்? சிறு துரும்பும் பல் குத்த உதவும் என்று பெரியோர்கள் சொல்லுவதை ஏளனம் செய்யலாகாது.

அன்னியர் சட்டம் அமுலுக்கு வந்த சில தினங்களுக்குள், 'சுதேசி'கள் (அன்னியர்களானபடியால்) பிரெஞ்சுப் போலீசாரிடம் பதிவு செய்துகொள்ளவேண்டும். ஐந்து ஆனரரி மாஜிஸ்ட்ரேட்டுகளை எங்குக் கண்டுபிடிப்பது?

உள்ளபடியே, எந்தக் காலத்திலும் பணக்காரர்கள், பதவிகள் பெற்றவர்கள் அரசாங்கத்தின் சார்பாகத்தானிருப்பார்கள். இதை நம்பித்தான் மேற்சொன்ன சிறு திருத்தத்துக்கு பிரிட்டிஷ் போலீசார் இணங்கியது.

இந்தத் தடவை, 'சுதேசி'கள் வகையாக மாட்டிக்கொண்டார்கள் என்று பிரிட்டிஷ் இந்தியப் போலீஸ் வருக்கத்தாருக்கு ஆனந்தம். எல்லா ஆனரரி மாஜிஸ்ட்ரேட்டுகளையும் அவர்கள் கண்டு பேசியாகிவிட்டது. வெற்றி அவர்களுக்குத்தான் என்று முடிவு கட்டிக்கொண்டு, அவர்கள் உல்லாசமாய்க் காலம் போக்கிக்கொண்டிருந்தார்கள்.

ஒரு வருஷ ஷரத்து இருக்கிறதே, அதுதான் 'சுதேசி' களுக்குக் கடைசி அடைக்கலமாகும். எப்படியாவது ஐந்து மாஜிஸ்ட்ரேட்டுகளைப் பிடிக்கவேண்டும். யார் யார் கௌரவ மாஜிஸ்ட்ரேட் என்பதே 'சுதேசி'களுக்குத் தெரியாது. யாரைப் போய் பார்ப்பது?

'சுதேசி'கள் முகவாட்டத்துடனிருந்தார்கள். அரவிந்தர், அய்யர், பாரதியார், சீனிவாஸாச்சாரியார் முதலிய பெரியவர்கள் அரவிந்தரின் பங்களாவில் இதைப்பற்றிக் கூடிப் பேசினார்கள். யோசனை புரியவில்லை. எல்லாருக்கும் சிறிது மனக்கலக்கம் என்று சொல்லத் தேவையில்லை.

"சரி! நாளைக்கு சாயங்காலம் பேசிக்கொள்ளுவோம்" என்றார் பாரதியார். இரவு ஒன்பது மணியிருக்கும். பாரதியார் வீட்டுக்குத் திரும்பிப் போனார். அப்பொழுது அரவிந்தர் பங்களாவில் எனக்கு ஜாகை.

"ஓய்" என்று என் பெயரைச் சொல்லிக் கூப்பிட்டு, "நாளைக்குக் காலமே எட்டு மணிக்கு என் வீட்டுக்கு வாரும்" என்று சொல்லிவிட்டு பாரதியார் போய்விட்டார்.

மறுநாள் காலையில் குறித்த நேரத்துக்கு, நான் பாரதியாரின் வீட்டுக்குப் போனதும், "புறப்படுவோமா?" என்றார் பாரதியார். முதல் நாளிரவு பாரதியாரின் முகத்தில் காணப்பட்ட அதைரியம் அப்போது இருந்தவிடம் தெரியவில்லை.

"எங்கே போகிறது?" என்றேன். "கேள்வி கேட்காமல் கூட வரணும்" என்றார் பாரதியார்.

கேள்வி கேட்காமல், ஒன்றும் பேசாமல் கூட எதற்குப் போகிறது என்று எனக்கு விளங்கவில்லை. எனக்கு கொஞ்சம் ஆத்திரம் வந்தது. ஆத்திரம் வந்து பிரயோசனம் என்ன? கூடவே மௌனமாய்ப் போனேன்.

சிறிது தூரம் சென்றதும், "சபாஷ்" என்று என்னை பாரதியார் தட்டிக் கொடுத்தார். ஆகாயத்திலிருந்து விழும் மழைத்துளிகளுக்காகக் காத்துக்கொண்டிருக்கும் சாதகபட்சியின் நிலைமை என்னுடையது. எனக்குச் சற்றுமுன் வந்த ஆத்திரம், வந்தவழி போனவழி தெரியவில்லை.

இரண்டுபேரும் கலவலா சங்கர செட்டியாரின் வீட்டுக்குப் போய்ச் சேர்ந்தோம். செட்டியார் நடுக்கூடத்தில் ஊஞ்சலில் உட்கார்ந்துகொண்டிருந்தார்.

"சுவாமி" என்று எழுந்து நின்று கும்பிட்டார் செட்டியார்.

"நீங்கள் எல்லாரும் இருந்தும், நாங்கள் புதுச்சேரியை விட்டுப் போகவேண்டுமா? புதுச் சட்டம் செய்திருப்பது உங்களுக்குத் தெரியுமோ, இல்லையோ?" என்றார் பாரதியார்.

சட்டம் செய்யும் காலத்தில் செட்டியார் புதுச்சேரியில் இல்லை. அவர் சென்னைக்குச் சென்றிருந்தார். யாதொரு தகவலும் அவருக்குத் தெரியாது.

பாரதியார் அந்நியர் சட்டத்தின் ஷரத்துக்களை எடுத்து விரிவாகச் சொன்னார். "இவ்வளவுதானே!" என்றார் செட்டியார்.

நான் சின்னப் பிள்ளை. இதைக்கேட்டதும் எனக்கு ஆறுதல் உண்டாயிற்று. "என்ன செய்யலாம்?" என்றார் பாரதியார்.

"ஐந்து பேர் கையெழுத்துக்களும் வாங்கித் தருகிறேன். பிரமாதமான காரியமில்லை. நானும் ஒரு கௌரவ மாஜிஸ்ட்ரேட்தான்" என்றார் செட்டியார்.

"நல்லது. இன்றைக்குள் முடியுமா?" என்றார் பாரதியார்.

"இன்னும் இரண்டு மணி நேரத்துக்குள் காரியம் முடிந்துவிடும். கையெழுத்து வாங்கவேண்டிய தஸ்தாவேஜியை எழுதி என்னிடம் கொடுங்கள். நான் இரண்டு மணி நேரத்துக்குள் உங்களை உங்கள் வீட்டில் வந்து பார்க்கிறேன்" என்றார் செட்டியார்.

ஞாபகம் வந்ததுபோல, "புதுப் பாட்டு ஏதாவது பாடுங்களேன்" என்றார் செட்டியார். "ஜயமுண்டு பயமில்லை மனமே" என்ற பாட்டைப்பாடினார் பாரதியார். அப்பொழுதுதான் அதை கவனம் செய்தார் என்று நான் சொல்லவில்லை; அதை இரண்டு மூன்று நாட்களுக்கு முன்னர்தான் புதிதாகப் பாடியிருக்கவேண்டும்.

கையெழுத்தாகி, அன்று பிற்பகல் மூன்று மணிக்குள் அரவிந்தர், அய்யர், பாரதியார், சீனிவாஸாச்சாரியார் மற்றும்

நாங்கள் – எல்லோரும் பிரெஞ்சுப் போலீசாரிடம் பதிவு செய்து கொண்டோம்.

எங்கள் தஸ்தாவேஜிகளைப் பிரெஞ்சுப் போலீசார் ஒப்புக் கொண்டார்கள். தொல்லை தீர்ந்தது. அன்று எங்கள் பின்னே வந்த பிரிட்டிஷ் இந்தியப் போலீசாரின் முகத்தில் ஈயாடவில்லை. பாவம்! அவர்கள் என்ன செய்வார்கள்? ஆண்டவன் இருக்கிறதை அவர்கள் மறந்தார்கள் போலும்! அவர்களுடைய ஒவ்வொரு முயற்சியிலும் தோல்வி.

சில்லறை உபாயங்கள் பயன்படாமல் போகவே, பெரிய யோசனை யொன்று செய்தார்கள். இந்தியாவில் பிரெஞ்சுக்காரர்களின் ஆதீனத்துக்குள்ளிருந்த இடங்களை இங்கிலீஷ்காரர்கள் வாங்கிக்கொண்டு, அதற்குப் பரிவர்த்தனை யாக, மேற்கு இந்தியத் தீவுகளில் சிலவற்றை பிரெஞ்சுக்காரர்களுக்குக் கொடுத்துவிடுவது என்று இங்கிலாந்து மந்திரிகள் பேரம் பேசினார்கள்.

இதற்கு பிரெஞ்சு அரசாங்கத்தார் அனேகமாய்ச் சம்மதிப்பார்கள்போல் இருந்தது. பாரிஸ் நகரத்திலிருந்த லா போர்த், போல் ப்ளூஸன் முதலிய பிரமுகர்களுக்கு அரவிந்தர் கடிதம் எழுதினார்.

பாரதியாரின் நண்பரான பொன்னு முருகேசம் பிள்ளைக்குச் செல்வாக்குள்ள பல பிரெஞ்சுக்காரர்கள் பாரிஸ் நகரிலும் ஏனைய நகரங்களிலும் கடிதப் போக்குவரத்து மூலமாய்த் தெரியும். சில பிரபல வியாபாரிகளையும் அவருக்குத் தெரியும்.

பிரான்சிலே, மந்திரிகள் மாறுகிற சமயம். இந்த யோசனையை எப்படியாவது காலங் கடத்தவேண்டும் என்பது 'சுதேசி'களின் கருத்து. பாரதியார், பொன்னு முருகேசம் பிள்ளையும் ஏனைய நண்பர்களும் பிரான்சுக்குக் கடிதம் எழுதும்படி செய்தார்.

பரிவர்த்தனை செய்யப்படாது என்று புதுச்சேரியில் கூட்டம் போட்டுத் தீர்மானம் செய்ததாகக்கூட என் நினைவு; நிச்சயமாய்ச் சொல்ல முடியாது.

லா போர்த், போல் ப்ளூஸன் முதலியவர்கள் இந்த விஷயமாக அரும்பாடுபட்டார்கள். அவர்களுடைய முயற்சிகளும் பயன்படாமல் போகுமோ என்று பயமாயிருந்தது. இந்தச் சமயத்தில் பிரெஞ்சு மந்திரிசபையில் மாறுதல் ஏற்பட்டது.

ப்வாங்கரே அவர்கள் பிரெஞ்சு முதல் மந்திரியானார். (இந்தப் பெயரை "பாயின் கேர்" என்று தமிழ்நாட்டில் தவறாக எழுதுகிறார்கள், உச்சரிக்கிறார்கள்.)

ப்வாங்கரே முதல் மந்திரியானதும், கணீர் என்று ஒரு வார்த்தை சொன்னார்: "பிரெஞ்சுக் கொடி பறக்கும் எந்த நாட்டையும் பரிவர்த்தனை செய்ய நான் சம்மதிக்கமாட்டேன். பிரெஞ்சு ரத்தம் சிந்திய மண் எனக்கும் பிரெஞ்சுக்காரர்களுக்கும் புனிதமானது. அதுவும் துய்ப்ளெக்ஸ் உருவச்சிலை நிற்கும் புதுச்சேரியை, யாருக்குப் பரிவர்த்தனை செய்யவும் பிரெஞ்சுக் காரர்கள் இடங்கொடுக்கலாகாது" என்று பிரெஞ்சு டெபுடிகளின் சேம்பரில் (பார்லிமெண்டு சபையில்) பேசினார்.

புதுச்சேரியில் வசித்துவந்த 'சுதேசி'களின் மனக்கலக்கம் ஒருவாறு ஒழிந்தது. ஆனால் பிரிட்டிஷ் இந்தியப் போலீசார் பிடிவாதக்காரர்கள். அவர்கள் தங்கள் தோல்வியைப் பொறுத்துக்கொண்டு, சும்மா இருந்துவிடுவார்களா?

19

உபகாரி சங்கர செட்டியாரின் தீவிர முயற்சி யால் ஐந்து கௌரவ மாஜிஸ்ட்ரேட்டுகளின் கையெழுத்துகள் கிடைத்து விடவே, அப்பொழுது புதுச்சேரியிலிருந்த 'சுதேசி'கள் அத்தனைப் பேரும் 'எத்ராங்ஷேர்' (அன்னியர்) சட்டத்துக்கு இரையாகாமல் தப்பித்துக்கொண்டார்கள். முற்றுகை போட்டுவந்த போலீசாரின் முகங்களைப் பார்க்க வேண்டுமே! ஈயாடவில்லை.

புதுச்சேரி சட்டசபையில் இந்தச் சட்டம் விவாதத்துக்கு வரும் என்று கேள்விப்பட்ட நாள்முதல், சட்டம் பூர்த்தியான தேதிவரையில் 'சுதேசி'களுக்குக் கவலைதான். ஸ்ரீ அரவிந்தர்கூட இந்தக் கவலையை அடிக்கடி முகத்தில் காண்பித்துக்கொண்டார் என்றால், வேறு என்ன சொல்லவேண்டும்? 'சுதேசி'களுள் ரொம்பவும் கவலைப்பட்டவர் வ.வே.சு. அய்யர்தான். ஏன் அவர் மட்டும் அவ்வளவு கவலைப்பட்டார் என்று தெரியவில்லை.

ஆனால் பாரதியாரோ வசந்தகாலக் குயிலைப் போலப் பாடிக்கொண்டுதான் இருந்தார். சிரிப்புக்கு ஒன்றும் குறைவில்லை. இந்த 'கண்டம்' 'சுதேசி'களை ஒன்றும் செய்யாது என்று அவருக்கு மட்டும் மனோதிடமும் நம்பிக்கையும் ஏற்பட்டதற்குக் காரணம் தெரியவில்லை. கேட்டால், பராசக்தி இருக்கிறாள் என்று பாரதியார் ஒருகால் சொல்லி யிருக்கக்கூடும்.

அது என்னவோ, மனம் கலங்காதவர்கள் என்று நான் எண்ணிக்கொண்டிருந்தவர்கள் எல்லாரும் அந்தச் சந்தர்ப்பத்தில் லேசாகச் 'சப்பையாய்ப்' போய்விட்டார்கள். காரியம் செய்யத் தெரியாதவர் என்று பெயர் வாங்கிவந்த பாரதியார்தான், இந்த

நெருக்கடியில் முதல் பரிசு பெறக்கூடிய மனோதிடத்தைக் காண்பித்தார்.

'சுதேசி'கள் வலையில் அகப்படாமல் தப்பிப்போனது முற்றுகைப் போலீசாருக்குப் பிடிக்கவில்லை. ஒரு உபாயம் தோற்றால் என்ன? இன்னொரு உபாயம். அவர்கள் என்ன செய்யப்போகிறார்கள் என்பதுமட்டும் 'சுதேசி'களுக்குத் தெரியவில்லை. பாரதியார் சொல்லுவதைப்போல, 'சுதேசி'கள் 'கியால்' பாடிக்கொண்டிருந்தார்கள்.

ஆனால் 'சுதேசி'களின் பாடு வேறுவகையில் திண்டாட்டமாகப் போய்விட்டது. அவர்களுக்கு வரக்கூடிய 'மணியார்டர்கள்' எல்லாம் தபாலாபீஸிலேயே தடுக்கப்பட்டுவிட்டன. அவசரத்துக்கு, கையில் கொஞ்சம் பணம் இருந்தால் நல்லது என்ற யோசனையே இல்லாத பாரதியாரின் நிலைமைதான் ரொம்பவும் கஷ்டமாகப் போய்விட்டது.

இந்த விஷயத்தில் வ.வே.சு. அய்யர் ரொம்பவும் சமர்த்தர். கையில் போதுமான பணம் வைத்துக்கொண்டிருந்தார். சீனிவாஸாச்சாரியாருக்கும் பாதகமில்லை. அப்பொழுது அரவிந்தரின் நிலைமையும் பாதகமில்லை. இத்தகைய சமயத்தில், இருக்கிறவர்கள் இல்லாதவர்களுக்கு உதவி செய்வதுதான், தேசப் பிரஷ்டமான தேசபக்தர்கள் எந்த நாட்டிலும் கைக்கொள்ளும் முறையாகும். அத்தகைய உதவி ஒன்றும் பாரதியாருக்குக் கிடைக்கவில்லை.

காலம் போவது கஷ்டமாய்த்தான் இருந்தது. இப்படி இருக்கையில், அய்யர் வீட்டில் ஒருநாள் காலையில் அற்புதம் ஒன்று நிகழ்ந்தது. வேலைக்காரி கிணற்றிலிருந்து தண்ணீர் இழுக்கையில், வாளியில் ஏதோ தட்டுப்பட்டதுபோலத் தோன்றிற்று. அவள் அதை அய்யரிடம் சொன்னாள். அய்யர் கிணற்றைத் துழவித் துழவிப் பார்த்தார். நன்றாக 'சீல்' வைத்திருந்த மைஜாடி ஒன்று அகப்பட்டது.

ஜாடி கொஞ்சம் பெரிய ஜாடிதான். அதை அய்யர் வெளியே எடுத்தார். அய்யருக்கு உடனே சந்தேகம் உண்டாகிவிட்டது. எதிரிகளின் சூழ்ச்சி என்று மனதில் முடிவு கட்டிக்கொண்டார். ஜாடியின் சீலைப் பெயர்த்து, உள்ளே என்ன இருக்கிறது என்று பார்க்க அவருக்கு ஆசை. இருந்தாலும், சீலை உடைக்காமலே அதை பிரெஞ்சுப் போலீசாரிடம் ஒப்படைத்துவிடவேண்டும் என்று அவருக்குத் தோன்றிற்று.

இந்த மாதிரி ஜாடி அகப்பட்டதை, உடனே அரவிந்தர், பாரதியார் முதலியவர்களுக்கு அய்யர் தெரியப்படுத்தினார்.

ஜாடியை பிரெஞ்சுப் போலீசாரிடம் ஒப்படைத்து, அது கிடைத்த வகையைப்பற்றி வாக்குமூலம் கொடுத்தார்.

பிரெஞ்சுப் போலீசார் சீலைத் திறந்து பார்த்தார்கள். தமிழ்நாடு முழுவதும் சதிக்கூட்டங்கள் இருப்பதாகவும் அவைகள் புதுச்சேரித் தலைமைக் காரியாலயத்தால் நடத்தப்பட்டு வருவதாகவும் ஜாடியில் துண்டுப் பிரசுரங்கள் இருந்தன. வெடிகுண்டு செய்யும் முறையும் துண்டுப் பிரசுரங்களில் விவரிக்கப்பட்டிருந்தது. சில ஆணிகளும் ஊசிகளும் ஜாடிக்குள் இருந்தன. இது 'சுதேசி'களைச் சிக்கவைக்கத் தக்க ஏற்பாடு என்பதில் சந்தேகமே இல்லை.

. திறமையான கற்பனையோடு செய்யப்பட்ட இந்தச் சூழ்ச்சியில், வெட்கக்கேடான சங்கதியைக் கேளுங்கள். புதுச்சேரித் தலைமைச் சதிக்காரியாலயத்துக்கு நீலகண்ட பிரம்மசாரி தலைவராம்! அரவிந்தர், பாரதியார் போன்ற பெரியார்கள், அந்தக் கூட்டத்தில் சாதாரண அங்கத்தினர்களாம்!

பிரெஞ்சுப் போலீசார், 'சுதேசி'களின் வீடுகளைச் சோதனை போட்டார்கள். சோதனை அதிகாரி ஒரு பிரெஞ்சுக்காரர். சுமார் இருபத்தைந்து வயது இருக்கும். இவருடைய உத்தியோக அந்தஸ்தில், இவருக்கு 'ஜுட்ஜ் ஆன்ஸ்திரிக்ஸியோன்' என்று பெயர். பிரிட்டிஷ் இந்தியப் 'பிராஸிக்யூட்டிங் இன்ஸ்பெக்டர்' மாதிரி. ஆனால், இவர் மற்ற நீதிபதிகளுடன் சமமாக உட்கார்ந்து தீர்ப்பு சொல்லும் உரிமை பெற்றவர். இவர் சோதனை போட வந்தார்.

அரவிந்தரின் பங்களாவுக்கு வந்ததும், அவர் வழக்கமாக எழுதும் மேஜையின்பேரில் க்ரீக் புஸ்தகம் ஒன்றையும் லாடின் புத்தகம் ஒன்றையும் சோதனை அதிகாரி பார்த்தார். 'தங்களுக்கு லாடின் தெரியுமா? க்ரீக் பாஷை தெரியுமா?' என்று அரவிந்தரைக் கேட்டார். ஆம் என்றார் அரவிந்தர். அதற்குப் பிறகு சோதனையே இல்லை. அதிகாரி போய்விட்டார்.

பாரதியாரின் வீட்டுக்குப் போனார். நிறைய கையெழுத்துப் பிரதிகளைப் பார்த்தார். அவைகள் என்ன என்று பாரதியாரைக் கேட்டார். 'இவைகள் நான் எழுதும் கவிதைகள்' என்று பாரதியார் பதில் சொன்னார். 'தாங்கள் கவிதை எழுதுவீர்களா?' என்று சோதனை அதிகாரி கேட்டார். ஆம் என்றார் பாரதியார். அதோடு அந்த வீட்டிலும் சோதனை நின்றுபோய்விட்டது. வ.வே.சு. அய்யர் வீட்டில் மட்டுந்தான் கடுமையான சோதனை. இரண்டு மூன்று மணி நேரத்துக்கு அதிகமாகவே சோதனை நடந்தது. ஆனால் போலீசார் எதிர்பார்த்தபடி அவர்களுக்கு வேண்டுமென்றாற்போல எதுவும் கிடைக்கவில்லை.

என்றாலும் 'சுதேசி'களின்பேரில் கேஸ் நடந்தது. இந்தக் கேஸில் சம்பந்தப்பட்டவர்களில் நானும் ஒருவன். என் பெயர் என்ன என்று கேட்டார்கள். வ. ராமஸ்வாமி என்றேன். 'வ.ரா.' வா என்று திரும்பக் கேட்டார்கள். ஆம் என்றேன். "அப்படி யானால், துண்டுப் பிரசுரத்தில் குறிப்பிட்டிருக்கும் ராமஸ்வாமி நீர் அல்ல" என்று முதலிலேயே என்னை விலக்கிவிட்டார்கள். அய்யர், அரவிந்தர் முதலானவர்களின்பேரில் கேஸ் நடந்து வந்தது. சுமார் இரண்டு மாதகாலம் வரையில் நடந்தது.

ஒவ்வொருவராக விலக்கப்பட்டார்கள். கடைசியில் அய்யரும் நிரபராதி என்று நீதிபதிகள் தீர்ப்புச் சொன்னார்கள். முற்றுகைப் போலீசாரின் இந்தச் சாமர்த்திய வேலையும் பலிக்காமல் போகவே, அவர்கள் சிறிதுகாலம் எவ்வித சேஷ்டையிலும் இறங்காமல் சும்மா இருந்தார்கள். ஆனால், அவர்களுக்குத் தோல்வி ஏற்பட்டதும், ஜனங்கள் அவர்களைப் பார்த்து நையாண்டி செய்யத் தொடங்கினார்கள். தருமத்தை ஒரு நாளும் வெல்ல முடியாது என்று பேசிக்கொள்ளுவார்கள் புதுச்சேரிவாசிகள்.

இந்தச் சம்பவத்துக்குப் பின், பிரெஞ்சு சர்க்கார் அதிகாரி களுக்கு, 'சுதேசி'களின்பேரில் இருந்த சந்தேகம் பெரிதும் குறைந்துபோய் நம்பிக்கையும் உண்டாயிற்று. என்றாலும், பிரிட்டிஷ் இந்தியப் போலீசார் மட்டும் அவர்களைக் கண்காணிப்பதைச் சிறிதும் குறைத்துக்கொள்ளவில்லை. 'சுதேசி'களுக்கு ஆளுக்கு இரண்டு போலீஸ்காரர்களைக் காவல் போட்டார்கள்.

நாங்கள் இந்தச் சந்தர்ப்பத்தைக் கைநழுவ விடவில்லை. அவர்களுக்கு நாங்கள் சுயராஜ்யப் பிரசாரம் செய்வோம். நாங்கள் சொல்லுவது அவ்வளவும் உண்மை என்று நினைப்பதைப்போல முகத்தை வைத்துக்கொண்டு, அவர்களும் கேட்டுக்கொண்டிருப்பார்கள். மொத்தத்திலே இரு தரப்பாருக்கும் பொழுதுபோக்கு.

சில போலீஸ்காரர்கள், எங்களிடத்தில் வெகுவாகக் 'கரடி' விட்டுப் பார்ப்பார்கள். எங்களை அப்படியே தூக்கிக் கொண்டு போகச் சில புதுச்சேரிக் காலிகள் ஏற்பாடு செய்து கொண்டிருப்பதாக எங்களிடம் சொல்லுவார்கள்.

மூன்றாவது தடவையாக முற்றுகைப் போலீசார் தோற்ற பிறகு, 'சுதேசி'களின் பண வருவாய் ஊற்றுக்களை அடியோடு வற்றும்படியாகச் செய்துவிட்டார்கள். இந்த முயற்சியின் பயனாக, அரவிந்தரிடமும் பணமில்லாமல் போய்விட்டது. எப்படி உணவுப் பொருள்களை வாங்குவது?

நான் அப்பொழுது அரவிந்தரின் ஆசிரமத்தில் தங்கி யிருந்தேன். முறை வைத்து, இரண்டு இரண்டு பேர்களாக நாங்கள் சமைப்போம். ஒரு நாள் காலையில், சமைப்பதற்கு ஒன்றுமே இல்லை. காய்கறி வாங்கக்கூடப் பணமில்லை. என்ன செய்வது என்று அரவிந்தரைக் கேட்டோம். என்ன சாமான்கள் மிச்சமிருக்கின்றன என்று அவர் எங்களைக் கேட்டார்.

"அரிசி, மிளகாய் வற்றல், நல்லெண்ணெய், உப்பு" என்றோம். "சாதம் சமைத்து, மிளகாய் வற்றலைப் பொரித்து வையுங்கள்" என்றார். பொரித்த வற்றலைப் பொடியாக்கிச் சாதத்தில் கலந்து, உப்பைச் சேர்த்து அன்றைக்குச் சாப்பிட்டோம். அரவிந்தர் மட்டும் அன்றைக்கும் வழக்கமாய்ச் சாப்பிடும்அளவு சாப்பிட்டார். அரவிந்தர் மகான் என்பதற்குத் தடை என்ன?

அடிமை நாட்டில், சிறந்த தேசபக்தர்களாகவும் மேதாவிகளாக வும் இருப்பவர்களுக்கு நேரும் கதியைச் சிந்தனைசெய்து பாருங்கள். பரோடா சமஸ்தானத்தில் சுமார் 1000 ரூபாய் சம்பளம் வாங்கிவந்த, சுமார் ஒரு டஜன் பாஷைகளில் புலவரான, இணையற்ற இங்கிலீஷ் எழுத்தாளர் என்று கல்கத்தா ஹைக்கோர்ட்டு நீதிபதிகள் புகழ்ந்த அரவிந்தர், மிளகாய் வற்றல் சாதம் சாப்பிட நேர்ந்தது என்பது சாதாரண விதிக்கு அடுக்குமா?

வற்றல் சாதம் சாப்பிட்டாலும் சாப்பிட்டார்; அன்றைக்கே அரவிந்தருக்கு யாரோ ஒரு நண்பர் இரண்டாயிரம் ரூபாய் கொண்டுவந்து கொடுத்தார். இந்தச் சம்பவம் வேடிக்கையாக இருக்கிறதல்லவா?

இதே மாதிரி, பாரதியார் சம்பந்தப்பட்ட வரையில் பல தடவைகளில் நடந்திருக்கிறது. ஒரு சமயம், தென் ஆப்ரிக்கா, டர்பனிலிருந்து பாரதியாருக்கு ஆயிரம் ரூபாய்க்குமேல் கிடைத்தது. ஆனால் அந்தத் தொகையை ஒரு வாரத்துக்குமேல் கண்ணால் காணமுடியவில்லை.

20

இந்த மாதிரி, பல வகைகளிலும் அமளி நேர்ந்து கொண்டிருந்த சமயத்தில், மகத்தான நஷ்டம் ஒன்று பாரதியாருக்கு ஏற்பட்டது. அது தமிழ்நாட்டின் நஷ்டம் என்று சொல்லவும் வேண்டுமா? 'சின்னச் சங்கரன் கதை' என்று பாரதியார் ஒரு புத்தகம் எழுதி அநேகமாக முடித்து வைத்திருந்தார். இருபத்தொன்பது அத்தியாயங்கள் கொண்ட நூல் அது என்பது என் ஞாபகம். அருமையான புத்தகம்!

அது எதைப்பற்றிய நூல் என்று கேட்கிறீர்களோ? அது நாவல் அல்ல; பாரதியாரின் சுய சரிதமும் அல்ல. விகடம் நிறைந்தது ; ஆனால் வேடிக்கைக் கதை அல்ல. புராணமல்ல; உபதேச உபநிஷதமும் அல்ல. நாடகம் அல்ல; முழுதும் கிண்டலுமல்ல. என்றாலும், நான் மேலே குறிப்பிட்ட எல்லா அம்சங்களும் அந்தப் புத்தகத்தில் இருந்தன. அதையே அக்காலத் தமிழர்களின் வாழ்க்கை வரலாறு என்றுகூடச் சொல்லலாம். சோக ரஸத்தில் எழுதப்பட்ட நூல் அல்ல; நகைச்சுவையும் கிண்டலும் குமிழி விட்டுக் கொந்தளிக்கும் புத்தகம்.

பாரதியார் எதை எழுதினாலும், அதை நெருங்கிய நண்பர்களுக்குப் படித்துக் காண்பிக்காமல் இருப்பதில்லை. இது தற்பெருமை உணர்ச்சியால் எழுந்த ஆசையல்ல. தாம் எழுதும் தமிழ் பெரும் பான்மைத் தமிழர்களுக்குப் புரியவேண்டும் என்பது பாரதியாரின் திடமான கொள்கையாகும். எனவே தாம் எழுதினதைப் பிறர் எளிதிலே புரிந்து கொண்டு ரசிக்கிறார்களா எனபதைத் தெரிந்து கொள்வதற்காகத்தான் படித்துக் காண்பிப்பார்.

படித்துக்கொண்டு போகும்பொழுதே, கேட்பவர் களின் முகத்தைக் கவனித்துப் பார்த்துக்கொண்டே போவார். எந்தச் சமயத்திலாவது, அவர்களுடைய கண்கள் ஒளியிழந்து, முகம் அசடுதட்டிப் போகுமாகில்,

உடனே படிப்பதை நிறுத்திக் கொள்ளுவார். அவர்களுக்கு விளங்காத வார்த்தையை உடனே எடுத்துவிட்டு, வேறு வார்த்தையை உபயோகப்படுத்துவார். கடினமான கருத்தாக இருந்தால், அதைத் தெளிவுபடுத்தக்கூடிய பாஷையையும் உபமானத்தையும் கைக்கொள்ளுவார்.

'சின்னச் சங்கரன் கதை'யை, அவர் படித்து நாங்கள் (சிலர் தான்) கேட்டிருக்கிறோம். சிரித்துச் சிரித்து, வயிறு அறுந்து போவது மாதிரி இருக்கும். சிரிப்பினால் குடல் ஏற்றம் ஏற்பட்டு விடுமோ என்று பலகாலும் பயந்ததுண்டு. படீர் படீர் என்று வெடிக்கும் ஹாஸ்யம், அந்தக் கதையில் நிறைந்து கிடந்தது. கிண்டல் என்றால் சாதாரண, தெருக்காட்டுக் கிண்டலா? நமது ஜனங்கள் இப்படியும் வாழத்தகுமா என்ற துக்கம் தோய்ந்த கிண்டலைத்தான் நாங்கள் அந்தப் புத்தகத்தில் கண்டோம்.

'சின்னச் சங்கரன் கதை'யின் கையெழுத்துப் பிரதி எப்படி மாயமாய் மறைந்துபோய்விட்டது என்று தெரியவில்லை. முருகேசன் என்ற இளைஞன் அப்பொழுது பாரதியாரின் வீட்டில் வேலை செய்துகொண்டிருந்தான். அவன் திடீரென்று காணாமல் போனான். புதுச்சேரியில் அவனைக் காணமுடியவில்லை. அவன் மறைந்த சமயத்தில்தான் 'சின்னச் சங்கரன் கதை'யும் காணாமல் போய்விட்டது. காக்கை உட்கார்ந்ததும் பனம்பழம் விழுந்தால், காக்கைதான் அதைத் தள்ளிவிட்டது என்று ஊகிப்பது தர்க்க சாஸ்திரமல்லவா? அந்தத் தர்க்கமுறையை ஒட்டி, முருகேசன் தான் குற்றவாளி என்று எங்களில் சிலர் எண்ணத் துணிந்தார்கள். துணிந்தது மட்டுமா? அதை பாரதியாரிடம் சொல்லவும் செய்தார்கள்.

இதைக் கேட்டதும் பாரதியாருக்கு வந்த கோபத்துக்கு எல்லையே இல்லை. எங்களைக் கடிந்து பேசினார். முருகேசனைப் புகழ்ந்தார். ஒரு இடத்தில் இருப்பவர்கள் ஒருவரை ஒருவர் சந்தேகித்தால், அந்த வீடோ ஸ்தாபனமோ ஒரு நாளும் உருப்படாது என்று எங்களுக்கு எடுத்துக் காண்பித்தார். இருந்தாலும், 'முருகேசன் நிரபராதி' என்று எப்படி நிச்சயமாகச் சொல்ல முடியும்? அவன் ஏன் ஒரு வாரமாக வேலைக்கு வரவில்லை? அவனைப் புதுச்சேரியிலும் காணோமே?' என்று நாங்களும் விடாப்பிடியாகக் கேட்டோம்.

பாரதியாரின் மனம் மாறவில்லை; ஆனால் அவர் மௌனமாக இருந்துவிட்டார். சுமார் நாற்பதுநாள் கழித்து, முருகேசன் தோன்றினான். அவன் எலும்பும் தோலுமாக இருந்தான். அவனை அடையாளம் கண்டுபிடிக்கவே முடிய வில்லை.

நாற்பது நாட்களுக்குள் அவன் எப்படிச் சோளக் கொல்லைப் பொம்மை போல ஆனான் என்று நாங்கள் யோசித்துக்கொண் டிருந்தோம். காலை நேரம். பாரதியார் அப்பொழுது படுக்கையை விட்டு எழுந்திருக்கவில்லை. முருகேசனை, நாங்கள் பாதி அனுதாபத்தோடும் பாதி சந்தேகத்தோடும் பார்த்துக் கொண்டிருந்தோம். முருகேசனோ கண் கலங்கியபடியே நின்று கொண்டிருந்தான்.

திடீரென்று பாரதியார் அங்கே வந்துவிட்டார். உடனே முருகேசன், தேங்கிக் கிடந்த நீர் அணையை உடைத்துக்கொண்டு பிரவாகமாவதுபோல, தேம்பித் தேம்பி அழுதான். பாரதியார் எங்களை ஒரு முறை பார்த்தார். மின்னலைப்போலப் பாய்ந்து முருகேசனைக் கட்டி அணைத்துக்கொண்டு, 'எதற்காகடா அழுகிறது? குடிமுழுகிப் போய்விட்டதா? ஆண் பிள்ளைகள் அழப்படுமோ?' என்று சொல்லி அவனைத் தேற்றினார்.

இதைப் பார்த்து நாங்கள் திகைத்துபோனோம். 'ஏண்டா முருகேசா! நீ எங்கேடா போயிருந்தாய்? இந்திரஜித் மாதிரி திடீரென்று மறைந்து போய்விட்டாயே' என்று சிரித்துக் கொண்டே பாரதியார் கேட்டார்.

முருகேசன் அழுகையை நிறுத்திக்கொண்டு, பின்வருமாறு சொன்னான்: "பிரிட்டிஷ் இந்தியப் போலீஸில் ஒருத்தர் என்னோடு அடிக்கடி பேசிக்கொண்டு அன்பாக இருந்தார். 'வா தம்பி, விழுப்புரத்துக்கு' என்று கூப்பிட்டார். தமாஷாகப் போய் வரலாம் என்று எண்ணி, அவரை நம்பி அவரோடு ரயிலில் போனேன். விழுப்புரம் போனதும், என்னை 'அரெஸ்ட்' செய்திருப்பதாகச் சொன்னார். என்னைப் பட்டணத்துக்குக் கொண்டுபோனார்கள். என் உடம்பை நன்றாகத் துவட்டி எடுத்துவிட்டார்கள். பாரதி வீட்டிலே வேலை செய்கிறாயே, அவரைப்பற்றி உனக்குத் தெரிந்த தெல்லாவற்றையும் சொல்லு என்றார்கள். 'அற்பப் படிப்புள்ள எனக்குக்கூட விளங்கும்படியாக, தமிழ்க் கவிதை எழுதுகிறார்' என்றேன். 'இதைச் சொல்லுவதற்காகத் தான் உன்னைச் சென்னைக்குக் கூட்டி வந்ததோ!' என்று என்னை எப்படி எப்படியோ அடித்து உதைத்து இம்சை செய்தார்கள். ஒரு மாதம் காவலில் வைத்திருந்து என்னை விடுதலை செய்தார்கள். புதுச்சேரிக்கு டிக்கெட் கூட வாங்கிக் கொடுக்கவில்லை. சென்னையில் ஒரு உறவினரிடமிருந்து கடன் வாங்கிக்கொண்டு புதுச்சேரிக்கு வந்தேன்!"

இதைக் கேட்டதும், பாரதியார் ரொம்பவும் வருத்தப்பட்டார். ஆனால், நாங்களோ, இது வெறும் அளப்பு என்று தீர்மானித்து விட்டோம். போலீசார் அம்மாதிரி செய்யமாட்டார்கள் என்ற

நம்பிக்கையால் அல்ல. முருகேசன் கதை சொன்ன தோரணை ஒழுங்காயில்லை என்று நாங்கள் சந்தேகப்பட்டோம். என்றாலும், அன்றைய தினத்திலிருந்து, முருகேசன் தம் வீட்டில் வேலை பார்க்கலாம் என்று சொல்லி, பாரதியார் அவனைத் திரும்பவும் அழைத்துக் கொண்டார்.

பாரதியாரின் தாராள மனப்பான்மையைக் கண்டு நாங்கள் திகைத்துப்போனோம். ஆனால், அதை எங்களால் பாராட்டி அனுபவிக்க முடியவில்லை. முருகேசன் கையெழுத்துப் பிரதியைப் போலீசாரிடம் கொடுக்கவில்லை, கொடுத்திருக்கமாட்டான் என்று பாரதியார் நம்பினாரே யொழிய, 'சின்னச் சங்கரன் கதை' போலீசாரிடம் எப்படியோ போய்ச் சேர்ந்துவிட்டது' என்பதில் பாரதியாருக்குத் துளிகூடச் சந்தேகம் ஏற்பட்டதில்லை. நாங்களோ பாரதியார் எண்ணியதுபோல இரண்டு வகைகளிலும் எண்ணவில்லை.

கதை கெட்டுப் போனதைக் குறித்து எங்கள் எல்லோருக்கும் ரொம்ப வருத்தந்தான். திரும்பவும் அதை எழுதக்கூடாதா என்று நாங்கள் பாரதியாரைக் கேட்டுக்கொண்டோம். ஐந்தாறு அத்தியாயங்கள் எழுதினார். அதற்குப் பின் மனது செல்லவில்லை என்று கண்டிப்பாய்ச் சொல்லிவிட்டார். 'சின்னச் சங்கரன் கதை' யைப்பற்றி, அவர் பிறகு பிரஸ்தாபம் செய்ததேயில்லை. திருப்பி எழுதின ஐந்தாறு அத்தியாயங்களும் ஸ்ரீ சுப்பிரமணிய சிவம் நடத்தி வந்த 'ஞான பானு' பத்திரிகையில் பிரசுர மாயின. அவ்வளவுதான். தமிழ்நாடு ஆறு அத்தியாயங்களோடு திருப்தியடைய வேண்டிய மகத்தான துர்ப்பாக்கியத்துக்கு ஆளானதுதான் மிகுதியும் வருந்தத்தக்கது.

பாரதியார் கோழை என்று சில முட்டாள்கள் அப்பொழுது வாய்க்குள் முணுமுணுத்துக்கொண்டிருந்தார்கள். அவர்களுக்கு பாரதியாரின் தன்மை தெரியாமல் போனது ஆச்சரியமாகும். வ.வே.சு. அய்யர் சீமையிலிருந்து மாறுவேஷம் தரித்து, இந்தியப் போலீசாரின் கையில் சிக்கிக்கொள்ளாமல், புதுச்சேரி வந்து சேர்ந்ததை ரொம்ப வக்கணையுடன் வர்ணித்துவிட்டு, இந்த மாதிரி பாரதியாரால் செய்ய முடியுமா என்பது போலப் பேசிக்கொள்ளுவார்கள். வ.வே.சு. அய்யர் செய்தது அபாரமான வேலை என்பதை யாரும் மறுக்க முடியாது. அதற்காக, பாரதியாரின் தைரியத்தைக் குறைத்துப் பேசவேண்டும் என்பதுண்டா ?

காலஞ்சென்ற கொடியாலம் வா. ரங்கசாமி அய்யங்கார் அருமையான தேசபக்தர். திருச்சி ஜில்லாவில், அவர்களுடைய குடும்பம் மிகவும் பிரசித்தி பெற்ற குடும்பம். பெருத்த பூமியாளர்கள். சென்னை கவர்னர்கள் திருச்சிக்கு விஜயம்

செய்தால், இவர்களுடைய குடும்பத்தார்களுக்குத்தான் முதல் பேட்டி அளிப்பார்கள். இரண்டு வகைகளிலும் செல்வாக்கு படைத்த குடும்பத்தைச் சேர்ந்த ரங்கசாமி அய்யங்கார், கள்ளி வயிற்றில் அகில் பிறப்பது போல, அருமையான தேசபக்தராகத் தோன்றினார். தம்முடைய தேசாபிமானத்தை, அவர் பல வகைகளிலும் காண்பித்திருக்கிறார்.

அய்யங்கார் அவர்களுக்கு அரவிந்தரிடம் அளவு கடந்த பக்தி; வ.வே.சு. அய்யரிடம் மரியாதை. பாரதியார் தேசபக்தர் என்ற முறையில்தான் அய்யங்காருக்கு அவரிடம் வாஞ்சை. பாரதியாரின் அற்புதக் கவிதைத்திறனை 1943ஆம் ஆண்டில்கூட உணரமுடியாத பிரகஸ்பதிகள் தமிழ்நாட்டில் இருக்கும்பொழுது, அய்யங்கார் 1910–1912இல் பாரதியாரின் ஈடுஜோடி இல்லாத மேதையை அறிந்துகொள்ள முடியுமா?

அடிமைப்பட்டுக் கிடந்த கிரேக்கர்களைத் தட்டி எழுப்புவதற் காக, லார்ட் பைரன் என்ற ஆங்கிலக் கவி 'ஐல்ஸ் ஆப் க்ரீஸ்' என்ற அருமையான விடுதலைக் கவிதையை ஆவேசத்துடன் எழுதி யிருக்கிறார். அந்தக் கவிதையை ஆயிரக்கணக்கில் அச்சடித்து, இதே அய்யங்கார் இனாமாக எல்லாருக்கும் கொடுத்திருக்கிறார். அய்யங்கார் சுதந்தர ஆர்வங் கொண்டவர் என்றாலும் பாரதியாரின் பெருமையை உணரமுடியாத நிலைமையில் இருந்தார்.

இவரைப் போலவே, ஆயிரக்கணக்கான தமிழர்கள், சுதந்தரப் பிரியர்கள், தமிழில் பற்று இல்லாமல் இன்னமும் இருக்கும்பொழுது, அக்காலத்தில் அருமையான தேசபக்தரா யிருந்த அய்யங்காரிடம் குறை காணுவது வீணான வேலை.

பாரதியாரிடம் மதிப்பு அதிகமில்லாத அய்யங்காரே பிரமித்துப் போகும்படியாக பாரதியார் ஒரு காரியம் செய்து விட்டார். தஞ்சாவூர் ஜில்லாவில், மன்னார்குடிக்கு அருகில், நாகை (நாகப்பட்டணம் அல்ல) என்று ஒரு சிறு கிராமம் இருக்கிறது. அங்கே ரங்கசாமி அய்யங்காருக்கு ஒரு நேர்த்தியான பங்களா இருந்தது. அய்யங்கார் நாகைக்கு அடிக்கடி போய், பல நாட்கள் தங்குவது வழக்கம். இவ்வாறு ஒரு சமயம் அய்யங்கார் அங்கே இருக்கும்பொழுது நடந்த சம்பவத்தை அவர் என்னிடம் சொன்னார்.

அய்யங்கார் என்னிடம் சொன்னதாவது: "ஒரு நாள் காலமே, பதினொரு மணிக்குச் சாப்பாடு முடிந்து, நான் நண்பர்களுடன் பேசிக்கொண்டிருந்தேன். ஒரு மணி நேரம் சம்பாஷித்துக்கொண்டு இருந்திருப்போம். குதிரை வண்டி ஒன்று

பங்களா வாசலில் வந்து நின்றது. வண்டியில் ஒருவர் மட்டும் இருந்தார். மூட்டை முடிச்சு ஒன்றுமில்லை. அவர் வண்டியை விட்டுக் கீழே இறங்கி வந்தார்.

"தலை வழுக்கை; மீசை இல்லை. பித்தான் இல்லாத ஷர்ட்டு; அதன் மேலே ஒரு கோட்டு; இடுப்பில் பஞ்ச கச்சம்; தோளிலே அழகான சரிகை வேஷ்டி. வண்டியிலிருந்து இறங்கி, அவர் வேகமாக, பங்களாவின் படி ஏறிவந்தார். முதலில் எனக்கு அடையாளம் புரியவில்லை. நிதானித்துப் பார்த்தேன். பாரதி! எனக்கு ஆச்சரியமாயிருந்தது. மீசையை அவர் எடுத்துவிட்டதால், சட்டென்று அடையாளம் தெரியவில்லை. கூட இருந்த நண்பர்களுக்கு பாரதி என்று தெரியக்கூடாது என்று, 'வாருங்கோ' என்று பாரதியை மெத்தைக்கு அழைத்துக்கொண்டு போனேன்.

"அப்பொழுது பாரதிபேரில் வாரண்டு இருந்தது. புதுச்சேரியிலே, அவரைத் தெரியாதவர்கள் இருக்கமாட்டார்கள். போலீஸ்காரர்களுக்கும் அவரை அடையாளம் கண்டுபிடிப்பது சிரமமல்ல. அப்படியிருந்தும் பாரதி என்னமாய் நாகைக்கு வர முடிந்தது? அய்யர் சீமையிலிருந்து மாறுவேஷத்தோடு வந்ததுகூட என் கண்ணில் பெரிதாகப்படவில்லை. அய்யரை, இந்தியாவில் போலீசாருக்குத் தெரியாது. பாரதியை எல்லாருக்கும் நன்றாகத் தெரியுமே?

"அப்படியிருக்க, அவர்களின் கண்ணில் மிளகாய்ப் பொடியைத் தூவிவிட்டு, அவர் எப்படி வர முடிந்தது? பாரதிக்கு தைரியம் அதிகமாக இருக்காது என்று நான் எண்ணினது ரொம்ப அசட்டுத்தனம் என்பது எனக்கு அப்பொழுது நன்றாகத் தெரிந்தது. எந்தப் புற்றில் எந்தப் பாம்பு இருக்குமோ, யார் கண்டார் என்று பெரியவர்கள் சொல்லுவது உண்மைதான். மனுஷாளை மதிப்பிடும்பொழுது ரொம்ப உஷாரா யிருக்கணும் என்கிற புத்தி அப்பொழுது எனக்கு அழுத்தமாக ஏற்பட்டது.

"பாரதி ஒரு வாரம் வரையில் என்னோடு நாகையில் தங்கியிருந்தார். சுந்தரமய்யர் என்று பெயர் சொல்லி, அவரை நண்பர்களுக்கு அறிமுகப்படுத்தி வைத்தேன். பாரதி தங்கியிருந்த ஒரு வாரமும் ஒரே சிரிப்பும் குதூகலமுந்தான். அரசியலைப்பற்றி அவர் அப்பொழுது பேசவே இல்லை. தினமும் பாடுவார். நண்பர்கள் எல்லாரும் அவரிடம் ஈடுபட்டுப்போனார்கள்."

ரங்கசாமி அய்யங்கார் இவ்வாறு என்னிடம் சொன்னார். பாரதி நாகைக்கு வந்திருந்தார் என்று, பின்னால் அவரே நண்பர்களுக்குச் சொல்லி, அதை விளம்பரப்படுத்திவிட்டார். பாரதியாரின் துணிவும் சாகஸமும் எவ்வளவு வரையில் இருந்தன

என்பதை இந்தச் சம்பவம் காண்பிக்கின்றது. இது சம்பந்தமாக அதிகமாய் விவரித்துச் சொல்ல எனக்கு மனமில்லை.

மரியாதைக்கும் வினயத்துக்கும் இருப்பிடம் என்று சொல்லக் கூடிய பாரதியார் சில சமயங்களில் 'நாக்கில் நரம்பில்லாமல்' பேசிவிடுவார். அவ்வாறு நேர்ந்த சந்தர்ப்பம் ஒன்று சொல்லத் தகுந்தது:

புதுச்சேரிக் கடற்கரையில், பியரில் (பியர், கடலில் கட்டப் பட்ட பாலம்; இது சுமார் ஒன்றரை பர்லாங்கு இருக்கும். கப்பலில் வரும் சாமான்களைப் பியரில்தான் இறக்குவார்கள்.) ஆனந்தமாகக் காற்று வாங்கிக்கொண்டிருந்தோம். (விலை கொடுத்து வாங்கவில்லை!) பாரதியார் அருமையாகப் பாடிக் கொண்டிருந்தார். அந்தச் சமயம், வ.வே.சு. அய்யருக்கு நண்பரான திருச்சி வக்கீல் ஒருவர் (ரொம்ப பிரபலஸ்தர்) எங்களுடன் இருந்தார்.

பாட்டு முடிந்ததும் அந்த வக்கீல் பேச ஆரம்பித்தார். 'ஏன் ஸார்! ஓங்க டிலக் இப்போ எங்கே இருக்கான்?' என்று வ.வே.சு. அய்யரை அவர் கேட்டார். டிலக் என்று அவர் சொன்னது லோகமான்ய திலகரை. அய்யரின் முகம் சிவந்துபோயிற்று. அவர் தமது ஆத்திரத்தை அடக்கிக்கொண்டார். ஆனால் பாரதியார் ஒரே வெடியாக வெடித்துவிட்டார். கடகட வென்று அவர் கொட்டத் தொடங்கினார்.

"ஏண்டா! நீ தமிழன் இல்லையா? நீ வெள்ளைக்காரனா! என்னடா 'டிலக்' வேண்டியிருக்கு? திலகர் என்று சொல்ல உன் நாக்கு கூசுகிறதா? எங்கள் தலைவர் திலகர் உங்கள் வீட்டு மாட்டுக்காரனா? அவன், இவன் என்று அந்த மகானை, மரியாதை யில்லாமல் பேசுகிறாய், முழுமூடா!" என்று ரொம்பக் கேவலமாகப் பேசி விட்டார்.

வக்கீலின் முகம் அப்படியே வெளுத்துப் போய்விட்டது. வக்கீல் வேண்டுமென்றே மரியாதைக் குறைவாகப் பேசவில்லை என்று பின்னால் தெரிந்தது. தமிழ்நாட்டுப் பிராமணர்களுக்குள் ஒரு கெட்ட பழக்கம் உண்டு. பிரசன்னமாக இல்லாத பேர் வழியை, அவன், இவன் என்று ஏகவசனத்தில், மரியாதை யில்லாமல் சொல்லுவது, இந்தக் கூட்டத்தாருக்கு ஒரு கெட்ட பழக்கம். இந்தப் பழக்கத்துக்குப் பலியானவர் வக்கீல். அவ்வளவு தான்.

வக்கீல் ரொம்பவும் மன வேதனை அடைந்தார். மனப்பூர்வமாக மன்னிப்புக் கேட்டுக்கொண்டார். அப்பொழுது பாரதியாரைப் பார்க்கவேண்டுமே! அவர் முகத்தில்

ஈயாடவில்லை. மனதில் ரொம்பவும் சிரமப்பட்டுப் போனார். 'நீங்கள் செய்தது அறியாப் பிழை என்று தெரிந்துகொண்டதில், எனக்கு ஒருபுறம் வருத்தம்; ஒருபுறம் சந்தோஷம். நீங்கள் வேண்டுமென்றே உதாசீனமாகச் சொல்லிவிட்டீர்களோ என்று எண்ணி, நான் சற்றுக் கடுமையாகப் பேசிவிட்டேன். தயைசெய்து மன்னித்துவிடுங்கள்' என்று பாரதியார் மிகவும் அங்கலாய்த்துக்கொண்டு சொன்னார்.

பாரதியாரைப்பற்றிச் சில இடங்களில் எப்படி எப்படியோ தவறாக அபிப்பிராயங் கொண்டிருக்கிறார்கள் என்று எனக்குத் தெரியும். பாரதியாரின் உண்மையான தன்மை இப்படிப்பட்டது என்பதைச் சந்தேகமில்லாமல் தெரிந்துகொள்ளுவதற்காகவே, மேலே சொன்ன சம்பவங்களை நான் குறிப்பிட்டேன்.

21

ஒரு நாள் காலை எட்டுமணி இருக்கும். அகஸ்மாத்தாய், நான் அரவிந்தர் ஆசிரமத்திலிருந்து பாரதியாரின் வீட்டுக்கு வந்தேன். வீட்டின் கூடத்தில், சிறு கூட்டமொன்று கூடியிருந்தது. நடுவில், ஹோமம் வளர்க்கிறாற்போலப் புகைந்துகொண்டிருந்தது. சிலர் வேதமந்திரம் ஜபித்துக்கொண்டிருந்தார்கள். ஒரு ஆசனத்தில் பாரதியார் வீற்றிருந்தார். இன்னொரு ஆசனத்தில் கனகலிங்கம் என்ற ஹரிஜனப் பையன் உட்கார்ந்துகொண்டிருந்தான். புரொபஸர் சுப்பிரமணிய அய்யர் போன்ற பல பிரமுகர்கள் இருந்தார்கள்.

என்ன நடக்கிறது என்று மெதுவாகப் புரொபஸரைக் கேட்டேன். 'கனகலிங்க'த்துக்குப் பூணூல் போட்டு காயத்ரீ மந்திரம் உபதேசமாகிக் கொண்டிருக்கிறது என்றார். 'உட்கார்ந்திருப்பது ஹரிஜனக் கனகலிங்கம் தானே? அதிலே சந்தேகமில்லையே?' என்று மறுபடியும் அவரைக் கேட்டேன். 'சாக்ஷாத் அவனே தான்! அவனுக்குத்தான் பாரதி காயத்ரீ மந்திரம் உபதேசம் செய்துகொண்டிருக்கிறார்' என்றார் புரொபஸர்.

எனக்கு ஆச்சரியமாக இருந்தது. இந்த நிகழ்ச்சிக்குச் சில மாதங்களுக்கு முன்புதான், என் பூணூலை எடுத்துவிடும்படி பாரதியார் எனக்குச் சொன்னார். அவரோ, வெகு காலத்துக்கு முன்னமே பூணூலை எடுத்துவிட்டார். தமது பூணூலை எடுத்து விட்டு, என்னையும் பூணூலைக் கழற்றி எறியச் சொன்ன பாரதியாருக்கு, திடீரென்று வைதிக வெறி தலைக்கு ஏறிவிட்டதா என்று எண்ணினேன்.

மௌனமாக உட்கார்ந்திருந்தேன். பாரதியார் நான் இருந்த பக்கம் திரும்பிப் பார்க்கவே யில்லை. மந்திரோபதேசமெல்லாம் முடிந்தபிறகு, 'கனகலிங்கம்! நீ இன்றையிலிருந்து பிராமணன்.

எதற்கும் அஞ்சாதே. யாரைக் கண்டும் பயப்படாதே. யார் உனக்குப் பூணூல் போட்டுவைக்கத் துணிந்தது என்று உன்னை யாராவது கேட்டால், பாரதி போட்டுவைத்தான் என்று அதட்டியே பதில் சொல். எது நேர்ந்தாலும் சரி, இந்தப் பூணூலை மட்டும் எடுத்துவிடாதே' என்று பாரதியார் அவனுக்கு வேறு வகையில் உபதேசம் செய்தார்.

இதைக் கேட்டு, யாரேனும் வாய்க்குள்ளாகவே சிரிக்கிறார்களோ என்று பார்த்தேன். பாரதியார் சொன்னதை ஆமோதிப்பதைப்போல, அவர்கள் முகத்தை வைத்துகொண்டிருந்தார்கள். இந்த வைபவத்துக்கு வந்தவர்கள், தாம்பூலம் வாங்கிக்கொண்டு பாரதியாரிடம் விடை பெற்றுக்கொண்டு போய்விட்டார்கள். கனகலிங்கமும் போய்விட்டான். யாரோ ஒருவனைக் கூப்பிட்டு, 'நீ கனகலிங்கத்துடன்கூடப் போய், அவனை அவன் வீட்டில் கொண்டுபோய் விட்டுவிட்டுவா' என்று பாரதியார் சொன்னார்.

எல்லாரும் போனபின், பாரதியார் தாம் போட்டுக் கொண்டிருந்த பூணூலை எடுத்துவிட்டார். 'என்ன ஓய்!' என்று என்னைப் பார்த்துச் சிரித்தார். 'இரண்டு பத்தினிமார்கள், பதினாறாயிரம் கோபிமார்கள்—இவர்களோடு லீலைகள் புரிந்த கண்ணனுக்கு நித்ய பிரம்மசாரி என்ற பெயர் வந்த கதையாக இருக்கிறதே, உங்கள் பிரம்மோபதேசம்!' என்றேன். 'நாடறிந்த பாப்பானுக்குப் பூணூல் எதற்கு? உமக்கும் எனக்கும் வேண்டாம். புதுபாப்பான் கனகலிங்கத்துக்குப் பூணூல் தேவை. எப்பொழுது நான் அவனுக்கு பிரம்மோபதேசம் செய்தேனோ, அப்பொழுது எனக்கும் பூணூல் இருக்கவேண்டும். அது முடிந்துவிட்டது. இனிமேல் எனக்கு என்னத்துக்குப் பூணூல்?' என்று பேச்சை அழகாக முடித்துவிட்டார் பாரதியார்.

இதைப்பற்றி வேறு எதுவும் பேச இடங்கொடுக்காமல், புரொபஸர் சுந்தரராமனோடு கீதை சம்பந்தமாக நடத்திய விவாதத்தில், அன்றைக்கு எழுதிய கட்டுரையை பாரதியார் படித்துக் காண்பித்தார்.

கீதா விவாதம் மிகவும் வேடிக்கையான விவாதம். அப்பொழுது சென்னையிலே 'மெட்ராஸ் ஸ்டாண்டர்ட்' என்ற தினசரி இங்கிலீஷ் பத்திரிகை ஒன்று நடந்துவந்தது. அதற்கு ஸ்ரீ ராமசேஷய்யர் ஆசிரியர். ஸ்ரீ சுந்தரராமனுக்கும் பாரதியாருக்குமிடையே, கீதையைப்பற்றிய விவாதத்தை அவர் எப்படியோ தூண்டிவிட்டார். ஸ்ரீ சுந்தரராமன் சம்பிரதாய முறைப்படி கீதைக்கு வியாக்கியானம் செய்து, விவாதத்தை நடத்திவந்தார். எதிலும் நவீன சம்பிரதாயத்தை நாட்ட வந்த

பாரதியார், தமது மேதை காண்பித்த போக்கில் விவாதத்தை நடத்தினார்.

அரவிந்தர், பாரதியாரின் கக்ஷி வாதத்தை ஆதரித்தார். விவாதம் ரஸாபாசமாகப் போகும் நிலைக்கு ஸ்ரீ சுந்தரராமன் அதைக் கொண்டுவந்து விட்டார். பாரதியார் விவாதத்தை மேற்கொண்டு நடத்தவில்லை. இந்த விவாதம் நடக்கையில், விஷயம் தெரிந்த புதுச்சேரி நண்பர்கள் ஆச்சரியப்பட்டது ஒரு சங்கதியைப் பற்றித்தான்.

'பாரதியாருக்கு இவ்வளவு சம்ஸ்கிருதம் தெரியுமா! பாரதியார் இங்கிலீஷில் இவ்வளவு அழகாகவும் வன்மையோடும் எழுத முடியுமா!' என்று அவர்கள் தலையை அசைத்துக்கொண்டு ஆச்சரியப்பட்டார்கள். உலகம் மதிக்கிற விதமே இப்படித்தான். தங்களுக்குப் பக்கத்தி லிருப்பவர்களிடம் அபூர்வமான சக்தி இருக்கிறது, இருக்க முடியும் என்று பெரும்பான்மையோர் எண்ணுவதே யில்லை. இத்தகைய விபரீதத்துக்கு விமோசனம் என்றைக்கு ஏற்படப் போகிறதோ!

கடுமையான விவாதத்தில் பாரதியாருக்கு எவ்வளவு ஆர்வம்! தமது கக்ஷி ஜெயிக்கவேண்டும் என்பதற்காக அல்ல; எப்படியாவது உண்மை விளக்கம் ஏற்படவேண்டும் என்பதுதான் அவரது ஆவல். இவ்வளவு ஆவல், வேடிக்கை செய்வதிலும் அவருக்கு உண்டு.

புதுச்சேரி, ஈசுவரன் தருமராஜா கோயில் தெருக்கோடியில் (கடற்கரைப் பக்கத்தில்) ஒரு சத்திரம் இருக்கிறது. ஒரு சமயம் அங்கே கதா காலக்ஷேபம் நடைபெற்றது. கதை செய்யும் பாகவதர் ரொம்ப மோசம்; தமது தொழிலில் திறமை போதாதவர். எனவே, கூடியிருந்தவர்களால் கதையை ரசிக்க முடியவில்லை. அங்கே பாரதியாரும் நானும் இருந்தோம். கூட்டத்தில் எல்லாரும் சத்தம் போட்டுப் பேசத் தொடங்கிவிட்டார்கள்.

சத்தத்தை அடக்குவதற்கு, பாகவதருக்கு ஒரே ஒரு வழிதான் தெரியும்போலிருக்கிறது. அடிக்கொருதரம் அவர் 'கோபிகா ஜீவன ஸ்மரணே' என்று சொல்வதும், இதைக் கேட்டதும், கூடியிருந்தவர்கள் (வழக்கமாகச் சொல்லுவதுபோல்) 'கோவிந்தா, கோவிந்தா' என்பதும் ஓயாத சம்பவமாகிவிட்டது. பாகவதருக்குக் கதை மேலே ஓடவில்லை. பாரதியாருக்கு அங்கே இருக்கப் பிடிக்கவில்லை; வெளியே வந்துவிட்டார்.

வந்து சும்மா இருக்கவில்லை. பொன்னு முருகேசம் பிள்ளைக்கு கோவிந்தன் என்று ஒரு வேலைக்காரன் உண்டு.

அவனைக் கூப்பிட்டு, "கோவிந்தா! இன்னொரு தரம் ஜனங்கள் 'கோவிந்தா, கோவிந்தா' என்று கோஷம் செய்து முடிந்ததும், நீ சபைக்குள்ளே போய், 'ஏன் எல்லாருமாகச் சேர்ந்து என்னைக் கூப்பிடுகிறீர்கள்' என்று கேள்" என்று தயார் பண்ணி விட்டுவிட்டார்.

கோவிந்தன் இந்தத் தமாஷாவில் பூரணமாகக் கலந்து கொண்டான்; பாரதியார் சொன்னது மாதிரியே செய்தான். சபையில் இருந்தவர்கள் அத்தனைப் பேரும் (பாகவதரும் அவரது பக்க வாத்தியக்காரர்களும் நீங்கலாக) கொல்லென்று சிரித்தார்கள். பாகவதர் சீக்கிரமாகக் காலக்ஷேபத்தை முடித்து விட்டார். சன்மானமும் அதற்குத் தகுந்தாற்போலத்தான் என்று சொல்லவேண்டுமா?

தமிழர்களின் ஜன சமுதாயத்தைப் புனர் நிர்மாணம் செய்யும் கைங்கர்யத்தில் ஈடுபட்டிருந்த பாரதியாருக்கும், இந்த மாதிரி வேடிக்கை செய்வதற்கு மனமும் பொழுதும் இருந்ததா என்று சிலர் ஆத்திரத்தோடும் பலர் ஆச்சரியத்தோடும் கேட்கலாம். நகைச்சுவை இல்லாதவர்கள்தான் ஆத்திரப்படுவார்கள். பாரதியாரிடம் அபரிமிதமான நகைச்சுவை இருந்தது என்பதில் ஆச்சரியம் எதுவும் இல்லை.

"நகைச்சுவை இல்லாவிடில் நான் எவ்வளவு காலத்துக்கு முன்பேயோ தற்கொலை செய்துகொண்டிருப்பேன்" என்று காந்தி சொன்னது, எல்லாப் பெரியார்களைப்பற்றியும் சொன்ன உண்மையாகும். பெரிய பிரயத்தனங்களைச் செய்து படுதோல்வி அடையுங் காலையில், மனிதன் மனம் உடைந்து போகமாட்டானா? தற்கொலை செய்துகொள்ளலாமா என்றுதான் அவனுக்கு அப்பொழுது தோன்றும். இந்த விபத்திலிருந்து அவனை விலக்கக்கூடியவைகள் இரண்டே இரண்டுதான். ஒன்று கடவுளிடம் பக்தி; இன்னொன்று அபரிமிதமான நகைச்சுவை. பாரதியாருக்கு இரண்டும் நெருக்கடி காலங்களில் துணைகளாக நின்றன.

பாரதியாருக்குச் சீட்டு ஆடுவதிலும் சதுரங்கம் ஆடுவதிலும் ரொம்பப் பிரியம். ஆனால் இவ்விரண்டு ஆட்டங்களிலும் அவருக்குப் பாண்டித்தியம் கிடையாது. சதுரங்கத்தில் வ.வே.சு. அய்யர் திறமை வாய்ந்தவர். அவர் பாரதியாரின் காய்களை நிர்த்தாக்ஷண்யமாய் வெட்டித் தீர்த்துவிடுவார். "அய்யரே! இவ்வளவு கடுமையாகக் கொலைத் தொழில் செய்யாதேயும். உமக்குக் குழந்தை குட்டிகள் பிறக்காது" என்று அழாக் குறையாக பாரதியார் சொல்லுவார். அய்யருக்குக் காய்கள் சதுரங்கக் காய்கள்; பாரதியாருக்கோ காய்கள் குழந்தைகள் மாதிரி.

சீட்டிலே, கர்னாடக ஆட்டமான ஒரு ஆட்டந்தான் பாரதியாருக்குத் தெரியும். 304 (முன்னூற்று நான்கு) என்கிறார்களே, அதுதான். அதுவும் நன்றாக ஆடத் தெரியாது. பாரதியார் என்னைத் தவிர வேறு யாரையும் தமது கக்ஷியில் வைத்துக்கொள்ளப் பிரியப்படுவதில்லை. தமக்கு வந்த சீட்டுக்களில் குலாம் என்ற ஜாக்கி ஒன்றோ இரண்டோ இருந்தால், பாரதியார் குதூகலப்படுவார். கையைத் தூக்கித் தமது கட்சிக்காரனுக்கு ஜாடை காண்பிப்பார். சதுரங்கத்தில் அய்யரிடம் தோற்கும் படுதோல்வியை, எப்படியாவது சீட்டாட்டத்தில் அவருக்குத் திருப்பிக் கொடுத்துவிடவேண்டும் என்று பாரதியார் மிகுதியும் ஆசைப்படுவார்.

கணக்கில் அகப்படாத மேதையைப் படைத்த பாரதியார், இப்படிக் குழந்தை மாதிரி இருக்கிறாரே என்று எனக்குச் சிரிப்பு வரும். அய்யரும் சீனிவாஸாச்சாரியாரும் ஒரு கக்ஷி. பாரதியாரும் நானும் எதிர்க் கக்ஷி. அவர்கள் தோற்றுப் போய்விட்டால், பாரதியார் செய்கிற ஆர்ப்பாட்டத்தைப் பார்க்க வேண்டுமே!

'அய்யரே! இது நெப்போலியன் தலைக்குப்புற வீழ்ந்த வாட்டர்லூ சண்டையாக்கும். இனிமேல், நீர் ஸெண்ட் ஹெலீனாவுக்கு (ஸெண்ட் ஹெலீனா என்பது நெப்போலியனை பிரிட்டிஷார் காவலில் வைத்திருந்த தீவு) போகவேண்டியதுதான்!' என்று சொல்லிக் கொம்மாளம் போடுவார்.

பாரதியாருக்குக் கடலில் நீந்தவேண்டும் என்று ஆசை. ஆனால் நீந்தத் தெரியாது. அய்யரும், நானும், மற்றவர்களும் கடலில் நீந்தினால், பாரதியார் கரையில் நின்றுகொண்டு வேடிக்கை பார்ப்பார். காவேரி ஆற்றில் நீந்தி எனக்குப் பழக்கம் அதிகம். எனவே, கடலில் வெகுதூரம் போய்விடுவேன். அய்யர் பின் தங்கிவிடுவார். நாங்கள் கரைக்கு வந்ததும், 'அய்யரே! என் கக்ஷிக்காரரிடத்தில் உம்ம ஜம்பம் செல்லவில்லையே!' என்று சொல்லிச் சொல்லிக் கைகளைக் கொட்டுவார் பாரதியார்.

'என்ன குழந்தை, பாரதியார்!' என்று அப்பொழுதும் எனக்குச் சிரிப்பு வரும். விளையாட்டுக் குழந்தை மனப்பான்மை கொண்டிருப்பது மேதையின் லக்ஷணமோ, என்னவோ? கணிதத்தில் மகா மேதாவி என்று கொண்டாடப்பட்ட காலஞ் சென்ற பெரியார் ஸ்ரீ ராமானுஜம் அவர்களுடன் நெருங்கிப் பழகும் பாக்கியம் எனக்குக் கிட்டிற்று. மிகச் சாதாரணம் என்று கருதப்படுவதைக்கூட, அவர் கேட்டால், குழந்தையைப்போல முகத்தை வைத்துக்கொண்டு, 'அப்படியா!' என்பார். கிண்டலுக்காக அப்படிச் செய்கிறாரோ என்று முதலில் நான்

சந்தேகப்பட்டேன். கணிதத்தில்தான் அவர் மேதாவி; மற்ற எல்லா விஷயங்களிலும் பச்சைக் குழந்தை மாதிரி என்பதைப் பிறகு தெரிந்துகொண்டு ஆச்சரியப்பட்டேன்.

ராமானுஜத்தைப்போலவே, பாரதியாரும் சில விஷயங்களில் குழந்தையாய் இருந்தார்.

பாரதியாருக்கு ஸயன்ஸில் அபார பிரியம். டெலஸ்கோப் என்ற தூரதிருஷ்டி பூதக்கண்ணாடி மூலமாக வானத்தைப் பார்த்துப் பார்த்து அவர் பரவசமடைந்ததை எழுத்தில் எழுத முடியாது. சந்திரன் பூமிக்குப் பக்கத்தில் இருப்பது மாதிரி தெரிந்ததாம். புள்ளி புள்ளியாகத் தோன்றிய நக்ஷத்திரங்களும் கிரகங்களும் மிகப் பெரியவையாகக் கண்ணில்படவே, அவைகளைக் கண்டு பாரதியார் குதூகலமடைந்தார். தாம் பார்த்ததோடு நில்லாமல், தம்முடைய மனைவி, குழந்தைகளையும் அழைத்துக்கொண்டுபோய், டெலஸ்கோப் மூலமாக ஆகாயத்தைப் பார்க்கச்செய்தார்.

லேசாகப் பைத்தியம் பிடித்த பையன் ஒருவன், பாரதியாரின் கண்ணில் தென்பட்டான். அவனுக்குச் சித்தப் பிரமை. அவன் அதிகமாக உளறுவதில்லை. மௌனமாக இருப்பான். அவனைக் கண்டதும் பாரதியாருக்குப் பரிதாபம். சித்தப் பிரமையை எப்படியாவது போக்கிவிடவேண்டும் என்று சங்கற்பம் செய்து கொண்டார். “பைத்தியம் என்பது மனதைப் பீடித்த கோளாறு தானே? பார்த்துக்கொள்ளலாம்” என்று எங்களுக்கு தைரியம் சொல்லுவார்.

பையனை அனேகமாக எப்பொழுதும் தொட்டுக்கொண்டே இருப்பார். பழ வகைகளைத் தாமே உரித்துத் தமது கையாலேயே அவனுக்குக் கொடுப்பார்; சில சமயங்களில் ஊட்டவும் செய்வார். இரவில், தம்முடன் கூடவே, தம் பக்கத்தில் படுக்கவைத்துக்கொள்ளுவார். கொஞ்சுகிறது மாதிரி, ‘என்ன கண்ணு! என்ன ராஜா!’ என்று அவனை அழைப்பார். அவனுக்கு ராஜோபசாரந்தான். பையனுடைய சித்தப் பிரமையை நீக்க முயலுவது முயல் கொம்பு வேட்டை என்பது எங்களுடைய அழுத்தமான எண்ணம்.

பாரதியார் இல்லாத இடங்களில், இல்லாத காலங்களில், நாங்கள் ஒருவரை ஒருவர், ‘என்ன கண்ணு! சாப்பிடடி அம்மா! தங்கமோன்னோ! தாமரமோன்னோ! அட குப்பைத் தொட்டியே! சோற்றை முழுங்கேன்!’ என்று பேசி, நையாண்டி பண்ணிக் கொண்டிருப்போம். சித்தப் பிரமை சிகிச்சை, சுமார் ஒரு மாதத்துக்கு மேல் மிகவும் கிரமமாக நடந்துவந்தது.

கடைசியில், நையாண்டி பண்ணிக்கொண்டிருந்த எங்களை பாரதியார் அடிமுட்டாள்களாக ஆக்கிவிட்டார். பையனுடைய சித்தப் பிரமை சிறிது சிறிதாகத் தெளிந்துபோய், அவன் நல்லபடியாகப் பேசவும் நடக்கவும் ஆரம்பித்துவிட்டான். பாரதியார் ஆனந்தம் அடைந்தார். ஆனால், வெற்றி பெற்றுவிட்டோம் என்ற அகம்பாவக் குறி எதையும் அவரது முகத்திலும் நடையிலும் நாங்கள் காணவில்லை. இந்த நாட்களில், ஈசுவரப் பிரார்த்தனைதான் மிகவும் வலுவாக இருந்தது.

பையனுடைய பெற்றோர்கள் ஆனந்தக் கண்ணீர் சொரிந்தார்கள். சாஷ்டாங்க நமஸ்காரம் செய்து, பாரதியாரை வாழ்த்தினார்கள். அசடு தட்டின முகங்களை வைத்துக்கொண்டு, நாங்கள் ஒருவரையொருவர் பார்த்துக்கொண்டோம்.

எட்டையபுரம் ராஜா பழக்கி வைத்த தாதுபுஷ்டி லேகியத்தை (அபினை) வெகுகாலம் பாரதியார் மறந்திருந்தார். புதுச்சேரிக்குப் போய், மூன்று நான்கு வருஷங்கள் வரையில், அதாவது 1911ஆம் வருஷம் வரையில் அபினைப் பற்றிய சிந்தனையே அவருக்கு இருந்ததில்லை. ஆனால், முழு ஜாதிக்காயை வாயில் போட்டு அடக்கிக் கொண்டு அதை ஊறவைத்துச் சுவைத்துக் கொண்டிருப்பார்.

புரொபஸர் சுப்பிரமணிய அய்யருக்கு ஒன்றுவிட்ட தங்கை, புதுச்சேரிக்கடுத்த வில்லியனூரில் வாசம் செய்துவந்தார். அந்த அம்மாள் விதவை. பாரதியாரின் பாடல்களை, அவர் பாடக் கேட்பதில், அந்த அம்மாளுக்கு ரொம்ப ஆசை. ஏகதேசம் ஆறு மாதத்துக்கு ஒரு தடவை, பாரதியார் புஷ் வண்டியில் வில்லியனூருக்குப் போவார். ஒரு தடவை என்னை அழைத்துக்கொண்டு போனார்.

ஸ்நானம் செய்வதற்குமுன், முழு ஜாதிக்காய் ஒன்றை – அது நல்ல பருமனாகவே இருந்தது – என்னிடம் கொடுத்து, அதைச் சுவைத்துச் சாப்பிடச் சொன்னார். பாதி ஜாதிக்காயைக் கடித்துத்தின்றிருப்பேன். எங்கேயோ, ஆகாயத்தில் பறப்பது மாதிரி தோன்றிற்று. கால்கள் நிதானம் தவறிவிட்டன. எனக்கு ஒன்று கொடுத்துவிட்டு, பாரதியார் இரண்டைத் தமது வாயில் போட்டு அடக்கிக்கொண்டார். அந்தப் பாழாய்ப்போன ஜாதிக்காய்கள் அவரை ஒன்றும் செய்யவில்லை.

தமது பாடல்களைத் தமிழர்கள் ஏராளமாக ரசிக்க முன்வர வில்லையே என்ற வருத்தத்தாலோ அல்லது புதுச்சேரியில் தமக்குச் சரியான தோழமை இல்லை என்ற எண்ணத்தாலோ பாரதியார் மீண்டும் அபின் பழக்கத்தைப் பிடித்துக்கொண்டார்.

அவர் அபின் சாப்பிடுவது எனக்குத் தெரியவே தெரியாது. 'ஹோமத்துக்குச் சாமக்கிரியை வாங்கிக்கொண்டு வா' என்று ஒரு நாள் அவர் பாஷையில் ஒரு பக்தனிடம் சொன்னார். அந்த பக்தனிடமிருந்துதான் விஷயத்தைத் தெரிந்துகொண்டேன்.

'நீங்கள் இந்தப் பழக்கத்தை வைத்துக்கொள்ளக்கூடாது' என்று பாரதியாரிடம் சொல்ல, எங்களில் ஒருவருக்கும் துணிச்சல் வரவில்லை. அபின் பழக்கம் நாளாவர்த்தியில் அவருடைய உடம்பை ரொம்பவும் கெடுத்துவிட்டது.

22

புதுச்சேரியில் பாரதியார் நடத்திவந்த அல்லது பாரதியாருக்காகவே நடந்துவந்த பத்திரிகைகள் நடக்க முடியாத நிலைமையை, பிரெஞ்சு சர்க்கார் ஏற்படுத்திவிட்டார்கள். சைகோன் சின்னையாவுக்கு நல்ல அச்சுக்கூடம் ஒன்று இருந்தது. சின்னையாவுக்கு பாரதியாரிடம் ரொம்பப் பிரியமும் பக்தியும். புதுச்சேரி பிரெஞ்சு சர்க்கார் காண்பித்த மனோபாவத்தாலும் எடுத்துக் கொண்ட நடவடிக்கையினாலும் சின்னையாகூட பயந்துபோனார். எனவே பாரதியாரின் நூலையோ பத்திரிகையையோ சின்னையாவின் அச்சுக்கூடத்தில் அச்சடிக்க வழியில்லாமல் போய்விட்டது.

பத்திரிகைப் பிரசுரம் பாரதியாருக்கு மூச்சுக்காற்று போன்றது. அந்தப் பிராணவாயு இல்லாமல் அடித்துவிட்டால், பாரதியார் என்ன செய்வார்? சென்னையில் பிரசுரம் செய்யவும் வசதி இல்லை. இந்த மாதிரி மனம் வாடிக்கொண்டிருக்கிற சமயத்திலே, காலஞ்சென்ற ஏ. ரங்கசாமி அய்யங்கார் சுதேசமித்திரன் பத்திரிகையை வாங்கி நடத்தத் தொடங்கினார். சுதேசமித்திரன் பத்திரிகைக்கு அரசியல் கலப்பில்லாத கட்டுரைகளையும் பாடல்களையும் தந்து உதவும்படி, அய்யங்கார் பாரதியாரை வேண்டிக் கொண்டார்.

கட்டுரைக்கோ பாடலுக்கோ இவ்வளவு பணம் என்று நிர்ணயம் கிடையாது. மாதம் முப்பது ரூபாய் மொத்தமாகக் கொடுத்துவிடுவதாக அய்யங்கார் தெரிவித்தார். மாதம் முழுதும் பாரதியார் எதுவும் எழுதாவிட்டாலும், இந்த முப்பது ரூபாய் புதுச்சேரி யில் அவரது கதவைத் தட்டிக்கொண்டு வந்து சேரும் என்றும் சொல்லி அனுப்பினார்.

பாரதியாருக்குச் சன்மானத்தைப் பற்றியே கவலை இல்லை. பிரசுரத்துக்கு ஒரு சாதனம்

கிடைத்ததே என்று குதூகலமடைந்தார். ரங்கசாமி அய்யங்கார் பாரதியாருக்கு முப்பது ரூபாய்தானா கொடுத்தார் என்று யாரும் அசட்டுத்தனமாகக் கேட்கவேண்டாம். அய்யங்கார் *சுதேசமித்திர*னை வாங்கி நடத்துகையில், அது நஷ்டத்தில்தான் நடந்துவந்தது. மேலும், அப்பொழுது முப்பது ரூபாய் என்பது இப்பொழுது நூறு ரூபாய்க்குச் சமானம். ஜீவாதாரமாக மாதம் முப்பது ரூபாய் பாரதியாருக்குக் கொடுத்துவந்து, அவரது பாடல்களைப் பிரசுரம் செய்த ரங்கசாமி அய்யங்காரைத் தமிழர்கள் எக்காலத்திலும் மறக்கலாகாது. அவரையும் அவரது ஜீவநாடியைப்போல் விளங்கி வந்த ஸி.ஆர். ஸ்ரீநிவாசனையும் தமிழ்நாடு முழுமனதுடன் பாராட்டி வாழ்த்தவேண்டியதுதான் நேர்மையான கடமையாகும்.

மாதந் தவறாமல் வந்துகொண்டிருந்த முப்பது ரூபாய், குடும்பத்துக்குத் தேவையான மூலப்பொருள்களின் பஞ்சத்தை ஓட்டிவிட்டது. வேதாரண்யத்தில், பிள்ளையார் கோயிலில், தாயுமான ஸ்வாமிகள் பாடிய பாடல்கள் அவரது பக்தராக விளங்கிய அருளையர் (வீரசைவர்) இல்லாவிடின் வெளிவந்திருக்க முடியுமா? அந்தப் பாடல்களைப் படிக்கும் பாக்கியமே தமிழ்நாட்டுக்கு ஏற்பட்டிருக்காது. அருளையரைப்போல, *சுதேசமித்திரன்* பாரதியாருக்குத் தொண்டு புரிந்தது என்று சொல்லுவது மிகையாகாது.

தம்முடைய பாடல்களை, ஆண் பெண் அடங்கலும் தமிழ்நாட்டில் பாடவேண்டும் என்பது பாரதியாரின்ஆசை. ராகம், தாளம் எல்லாம் தெளிவாக இருக்கவேண்டும் என்று புரொபஸர் சுப்பிரமணிய அய்யரின் தம்பி சாமிநாதனுடைய உதவியைக்கொண்டு அதை அழகாகச் சீர்ப்படுத்திவிட்டார். பாரதியார் ஒரு பாடலை ஒரு ராகத்தில் பாடியிருப்பார். ஆனால் இந்த ராகத்தில் இன்ன தாளத்தில் அதைப் பாடினால், எழுச்சியுடன் எடுப்பாகவும் இருக்கும் என்று 'தம்பி' சொன்னால் அதைத் தட்டவே மாட்டார். ஆப்தர்கள் நிபுணர்களா யிருந்தால் அவர்களுடைய யோசனையை பாரதியார் நிராகரிக்கவேமாட்டார்; அட்டியில்லாமல் அதை அப்படியே ஏற்றுக்கொள்ளுவார்.

முதல்தரமான சங்கீத வித்வானைப்போலப் பாடவேண்டும் என்று பாரதியார் முறையாக சுரம் பாடுவதில் சிக்ஷை சொல்லிக் கொண்டார். நினைத்தபொழுதெல்லாம் அகார சாதகம் செய்வார். பக்கத்தில் யார் இருக்கிறார், இல்லை என்பதைப்பற்றிக் கவலையே இல்லாமல் பாடத் தொடங்கிவிடுவார். ராத்திரியில், வெகுநேரம் வரையில் பாடிக்கொண்டிருப்பார். அக்கம்பக்கத்துக்காரர்கள்,

பாட்டு நிற்கப்படாதே என்று மனதுக்குள் வேண்டிக்கொண்டே பாரதியாரின் சங்கீதத்தை அனுபவித்துக்கொண்டிருப்பார்கள்.

'மகா வைத்தியநாதய்யர், புஷ்பவனம் இவர்களுடைய சாரீரங்களைக் காட்டிலும் நயமாகவும் எடுப்பாகவும் பாரதியாரின் சாரீரம் இருக்கிறது' என்று விஷயம் அறிந்தவர்கள் சொல்லக் கேட்டிருக்கிறேன். பியாக், சகானா முதலிய துக்கடா ராகங்கள் பாரதியாருக்குப் பிடித்த ராகங்கள்.

ஈசுவரன் தர்மராஜா கோயில் வீதியில், புரொபஸர் சுப்பிரமணிய அய்யர் வீட்டுத் திண்ணையிலும் அதை ஒட்டி யிருக்கும் தாழ்வாரத்திலும், பாரதியார், இரவு வெகுநேரம் வரையில் நண்பர்களோடு அளவளாவிக்கொண்டிருப்பார். எலிக்குஞ்சு செட்டியார் போன்றவர்கள், பாரதியார் எழுதிய கட்டுரைகளில் பிரகாசிக்கின்றார்களே, அவர்கள் எல்லாரும் உண்மையான பேர்வழிகள்தான். அனைவரும் உயிரோடு இருக்கிறார்கள்.

சபை கூடிவிட்டால், சபாநாயகரும் பிரசங்கியாரும் பாரதியார்தான். புரொபஸர் சுப்பிரமணிய அய்யர் மட்டும் இடையிடையே ஏதேனும் சொல்லுவார். பொருத்தமாக ஒன்றைச் சொல்லி, மேன்மேலும் பேச பாரதியாரைத் தூண்டுவார். மற்றவர்கள் யாவரும் பாரதியார் பொழிவதைக் கேட்டு அனுபவித்துக்கொண்டிருப்பார்கள். பிரெஞ்சு பாஷை யில் பாரதியாருக்குச் சந்தேகம் வந்தால், சுப்பிரமணிய அய்யரையும் பொன்னு முருகேசம் பிள்ளையையும் கேட்டுத் தெரிந்துகொள்ளுவார்.

அரவிந்தர் புதுச்சேரிக்கு வந்த புதிதில், அவர் வீட்டிலே 'சுதேசி'கள் கூடிப் பேசுவார்கள். இந்தச் சம்பாஷணைகள் தெவிட்டாத அமுதமாகும்.

ராஜாஜி சமீபத்தில் எழுதியிருக்கும் 'அச்சமில்லை' என்ற சிறு புத்தகத்தில், பாரதியார் தேசபக்தராக வாழ்க்கையைத் துவக்கி, கவியாக மலர்ந்து, இறுதியில் பக்குவமான வேதாந்தியாகப் பழுத்திருக்கிறார் என்பதுபோலக் குறிப்பிட்டிருக்கிறார். இந்த மாறுதல், இந்த நாட்டின் பண்பாட்டைத் தழுவியதேயாகும் என்று முத்திரையும் வைத்திருக்கிறார்.

லோகமான்ய திலகர் ஒன்று சொல்லுவதுண்டு. தேசபக்தன் ஒருவன் தீவிரவாதியாகவோ புரட்சிக்காரனாகவோ தனது வாழ்க்கையைத் துவக்கி, தான் எடுத்துக்கொண்ட முயற்சிகளில் வெற்றியைக் காணாமல் போனால், அவன் மிதவாதியாகிவிடுகிறான்; அல்லது ராமகிருஷ்ண மிஷனில்

சேர்ந்து, வெள்ளக் கஷ்ட நிவாரண வேலையிலும் பஞ்ச நிவர்த்தி வேலையிலும் ஈடுபடுகிறான் என்று திலகர் மனக்கிலேசத்தோடு சொல்லுவதுண்டு.

ராஜாஜி பாரதியாரைப்பற்றிக் குறிப்பிட்டிருப்பது (நல்ல எண்ணத்தோடு என்பதை ஒப்புக்கொள்ளுகிறேன்) லோகமான்யர் சொன்னதை ருசுப்படுத்துகிறது. இந்த மாறுதல் பாரதியாருக்குப் பிடித்ததுமல்ல. இந்தியாவின் விடுதலைக்காக அரும்பாடுபட்டுவருகிறார் அரவிந்தர் என்று அவரிடத்தில் பாரதியாருக்கு அளவு கடந்த பிரேமை. ஆனால், அரவிந்தர் அரசியல் போராட்டத்தை விட்டு விலகிக்கொண்டு போவதாகத் தெரிந்ததும், பாரதியார் கொஞ்சங் கொஞ்சமாக அவரை அணுகுவதையே நிறுத்திக் கொண்டார்.

பாரதியார் ஆத்ம விசாரம் செய்யும் கழைக் கூத்தாடியல்லர். அவர் சாகாவரம் கேட்டால், அது இந்த மண்ணில் கீர்த்தியோடு வாழவேண்டும் என்பதற்காகத்தான். விரைவில் பரலோக யாத்திரை சித்திக்கவேண்டும் என்று ஜபம் செய்துகொண்டிருக்கும் சோம்பேறிகளின் கூட்டத்தைக் கண்டால், பாரதியார் சீறி விழுவார். தனி ஒருவனுக்கு உணவிலையெனில் ஜகம் இருப்பது எதற்காக என்று கேட்ட பாட்டை, பாரதியாரின் வாழ்க்கையில் கடைசிப் பாட்டாக வைத்துக்கொள்ளவேண்டும்.

இந்தப் பாட்டிலே, அசட்டு வேதாந்தம் எதுவுமில்லை. 'எல்லாரும் இந்நாட்டு மன்னர்' என்று பிரகடனம் செய்யும் பாரதியார், தோல் ஆண்டி அல்லர். வையத் தலைமையை வேண்டிநின்ற பாரதியாரை, ராஜாஜி அர்த்தமில்லாமல், வேதாந்த வீணர்களின் கோஷ்டியில் சேர்ப்பது வருந்தத்தக்கது.

பாரதியார் கடைந்தெடுத்த தேசபக்தர். அவருக்குக் கலைகளில் அபரிமிதமான நம்பிக்கை. "கவிப்பெருக்கும் கலைப்பெருக்கும் மேவுமாயின், பள்ளத்தில் விழுந்திருக்கும் குருடரெலாம் விழி பெற்றுப் பதவி கொள்வார்" என்று கணீரென்று பாடியிருக்கும் பாட்டில் அசட்டு வேதாந்தம் ஏதேனும் தொனிக்கிறதா?

வேதாந்தத்தின் அடிப்படைக் கொள்கையான மாயையைக் கண்டால், பாரதியார் சீறிவிழுவார். "தங்கச் சிலைபோலே நிற்கிறாள் மனைவி. நமது துயரத்துக்கெல்லாம் கண்ணீர்விட்டுக் கரைந்தாள்; நமது மகிழ்ச்சியின்போதெல்லாம் உடல் பூரித்தாள்; நமது குழந்தைகளை வளர்த்தாள். அவள் பொய்யா? குழந்தை களும் பொய்தானா? பெற்றவரிடம் கேட்கிறேன்: குழந்தைகள் பொய்யா?" என்று பாரதியார் ஆத்திரத்தோடு கேட்கிறார்.

எனவே பாரதியாரை வேதாந்தி என்று அழைப்பது பெரும் பிழையாகும்.

மேலும், இந்த நாட்டில், ஒருவர் இறுதியில் வேதாந்தியாகப் பழுப்பது இந்நாட்டுப் பண்புக்கு ஒவ்வினது என்று சிலர் சொல்லுகிறார்களே, அதனால் எத்தனையோ விபரீதங்கள் விளைந்துவிட்டன. தான் எடுத்த காரியத்தில் வெற்றி பெறாமல் போய், தோல்வியையே அடுத்தடுத்து அனுபவிக்க நேர்ந்தால், அப்பொழுது, ஒவ்வொருவனும் தோல்வி மனப்பான்மை என்ற பேய்க்கு ஆளாகின்றான். அந்தப் பேயின் மூலமாகத்தான் அவன் வேதாந்தியாகப் பழுக்கிறான் போலும்!

ஒன்று அகப்படாததால் ஏற்படும் வியாதிக்கு ஒழிவு என்று பெயர் கொடுக்க முடியாது. அது, 'சீ சீ! இந்தப் பழம் புளிக்கும்' என்று கிடைக்காத பழத்தைப்பற்றி நரி விரக்தியோடு பேசின கதையைப் போன்றதுதான். ஒன்றைப் பூரணமாக அனுபவிப்பதன் மூலமாக ஏற்படும் ஒழிவுதான் உண்மையான ஒழிவு.

நமது நாட்டில் தரித்திரந்தான், அதாவது எளிமையான வாழ்க்கையும் விரக்தியுந்தான் நமது நாகரிகத்தின் அடிப்படை என்றும் அப்பேர்ப்பட்ட நாகரிகத்துக்கு உலகத்திலேயே ஈடு எதுவும் இருக்க முடியாது என்றும் மேடைப் பிரசங்கிகள் சொல்லுவது தவறு. வெள்ளைக்காரர்கள் செல்வ நாகரிகத்தையும் சுகபோகக் கருவிகளையும் இந்த நாட்டுக்குக் கொண்டுவந்ததும் நமது பண்டைய எளிமை வாழ்க்கையும் விரக்தியும் எங்கேயோ பறந்து போய்விட்டன.

எனவே, விரக்தி வழியை இந்நாட்டு மக்கள் மனப்பூர்வ மாக ஏற்றுக்கொள்ளவில்லை என்பதும் அது அவர்கள்மீது கட்டாயமாகச் சுமத்தப்பட்டபடியால், திக்கற்ற நிலைமையில், அதை அவர்கள் தலைமுறை தலைமுறையாகத் தூக்கித் திரியவேண்டிய நிர்ப்பந்தம் ஏற்பட்டதென்பதும் தக்க சமயம் வந்தவுடன் விரக்தி வழியை உதறித் தள்ளிவிட நம்மவர்கள் தயாராயிருந்தார்கள் என்பதும் இப்பொழுது வெட்டவெளி யாகிவிடவில்லையா?

எல்லாம் மாயை என்ற தத்துவத்தின் மூலமாக, இந்நாட்டு மக்கள் மதி மயக்கங்கொண்டு, பல நூற்றாண்டுகளாக இகலோகப் பிரவிருத்திகளுக்கும் பரலோக விரக்திக்கும் ராஜி செய்துகொண்டு வாழ எத்தனித்து, அது முடியாமல் போய், மனந்தடுமாறி, செய்யும் காரியம் இதுதான் என்று தெரிந்துகொள்ள வகையறியாமல், பாரதீனப்பட்டுப்போய், சுதந்தரத்தை இழந்து வாழ்கிறார்கள். இது சரித்திரம்.

எனவே, தோல்வி மனப்பான்மையின் மூலமாக யாரும் வேதாந்தியாகப் பழுக்கவேண்டாம் என்று ஹிந்துக்களின் பல நூற்றாண்டு அடிமை வாழ்வு அவர்களை எச்சரிக்கை செய்கிறது. விதுரன் திருதராஷ்டிரனைப்பற்றிச் சொன்னதைப்போல, 'அண்ணே! கேட்கும் காதையும் இழந்துவிட்டால்—!'

பாரதியார் ஆஷாடபூதி வேதாந்தியே அல்லர். அவர் மகாகவி; இணையற்ற கலைஞன்; உலகத்தை ஆண்டு அனுபவிக்க வந்த உத்தமன். எனவே, ராஜாஜி போன்றவர்கள் செப்பிடு வித்தை செய்து, பாரதியாரை வேதாந்தச் சிமிழிலே போட்டு அடைக்க வேண்டாம்.

23

பாரதியார் புதுச்சேரி வாழ்வில் (அரசியல் கிளர்ச்சியில் தவிர) பூரணமாகக் கலந்துகொண்டு பத்து வருஷம் அங்கே வாழ்ந்து வந்தார். யார் வீடு என்று பார்ப்பதில்லை; என்ன ஜாதி என்று விசாரிப்பதில்லை. கலியாணத்துக்கோ வேறு எந்த விசேஷத்துக்கோ அவரைக் கூப்பிட்டால் உடனே போய்விடுவார். சமூகப் பிரச்சனைகளைப்பற்றி புதுச்சேரியில் பல இடங்களில் பிரசங்கங்கள் செய்திருக்கிறார். பத்து வருஷ காலத்துக்குள், புதுச்சேரிவாசிகளின் பூரண அபிமானத்தையும் பாரதியார் பெற்றார் என்று தாராளமாகச் சொல்லலாம்.

புஷ்வண்டிக்காரர்களுக்கு பாரதியாரைக் கண்டால் கொண்டாட்டம். அவர்கள் கேட்டதை பாரதியார் உடனே கொடுத்துவிடுவார். சென்னை யிலிருந்து துரைசாமி அய்யரோ வேறு ஊர்களி லிருந்து அன்பர்களோ அழகான அங்கவஸ்திரம் பாரதியாருக்கு என்று அனுப்பியிருக்கலாம். ஆனால், புஷ் வண்டிக்காரன் அதைக் கண்ணால் வெறித்துப் பார்த்துவிட்டால், அது அந்த நிமிஷம் முதல் அவனுடையதுதான்; பாரதியாருடையது அல்ல.

'அவனுக்கு சரிகை வேஷ்டி போட்டுக்கொள்ள ஆசை' அவன் கையில் பணம் ஏது? அவனுக்கு யார் வாங்கிக் கொடுப்பார்கள்?' என்பது தான் பாரதியார் சொல்லும் சமாதானம்.

புதுச்சேரி வாழ்க்கையில் பாரதியாருக்கு உதவி செய்தவர்களில், முக்கியமாகக் குவளைக் கண்ணனையும் சுந்தரேச அய்யரையும் குறிப்பிட வேண்டும். குவளைக் கண்ணன் எஜமான விசுவாசமுள்ள வேட்டை நாயைப் போன்றவர். பாரதியாருக்கு, சரீரத்தால் அவர் எல்லையில்லாமல்

உழைத்தார். பாரதியாரைப்பற்றி யாரும் இளப்பமாக, அவர் காது கேட்கும்படிப் பேசமுடியாது. கன்னத்தில் அறை கண்டிப்பாய் விழுந்துவிடும்.

சுந்தரேசய்யர், மணிலாக்கொட்டை வியாபாரம் செய்துவந்த குப்புசாமி அய்யர் என்பவரிடம் குமாஸ்தா வேலை பார்த்துவந்தார். நெருக்கடி காலங்களிலெல்லாம், சுந்தரேசய்யர் தான் பாரதியாருக்கு வாய் பேசாமல் பண உதவி செய்துவந்தார். சுந்தரேசய்யர் தம் மனைவியின் நகைகளை அடமானம் வைத்தும் விற்றும் பாரதியாருக்குப் பணங் கொடுத்து உதவியது எனக்குத் தெரியும். பாரதியாரிடம் சுந்தரேச அய்யருக்கு அவ்வளவு பக்தி.

வெல்லச்சு செட்டியார் என்று பாரதியார் செல்லமாய் அழைக்கும் முத்தியாலுப்பேட்டை கிருஷ்ணசாமி செட்டியார் பாரதியாரின் பக்தனாயும் தோழனாயும் இருந்தார் என்பதையும் இவர் வெறுங்கையோடு பாரதியாரைப் பார்க்க வரமாட்டார் என்பதையும் முன்னமே கூறியிருக்கிறேன். வருகின்ற சமயங்களி லெல்லாம் இவர் பத்து ரூபாய்க்குக் குறையாமல் கொடுத்துவிட்டுப் போவார். அடிக்கடி வருவார்; மாதத்துக்கு இரண்டு மூன்று தடவைகள் கூட வருவார்.

பொன்னு முருகேசம் பிள்ளையின் குடும்பத்தாரைப் பற்றிச் சொல்லத் தேவையில்லை. பாரதியாரைத் தங்கள் குடும்பத்தைச் சேர்ந்தவர் என்றே அவர்கள் எண்ணிவந்தார்கள். வேலைக்காரி அம்மாக்கண்ணு பாரதியாரிடம் காண்பித்த பக்தியையும் பிரியத்தையும் வர்ணிக்க என்னால் முடியாது. அம்மாக்கண்ணு தனிப்பிறவி. அவள் அஞ்சாநெஞ்சு படைத்தவள்.

1914ஆம் வருஷத்தில் தொடங்கிய மகா யுத்தத்தின் மூலமாக இந்தியாவுக்குப் பல நன்மைகள் ஏற்படலாம் என்று பாரதியார் நம்பியிருந்தார். 1918ஆம் வருஷத்தில், தாம் காணுவது வீண் கனவு என்று தெரிந்துகொண்டார். பிறகு, புதுச்சேரி வாழ்க்கை அவருக்குப் பிடிக்கவில்லை. பிரிடடிஷ் இந்தியாவுக்குத் திரும்பி வந்துவிட வேண்டும் என்று தீர்மானங் கொண்டார். ஏ. ரங்கசாமி அய்யங்காருக்கு எழுதிக் கேட்டார். வெளியே வருவதற்குத் தக்க காலம் அதுதான் என்றுஅவர் பாரதியாருக்கு யோசனை சொன்னார்.

பாரதியார் புதுச்சேரியை விட்டுப் புறப்பட்டு, பிரெஞ்சு சர்க்கார் எல்லையைத் தாண்டியதும், அவரை பிரிட்டிஷ் இந்தியப் போலீசார் கைது செய்து, கடலூர் சப் ஜெயிலில் கொண்டுபோய் வைத்தார்கள்.

பாரதியாரைக் கைது செய்த செய்தி தெரிந்ததும், ஏ. ரங்கசாமி அய்யங்கார் மாகாண போலீஸ் இன்ஸ்பெக்டர் ஜெனரலிடம் சென்று, அவரைப் பேட்டி கண்டு, பாரதியாரைப்பற்றி உண்மையான விவரங்களைச் சொன்னார். தீவிர அரசியலில் கலப்பதில்லை என்று பாரதியார் வாக்குக் கொடுக்கவேண்டும் என்று அந்தப் போலீஸ் அதிகாரி சொன்னார். பாரதியாரை இவ்வாறு செய்யும்படியாகக் கேட்பது அவரது உத்தமமான குணத்துக்கு இழுக்காகும் என்று அய்யங்கார் வாதாடினார். மேலும், பாரதியாரின் உடம்பு மிகவும் சீர்குலைந்து போயிருந்தது. அதையும் எடுத்துச் சொன்னார்.

வாக்குறுதி கொடுத்தது போலும் இல்லாமல், கொடுக்காமல் இருந்தது போலும் இல்லாமல், ஒரு சூத்திரத்தைத் தமது ராஜதந்திர மூளையால் அய்யங்கார் தயார்பண்ணி, போலீஸ் அதிகாரியின் மனதுக்கு நிம்மதியை உண்டாக்கி, பாரதியாரை விடுதலை செய்யும்படியான ஏற்பாட்டைச் செய்தார். “தங்களுக்குச் சுதேசமித்திரனில் எப்பொழுதும் தங்குமிடம் உண்டு” என்று ரங்கசாமி அய்யங்கார் பாரதியாரிடம் நேரில் தெரிவித்துக்கொண்டார்.

பாரதியார் சிறிது காலம், திருநெல்வேலி ஜில்லா, கடயத்தில் வாசம் செய்தார். பின்னர் சென்னைக்குத் திரும்பிவந்தார். “எழுதினாலும் எழுதாவிட்டாலும் சுதேசமித்திரனில் தங்களுக்கு உத்தியோகம்” என்று ரங்கசாமி அய்யங்கார் மீண்டும் தெரிவித்துக் கொண்டார். சென்னையில், திருவல்லிக்கேணியில், பார்த்தசாரதி சுவாமி கோயிலுக்குப் பக்கத்துவீதியில் பாரதியார் குடியிருந்தார். கோயில் யானையோடு அவர் சகோதரத்துவம் கொள்ளப் பார்த்த கதை விசித்திரமானது.

பார்த்தசாரதி சுவாமி கோயிலுக்குப் போகும்பொழுதெல்லாம், பாரதியார் கையில் தேங்காய், பழம் கொண்டு போவார். இவைகள் சுவாமிக்காக அல்ல; வெளியே கட்டியிருக்கும் யானைக்காக. யானையைத் தமது சகோதரனாக பாவித்த பாரதியார், அதற்குத் தேங்காய் பழம் முதலியவைகளைக் கொடுத்து, நல்லுறவு ஸ்தாபித்துக்கொள்ள முயன்றார். பழக்கம் அதிகமாக அதிகமாக, அதன் கிட்டே போய், இவைகளைக் கொடுக்கவும் செய்வார். சில சமயங்களில் துதிக்கையைத் தடவியுங் கொடுப்பார்.

சகோதரத்துவம் முதிர்ந்து வருகிறது என்பது பாரதியாரின் எண்ணம். இவ்வாறு நடந்துகொண்டிருக்கையில், ஒரு நாள் வழக்கம்போல, ‘சகோதரா!’ என்று பழங்களை நீட்டினார். யானையோ, வெறிகொண்டு பழங்களோடு பாரதியாரையும்

சேர்த்துப் பிடித்து இழுத்துத் தான் இருக்கும் கோட்டத்துக்குள் கொண்டுபோய் விட்டது. பாரதியாரை யானை காலால் மிதித்துவிடுமோ என்று பக்கத்திலிருந்தவர்கள் கதிகலங்கிப் போனார்கள். பாரதியார் கோட்டத்துக்குள் படுகிடையாகக் கிடந்தார்.

பாரதியாருக்கு நேர்ந்த விபத்தை எப்படியோ, எங்கிருந்தோ கேள்விப்பட்ட குவளைக் கண்ணன், பறந்து வந்ததுபோல ஓடிவந்து, யானை இருந்த இருப்புக் கிராதிக் கோட்டத்துக்குள் பாய்ந்து, பாரதியாரை எடுத்து நிமிர்த்தி, கிராதிக்கு வெளியே நின்றவர்களிடம் தூக்கிக் கொடுத்தார். சபாஷ் குவளைக் கண்ணா! இவ்வாறு யார் செய்ய முடியும்? பாரதியாரிடம் உயிராக இருந்த குவளைக் கண்ணனால்தான் முடியும்! யானைக்கு மதம் பிடித்திருந்த சமயம். ஆனால், அதைப்பற்றிக் குவளைக் கண்ணனுக்கு என்ன கவலை?

பாரதியார் பிழைத்தார். குவளைக்கண்ணனும் கோட்டத்தி லிருந்து வெளியே வந்தார். பயம் அறியாத, உயிரைத் துரும்பாக மதித்த வீரனைப் படம்பிடிக்கவேண்டுமானால், அப்பொழுது காட்சி அளித்த குவளைக்கண்ணனைப் படம்பிடித்திருக்க வேண்டும்.

'காக்கை குருவி எங்கள் ஜாதி, நீள் கடலும் மலையும் எங்கள் கூட்டம்' என்று பாடிய பாரதியார், யானையோடு சகோதரத்துவம் கொண்டாடிய இந்தச் சம்பவத்துக்குப் பின்னர் வெகு காலம் உயிரோடிருக்கவில்லை. யானையின் சேஷ்டையால், பாரதியாரின் தேக முழுதும் ஊமைக்காயங்கள். இவைகள் பாரதியாருக்கு மரண வலியைத் தந்தன. அவ்வளவு பொறுக்க முடியாத வலி! காயங்களால் ஏற்பட்ட வலியெல்லாம் தீர்ந்துவிட்டது. ஆனால், இந்தச் சம்பவம் நடந்த மூன்று மாதங்களுக்குள் பாரதியார் இறந்துபோனார்.

கல்தூண்

பிளந்து இறுவதல்லால் பெரும் பாரம் தாங்கின்
தளர்ந்து வளையுமோ தான்.

சகோதரத்துவத்தை ஒரு வகையில் பாராட்டிப் பழகிவந்த தம்பியான யானை இறுதியில் ஏமாற்று வித்தை செய்தது, பாரதியாரின் உள்ளத்தில் பெரும்பாரமாக திடீரென்று விழுந்திருக்கவேண்டும். பெரும்பாரம் தாங்கின், தளர்ந்து வளைந்து கொடுக்கும் சுபாவம் பாரதியாரிடம் கிடையாது. எனவே, பிறர் கண்ணுக்குப்படாதபடி, அவருடைய மனம் உடைந்து

போயிருக்கவேண்டும். அதனால்தான் அவ்வளவு விரைவில் பாரதியார் மறைந்துபோனார். பாரதியார் மறைந்தநாள் 1921ஆம் வருஷம் செப்டம்பர் மீ 11ஆம் தேதி.

உலக மகாகவிகளில் தலைசிறந்து விளங்குபவரும் தமிழ்நாட்டுப் புரக்ஷிக் கவியுமான பாரதியாரின் பூத உடலை அடக்கம் செய்வதற்குப் போதிய பணம் அவரது வீட்டார்களிடம் இல்லையென்றும் சில பக்தர்களின் பண உதவியைக் கொண்டுதான் உடலை அடக்கம் செய்ய முடிந்ததென்றும் பாரதியாரின் பக்தரும் சிறந்த தேசபக்தருமான ஒருவர் என்னிடம் சொன்னார். அவர் சொன்னதை அப்படியே, கூட்டிக் குறைக்காமல், தமிழர்கள் முன் சமர்ப்பிக்கின்றேன். தமிழர்கள் தங்கள் உள்ளங்களை இப்பொழுதாவது சோதித்துப் பார்ப்பார்களாக!

இதை முடிக்குமுன், இரண்டொரு சம்பவங்கள் குறிப்பிடத் தக்கவை. பாரதியார் புதுவையிலிருந்து சென்னைக்கு வந்தபின், திருவல்லிக்கேணி கடற்கரையில் அடிக்கடி கூட்டம் போட்டுப் பேசுவது வழக்கம். பாரதியாரைக் கேட்க, இளைஞர்கள் நூற்றுக்கணக்கில் கூடிவிடுவார்கள். வெகுநேரம் காத்துக் கொண்டிருப்பார்கள்.

'பாரதியாரின் சொற்பொழிவு வெறும் பிரசங்கமா? அது சண்டமாருத மல்லவா?' என்று அவர்களில் பலர் சொல்ல நான் கேட்டிருக்கிறேன்.

இவ்வாறு கூட்டப்பட்ட கூட்டங்களில் ஒன்றில், ஸ்ரீ சத்தியமூர்த்தியும் இன்னொருவரும் (அவர் பெயர் நினைவில் இல்லை) முதலில் பேசிவிட்டார்கள். அது பாரதியாருக்காகவே கூட்டப்பட்ட கூட்டம் என்பதைக்கூடக் கவனிக்காமல், சத்தியமூர்த்தி துடுக்காக, 'நீங்கள் வழக்கமாகக் கேட்கும் பாரதி நாளைக்குப் பேசுவார். இன்றைக்கு இத்துடன் கூட்டம் முடிவுபெற்றது' என்று அறிவித்துவிட்டுப் போய்விட்டார், ஆனால் கூட்டம் கலையவில்லை.

பாரதியார் எழுந்திருந்தார். ஸ்ரீமான் சத்தியமூர்த்திக்கு அழகான சொற்களில், விதரணையாகச் சன்மானம் கொடுத்தார். பிறகு, காட்டாற்று வெள்ளம் கரைபுரண்டு ஓடுவதைப்போல, ஓயாது என்று சொல்லும்படியான கரகோஷங்களுக்கு இடையே, பாரதியார் பிரசங்கமாரி பொழிந்தார். அன்றிரவு கூட்டம் கலையும்பொழுது மணி பதினொன்று இருக்கும்.

அன்றைக்குத்தான், என்றும் உயிரோடு இருக்கக்கூடிய 'பாரத சமுதாயம் வாழ்கவே!' என்ற அற்புதப் பாடலை பாரதியார் பாடினார். கூட்டம் பதினொரு மணி வரையில் கலையாமல் இருந்ததற்கு வேறு காரணமும் வேண்டுமா?

பாரதியாரைப் பின்காலத்தில் புகழ்ந்து கொண்டாடின ஸ்ரீ சத்தியமூர்த்திகூட, அக்காலத்தில் சரியானபடி அவருடைய பெருமையைத் தெரிந்துகொள்ளாமல் போனதுதான் ஆச்சரியம். சத்தியமூர்த்தியாக இல்லாவிடின், சகஜமாக நேரக்கூடிய சம்பவந்தான் என்று இதைப்பற்றிக் கவனம் செலுத்தாமலே விட்டிருக்கலாம். சத்தியமூர்த்தியின் சம்பந்தம் இருந்ததால் இதைப்பற்றிச் சொல்ல நேர்ந்தது. மேலும், 'பாரத சமுதாயம் வாழ்கவே' என்ற அமுதமயமான பாடல் அரங்கேறிய நாளையும் வகையையும் குறிப்பிடவேண்டு மல்லவா? அதற்காகவும் இந்தச் சம்பவத்தைச் சொல்ல நேர்ந்தது.

இன்னொரு சம்பவம் ஏககாலத்தில் மகிழ்ச்சிக்கும் துக்கத்துக்கும் உரிய சம்பவமாகும். அக்ஷரலக்ஷம் கொடுக்கும்படியான ஐந்து பாட்டுக்களை, பாரதியார் மகாத்மா காந்தியின்பேரில் பாடியிருக்கிறாரே, அவ்விருவரும் சந்தித்து உறவாடியதாக இதுவரையிலும் தெரியவில்லையே என்று நீங்கள் ஆச்சரியப் படலாம். பாரதியாரும் மகாத்மாவும் சந்தித்தார்கள்; பேசினார்கள்; ஒரே தடவையில், ஒருவரை யொருவர் நன்றாகத் தெரிந்துகொண்டார்கள்.

1919ஆம் வருஷம் பிப்ரவரிமீ காந்தி சென்னைக்கு வந்தார். ரௌலட் சட்டம் என்ற அநியாயச் சட்டத்தை ரத்து செய்வதற் காகக் கிளர்ச்சி செய்யவேண்டும் என்றும், அதற்குத் தலைமை வகித்து அதை காந்தி நடத்தவேண்டும் என்றும் இந்தியாவில் இருந்த பிரமுகர்களில் பலர் காந்தியை வேண்டிக்கொண்டார்கள். காந்தி இசைந்தார். அதற்காகத்தான், காந்தி முதன் முதலில் சென்னைக்கு விஜயம் செய்தார். சத்தியாக்கிரக இயக்கத்தை ஆரம்பிக்குமுன் அணை கோலுவதைப் போலிருந்தது இந்த விஜயம்.

அப்பொழுது ராஜாஜி, கத்தீட்ரல் ரோட், இரண்டாம் நெம்பர் பங்களாவில் குடியிருந்தார். அந்த பங்களாவில்தான் காந்தி வந்து தங்கினது. நாலைந்து நாட்கள் தங்கியிருந்தார். ஒரு நாள் மத்தியானம் சுமார் இரண்டு மணி இருக்கும். காந்திவழக்கம்போல திண்டு மெத்தையில் சாய்ந்துகொண்டு வீற்றிருந்தார். அவர் சொல்லிக்கொண்டிருந்ததை, பக்கத்தில் உட்கார்ந்திருந்த மகாதேவ தேசாய் எழுதிக்கொண்டிருந்தார்.

காலஞ்சென்ற சேலம் பாரிஸ்டர் ஆதிநாராயண செட்டியார், குடகுக் கிச்சிலிப் பழங்களை உரித்துப் பிழிந்து மகாத்மாவுக்காக ரஸம் தயார் பண்ணிக்கொண்டிருந்தார். ஒரு பக்கத்துச் சுவரில் ஏ. ரங்கசாமி அய்யங்கார், சத்தியமூர்த்தி முதலியவர்கள் சாய்ந்து நின்றுகொண்டிருந்தார்கள். அந்தச் சுவருக்கு எதிர்ச் சுவரில்

ராஜாஜியும் மற்றும் சிலரும் சாய்ந்துகொண்டு நின்றிருந்தார்கள். நான் வாயில் காப்பான். யாரையும் உள்ளே விடக்கூடாது என்று எனக்குக் கண்டிப்பான உத்தரவு.

நான் காவல் புரிந்த லக்ஷணத்தைப் பார்த்துச் சிரிக்காதீர்கள். அறைக்குள்ளே பேச்சு நடந்துகொண்டிருக்கிற சமயத்தில், பாரதியார் மடமடவென்று வந்தார். 'என்ன ஓய்' என்று சொல்லிக் கொண்டே அறைக்குள்ளே நுழைந்துவிட்டார். என் காவல் கட்டு குலைந்து போய்விட்டது.

உள்ளே சென்ற பாரதியாரோடு நானும் போனேன். பாரதியார் காந்தியை வணங்கிவிட்டு, அவர் பக்கத்தில் மெத்தையில் உட்கார்ந்துகொண்டார். அப்புறம் பேச்சு வார்த்தை ஆரம்பித்தது:

பாரதியார்:—மிஸ்டர் காந்தி! இன்றைக்குச் சாயங்காலம் ஐந்தரை மணிக்கு, நான் திருவல்லிக்கேணி கடற்கரையில் ஒரு கூட்டத்தில் பேசப்போகிறேன். அந்தக் கூட்டத்துக்குத் தாங்கள் தலைமை வகிக்க முடியுமா?

காந்தி:—மகாதேவபாய்! இன்றைக்கு மாலையில் நமது அலுவல்கள் என்ன?

மகாதேவ்:—இன்றைக்கு மாலை ஐந்தரை மணிக்கு, நாம் வேறொரு இடத்தில் இருக்கவேண்டும்.

காந்தி:—அப்படியானால், இன்றைக்குத் தோதுப்படாது. தங்களுடைய கூட்டத்தை நாளைக்கு ஒத்திப்போட முடியுமா?

பாரதியார்:—முடியாது. நான் போய் வருகிறேன். மிஸ்டர் காந்தி! தாங்கள் ஆரம்பிக்கப் போகும் இயக்கத்தை நான் ஆசீர்வதிக்கிறேன்.

பாரதியார் போய்விட்டார். நானும் வாயில்படிக்குப் போய்விட்டேன். பாரதியார் வெளியே போனதும், 'இவர் யார்' என்று காந்திகேட்டார். தாம் ஆதரித்துவரும் பாரதியாரைப் புகழ்ந்து சொல்லுவது நாகரிகம் அல்ல என்று நினைத்தோ, என்னவோ, ரங்கசாமி அய்யங்கார் பதில் சொல்லவில்லை. காந்தியின் மெத்தையில் மரியாதை தெரியாமல் பாரதியார் உட்கார்ந்துகொண்டார் என்று கோபங்கொண்டோ என்னவோ சத்தியமூர்த்தி வாய்திறக்கவில்லை. ராஜாஜிதான், 'அவர் எங்கள் தமிழ்நாட்டுக் கவி' என்று சொன்னார்.

அதைக் கேட்டதும், "இவரைப் பத்திரமாகப் பாதுகாக்க வேண்டும். இதற்குத் தமிழ்நாட்டில் ஒருவரும் இல்லையா?" என்றார் காந்தி. எல்லாரும் மௌனமாக இருந்துவிட்டார்கள்.

இந்தச் சம்பவத்தைச் சற்றுக் கவனித்துப் பாருங்கள். மகாத்மா காந்தியிடம் பாரதியார் இம்மாதிரி நடந்துகொண்டிருக்கப்படாது என்று சிலர் எண்ணலாம்.

நாற்காலி இல்லாத இடத்தில் பாரதியார் நின்றுகொண்டு விண்ணப்பம் செய்துகொள்ளுகிறதா? ராஜாஜி போன்றவர்கள் பாரதியார் வந்ததும், அவரை அழகாக காந்திக்கு அறிமுகப்படுத்தியிருக்கவேண்டும் அல்லவா? அவர்களுடைய மௌனத்திலிருந்தும் அனாயாசமாக பாரதியார் உள்ளே நுழைந்ததிலிருந்தும் காந்தி கூடுமானவரையில் சரியாக பாரதியாரை மதிப்பிட்டுவிட்டார்.

இல்லாவிட்டால், "இன்றைக்கு நமது அலுவல்கள் என்ன?" என்று மகாதேவைக் கேட்காமலே, 'இப்பொழுது முக்கியமான ஒரு ஜோலியைக் கவனித்துக்கொண்டிருக்கிறேன். இப்பொழுது என்னைத் தொந்தரவு செய்யாமல் இருந்தால் நலமாயிருக்கும்' என்று காந்தி சொல்லியிருக்கலாம். பாரதியாரும் குறிப்பறிந்து கொண்டு வெளியே போயிருப்பார்.

பாம்பின் கால் பாம்புக்குத் தெரியும் என்பார்கள். மேதாவியான காந்தி, மேதாவி பாரதியாரை, அவரது முகப் பொலிவிலிருந்தே தெரிந்துகொள்ள முடியாதா? மேலும் 'தங்கள் இயக்கத்தை ஆசீர்வதிக்கிறேன்' என்று உள்ளன்போடு பாரதியார் சொன்னபொழுது, தமது இயக்கத்தை ஆசீர்வதிப்பதாகச் சொல்லக்கூடிய ஒருவர் பெரிய மனிதனாகத்தான் இருக்கவேண்டும் என்று காந்தி முடிவு செய்துகொள்ள முடியாதா?

24

பாரதியாரின் கவிதை 'பரவாயில்லை' என்று சொன்ன காலம் போய், அதற்குச் சமானமான கவிதை இந்நாட்டிலோ அல்லது வேறு எந்த நாட்டிலோ இருக்குமோ, இருந்திருக்குமோ என்ற சந்தேகம் இப்பொழுது ஏற்பட்டிருக்கிறது. பாரதியாரின் கவிதைக்குச் சமானமான கவிதை இருப்பது அபூர்வம் என்ற உறுதி சிறிது காலத்துக்குள் ஏற்பட்டுவிடும் என்பது நிச்சயம்.

இந்த நாட்டிலும் சரி, அயல் நாடுகளிலும் சரி, கவிகள் பெரும்பான்மையில் கலைஞர்களாய் இருந்தார்கள். அதாவது கவிஞர்கள் அழகையோ, அவலட்சணத்தையோ, அநீதியையோ கண்டு, அதைச் சொல் சித்திரத்தில் வரைந்தார்கள். சரியாய்ச் சொன்னால், அவர்கள் கட்சிக்காரர்களாய் இருக்க வில்லை; சாட்சிக்காரர்களாய் இருந்தார்கள். 'கவிதை உள்ளம்' என்ற சரக்கு அவர்களிடம் நிறைந்திருக்க வில்லை.

அப்படியானால் கவிதை உள்ளம் என்பது என்ன? படைப்பில் எல்லா ஜீவராசிகளோடும் அவைகளின் சலனத்தோடும் ஒட்டிக்கொள்ளும் தன்மைக்குக் 'கவிதை உள்ளம்' என்று பெயர். கலைஞன் தன்னுடைய சித்திரத்தை வரையும்பொழுது, தான் வேறு, சித்திரம் வேறு என்ற உணர்ச்சியுடன் இருக்கலாம். ஆனால் கவிஞனுக்கு அப்படிப்பட்ட நிலைமையே இருக்கமுடியாது.

கவிஞன் புயலைப்பற்றிக் கவிதை எழுதினால், அவன் புயலோடு புயலாய் ஒட்டிக்கொண்டிருப்பான்; அன்பை வர்ணித்தால், அவன் அன்புமயமாக ஆய்விடுவான்; அநீதியைத் தாக்கினால், அவன் உள்ளம் சீறி எழும். கவிஞன் ஒரு ஆளையோ ஒரு பொருளையோ கேலி செய்தால், அது அவன் தன்னைத் தானே கேலி செய்துகொண்ட மாதிரி இருக்கும். அதாவது கவிஞனின் உள்ளம் இரண்டறக்

கலக்கும் உள்ளமாகும். அவன் கட்சி பேச முடியுமே ஒழிய, சாட்சி சொல்ல முடியாது.

அப்படிப்பட்ட கவிஞர்கள்தான் முதல்தரமான கவிஞர்கள். அவர்கள்தான் 'உலக மகாகவி' என்ற பெயருக்குத் தகுதியுள்ளவர்கள் ஆவார்கள். பாரதியாருக்கு இப்பேர்ப்பட்ட ஸ்தானம் வெகு எளிதிலே கிடைக்கும். ஏனென்றால், அவர் ஈடு ஜோடி இல்லாத கவிதை உள்ளத்தைப் படைத்தவர். இந்தக் கவிதை உள்ளத்தை பாஷையிலே உருவாக அமைத்துக் காண்பிப்பதற்கு, இந்நாட்டு மேதாவிகள் சில வழிகளைக் கண்டுபிடித்திருக்கிறார்கள். அந்த வழிகளுக்கு 'நவரஸங்கள்' என்று பெயர். கவிதை உள்ளம் சரளமாக ஓடும் பாதையை, ஓடும் வேகத்தை, ஓடும் தன்மையை, அவர்கள் ரஸம் அல்லது சுவை என்ற பெயரால் குறிப்பிட்டிருக்கிறார்கள்.

பாரதியாரின் கவிதை உள்ளம் நவரஸங்கள் வழியாக வழிந்தோடி வெள்ளப் பெருக்கெடுத்திருப்பதை அவருடைய பாடல்களில் காணலாம். கவிஞர்களில், ரஸத்தை உடைத்து உடைத்து பின்னப்படுத்திக் காண்பிக்கும் பேர்வழி அல்லர் பாரதியார். அந்தந்த ரஸத்தின் சாயையை அல்லது மூர்ச்சை ஸ்தானத்தை மட்டும் பாரதியார் காண்பிக்க மனங்கொள்ளார். அவைகளின் பூரண உருவத்தையும் தன்மையையும் வலிவுடனும் பொலிவுடனும் வரையக்கூடிய ஆற்றல் படைத்தவர் பாரதியார்.

ஆகவே, எந்தக் கவிஞன் நவரஸங்களையும் வெகு லாவகமாகக் கையாளுகின்றானோ, கையாள முடிகிறதோ, அவனே உலக மகாகவி என்ற பீடத்தில் அனாயாசமாக, எவருடைய உதவியுமின்றி, எவருடைய சிபார்சையும் கோராமல் ஏறி உட்கார்ந்துகொள்ளுகிறான்.

அப்படியானால், பாரதியாருக்கு உலக மதிப்பு ஏன் இன்னும் கிடைக்கவில்லை என்று கேட்கலாம். அரச மரத்தைப் பிடித்த பிசாசு பிள்ளையாரையும் பிடித்துக்கொண்டது என்பார்கள். அது உண்மை என்றே தோன்றுகிறது. அதுபோலவே பாரதியாருக்கு ஆபத்து ஏற்பட்டிருக்கிறது. தமிழர்களின் தற்போதைய தாழ்வடைந்த, அலங்கோலமான, குறியில்லாத, நெறியில்லாத வாழ்க்கைதான் பாரதியாருக்கு உலக மதிப்பு வாராததன் காரணம்.

இன்னொரு காரணமும் உண்டு. உலகம் இப்பொழுது கவிஞனைப் பாராட்டாமல், கொலைஞனைப் பாராட்டும் கோரமான தொழிலில் ஈடுபட்டிருக்கிறது. அந்த மனப்பான்மையில் மயங்கிக் கிடக்கும் உலகம், கவிதைக்கும் கத்திக்கும் உள்ள வித்தியாசத்தைக் காணமுடியாது.

பாரதியார், எதிர்காலத்தில் பல நூறு ஆண்டுகள் பெருமையுடன் மதிக்கப்படப்போகின்ற கவிஞர்களில் சிரேஷ்டமானவர். இதை அடிக்கடி நம்முடைய மனதில் சிந்தனை செய்துகொண்டு, நாம் பெருமையுடன் தைரியமும் கொள்ளவேண்டும்.

பாரதியாரின் பாடல்களில் அவருடைய கவிதை உள்ளம் எப்படி அழகாக மலர்ந்திருக்கிறது என்பதற்கு உதாரணமாக இப்பொழுது சில வரிகளைத் தருகிறேன்.

காக்கை குருவி எங்கள் ஜாதி–நீள்
கடலும் மலையும் எங்கள் கூட்டம்

பாரதியார் உயிருள்ள, உயிரில்லாத பொருள்களோடு எப்படி ஒட்டிக்கொண்டு உறவாடுகின்றார் என்ற ஆச்சரியத்தை நீங்கள் இங்கே காணவில்லையா?

இன்னல் வந்துற்றிடும் போததற் கஞ்சோம்
ஏழையராகி இனி மண்ணில் துஞ்சோம்.

பாரதியாரின் ஆத்திரம் பீறிட்டுக்கொண்டு வருவதை இங்கே காணலாம்.

நல்லறம் நாடிய மன்னரை வாழ்த்தி
நயம் புரிவாள் எங்கள் தாய்–அவா
அல்லவ ராயின் அவரை விழுங்கிப் பின்
ஆனந்தக் கூத்திடுவாள்

சரித்திர உண்மையை இவ்வளவு அழகாக வேறு யார் இது வரையிலும் வர்ணித்திருக்கிறார்கள்?

கண்ணிரண்டும் விற்றுச்
சித்திரம் வாங்கிடில்
கைகொட்டிச் சிரியாரோ?

என்ன அழகான, ஆணித்தரமான சித்திரம்!

தாதரென்ற நிலைமை மாறி
    ஆண்களோடு பெண்களும்
சரி நிகர் சமானமாக
    வாழ்வ மிந்த நாட்டிலே

பாரதியாரின் நம்பிக்கையும் உறுதியும் ஒரு நாளும் பொய்யாகப் போவதில்லை.

புயற் காற்றுச் சூரை தன்னில் திமுதிமென
மரம் விழுந்து காடெல்லாம் விறகான செய்தி போல

கொடுங்கோலர்கள் சரிந்து வீழ்ந்த இந்தச் சித்திரத்தைச் சிந்தனை செய்து பாருங்கள். 'காடெல்லாம் விறகான செய்தி'! பாரதியார்தான் இந்த மாதிரி எழுத முடியும்.

தனி ஒருவனுக் குணவிலை யெனில்
ஜகத்தினை அழித்திடுவோம்.

இவ்வளவு அன்பும் ஆத்திரமும் பொங்கி வழிந்த கவிஞனை (பாரதியைத் தவிர) நீங்கள் பார்த்ததுண்டா அல்லது கேள்விப்பட்டதுண்டா? எல்லாரும் இந்நாட்டு மன்னர் என்று பெருமையோடு சொல்லிக்கொள்ளும் சக்தி பாரதியாரின் தனிப் பொக்கிஷமாகும்.

கருதிக் கருதிக் கவலைப்படுவார்
கவலைக் கடலைக் கடியும் வடிவேல்

என்ன பிரயாசை இல்லாத முற்றுமோனை! அர்த்தத்துக்கு ஆபத்தாய் வாராத முழு மோனை!

துன்பமே இயற்கையெனும்
சொல்லை மறந்திடுவோம்
இன்பமே வேண்டி நிற்போம்

ஆமாம். 'உலகம் மாயை' என்ற போலித் தத்துவத்தை பாரதியார் அடித்து வீழ்த்தும் அற்புதத்தைப் பாருங்கள்.

கரவினில் வந்து உயிர்க்குலத்தினை அழிக்கும்
காலன் நடுநடுங்க விழித்தோம்!

இது ஜெய பேரிகை கொட்டவேண்டிய செய்திதான். சந்தேகமே இல்லை.

பானையிலே தேளிருந்து
    பல்லால் கடித்த தென்பார்
வீட்டிலே பெண்டாட்டி
    மேல்பூதம் வந்த தென்பார்
பாட்டியார் செத்துவிட்ட
    பன்னிரெண்டாம் நாளென்பார்.

சேவகர்களுடைய குறும்புகளை பாரதியார் நகைச்சுவையோடு வர்ணிக்கும் வித்தையே வித்தை!

சின்னஞ் சிறுகிளியே–கண்ணம்மா
செல்வக் களஞ்சியமே.

பிள்ளைக் கனியமுதே–கண்ணம்மா
பேசும் பொன் சித்திரமே.

எத்தனை ஆண்டுகள் தவங்கிடந்தாலும், வேறு எவராலும் இந்த மாதிரி சித்திரம் வரைய முடியாது. குழந்தை, பேசும்பொன் சித்திரமாமே! ஆனந்தம், ஆனந்தம், ஆனந்தம்!

அழகுள்ள மலர் கொண்டு
    வந்தே–என்னை
அழஅழச் செய்து பின்
    'கண்ணை மூடிக்கொள்,

குழலிலே சூட்டுவேன்’
என்பான்—என்னைக்
குருடாக்கி மலரினைத் தோழிக்கு
வைப்பான்

குறும்புக் காதலை இதைக்காட்டிலும் அழகாக வர்ணிக்க முடியுமா?

காதலடி நீ எனக்கு—காந்தமடி நானுனக்கு
வேதமடி நீ எனக்கு—வித்தையடி நானுனக்கு

காதலன் காதலி ஒன்றியிருக்கும் இந்த உலகத்தை பாரதியார் நமக்குப் பரிசாக அளித்திருக்கிறார். இணையில்லாத கற்பனை!

குயில் பாட்டில் ஆரம்பம் முதல் கடைசி வரையில் இன்பமய மான நகைச்சுவை. அதிலே எதை எடுத்து, எதை விடுத்துக் கொடுப்பது என்று எனக்குத் தெரியவில்லை. நகைச்சுவையின் சிகரத்தில், அதாவது பிறருக்குத் துன்பத்தைக் கொடுக்காத நகைச்சுவையின் சிகரத்தில், பாரதியார் ஏறி உட்கார்ந்திருக்கிறார்.

பாஞ்சாலி சபதத்தில், வீரரசம் ஊடுருவிப் பாய்ந்துகொண்டே போவதைக் காணலாம். பாஞ்சாலி சபதத்தை, பாரதத்தின் மொழிபெயர்ப்பு என்று பாரதியார் அடக்கத்துடன் சொல்லிக் கொண்டார். பாரதியாரின் பாஞ்சாலி சபதத்தில் காணப்படும் கம்பீரமும், வீரமும், துடிதுடிப்பும், சொல்வன்மையும், கருத்தமைப்பின் அழகும் வியாச பாரதத்தில் இருக்குமோ என்று பாஞ்சாலி சபதத்தைப் படித்த அன்பர்கள் பலர் என்னைக் கேட்டிருக்கிறார்கள். வழிநூல், முதல் நூலையே அமிழ்த்தித் தள்ளும்படியாக இருந்தால், அதை வழிநூல் என்று சொல்லலாமா?

ஊழிக்கூத்தைப் படித்தால், பயங்கர உணர்ச்சி விறுவிறு என்று உடம்பில் ஏறிவிடும். “ஊழிக்கூத்தைப் போன்ற கவிதையை, வெள்ளைக்கார நாட்டு இலக்கியத்தில் தாங்கள் கண்டதுண்டா?” என்று ஆங்கில இலக்கிய நிபுணரான தமிழர் ஒருவரை நான் கேட்டபொழுது, அவர் ‘இல்லை’ என்று சொன்னதோடு, ‘என்ன ஆச்சரியமான கவிதை! ஊழி நர்த்தனந்தான். அதில் சந்தேகமே இல்லை’ என்று பெருமூச்சு விட்டார்.

நவரசங்களையும் அனாயாசமாகக் கையாண்ட பாரதியாருக்கு உலக மகா கவிகளுக்குள் எந்த ஸ்தானம் கொடுப்பது என்று தெரியவில்லை. இதற்கென்று தனி ஆராய்ச்சி செய்யவேண்டும். தனி நூலாக அந்த ஆராய்ச்சியை வெளியிடவேண்டும். அதை யார் செய்யப் போகிறார்களோ, பார்க்கலாம்.

25

பாரதியார் செப்டம்பர் மாதம் 11ஆம் தேதி மறைந்தார். அவர் மறைந்த தினத்தைத் தமிழர்கள் வருஷா வருஷம் மிகுந்த ஆர்வத்துடன் கொண்டாடுகிறார்கள். தமிழர்கள் நியாயமாகவும் பெருமையோடும் செய்யவேண்டிய காரியங்களில் இது ஒன்று. ஆனால், தமிழ் பாஷையின் மாண்பையும் பாரதியாரின் பெருமையையும் தமிழர்கள் சரியாய்த் தெரிந்துகொண்டார்களா என்பது சந்தேகந்தான்.

ஒரு மகான், எந்தத் துறையில் வேலை செய்தாலும், அவரது ஜீவிய காலத்திலேயே, அவருக்கு ஏற்ற பெருமையுடன் மக்களால் கொண்டாடப்படுவதில்லை. உலக மகாகவி என்று போற்றப்படும் ஷேக்ஸ்பியரை அவருடைய காலத்தில் மதித்தார்களா? 'மான் திருடி' என்று அலட்சியமாக அவரைப்பற்றிப் பேசிய மனிதப் பதர்கள்தான் அவரது காலத்தில் அதிகமா யிருந்தார்கள். இன்றைக்கோ ஷேக்ஸ்பியர் என்றால் உலகம் பரம ஆனந்தத்தில் மூழ்கிவிடுகிறது. பெரியார்கள் எல்லாருமே அவரவர் காலத்தில் மிகுதியும் ஏளனத்துக்கு உள்ளானதைத்தான் உலகம் இதுவரையிலும் கண்டிருக்கிறது (இந்த விதிக்கு விலக்கு காந்தி.). ஆகவே, பாரதியாரின் பெருமையைத் தமிழர்கள் சரிவர உணரவில்லை யென்று வருத்தப்பட்டுக்கொள்ளுவதில் பயனில்லை.

தீர்க்கதரிசிகளாக இருப்பவர்கள், தங்கள் தீர்க்க தரிசனத்தைக் கொண்டு, எக்காலத்துக்கும் எந்த நிலைமைக்கும் பொதுவான, தேவையான, அழிவில்லாத உண்மைகளைக் கண்டுவிடுகிறார்கள். ஆனால், அவைகளை மனிதர்கள் நேரே உணர்ந்து கொள்ளுவதில்லை.

சாப்பாட்டு ராமனுக்குச் சோற்றிலே குறி. திருடனுக்குத் திருட்டிலே குறி. விடனுக்குப்

பெண்ணின்பேரிலே குறி. மோசக்காரனுக்கு முட்டாள்பேரில் குறி. இப்படிப்பட்ட கீழ்த்தரமான மக்கள் அதிகமாகப் பரவிக் கிடக்கும் காலத்தில், பெரியார்களின் திருவாக்கு மதிப்புக்கு உரியதாக பாவிக்கப்படுவதில்லை.

இதைப் போலவே பாரதியாரைப்பற்றியும் சிறிது காலம் மதிப்பு இருந்துவந்தது. பாரதியார் இலக்கணம் அறியாக் கவிஞன் என்று பண்டிதர்கள் ஆதாரமும் பொருளுமின்றிப் பேசினார்கள். பாரதியார் வெறும் தேசியக் கவி என்று பலர் பேசிக்கொண்டார்கள். பாரதியார் பெண் விடுதலை நண்பன் என்று சிலர் ஆத்திரப்பட்டார்கள். மற்றும் பலர் ஆர்வத்துடன் பேசினார்கள். பாரதியார் வெறுங் கஞ்சாப் புலவர் என்று ஏசினதையும் என் காதால் கேட்டிருக்கிறேன். "மார்க்கெட்டில் ஒன்றும் வாங்கத்தெரியாமல், ஒரு கூடை கீரையை வாங்கின பாரதிதானே?" என்று சிலர் புரளி செய்ததைக் கேட்கும் துர்ப்பாக்கியமும் நான் பெற்றதுண்டு. ஆனால், இவைகளெல்லாம் யோசிக்காமல் ருசுவில்லாமல் எதையும் பேசமுடியும் என்பதற்கு அத்தாட்சிகள் ஆகின்றனவே அல்லாமல், பாரதியாரைப் பற்றிய விமர்சனம் ஆகமாட்டா.

மனித வர்க்கத்துக்கு உய்வு, கலையும் கவிதையுந்தான். பார்க்குமிடமெங்கும் நீக்கமற நிறைந்திருக்கும் பரிபூரண ஆனந்தம் கவிதைதான். தத்துவத்திலே தர்க்கம் நிறைந்திருக்கலாம். பௌதிக சாஸ்திரத்திலே அறிவு மிதந்து கிடக்கலாம். மதத்திலே பக்தி பூரித்து நிற்கலாம். காதலிலே கனிவும் கீதமும் குழைவும் மண்டிக்கிடக்கலாம். கலையிலே அழகும் ஆனந்தமும் விம்மி விழிக்கலாம். ஆனால், இவைகள் எல்லாவற்றையும் தனக்கு அங்கங்களாகக் கொண்டிருக்கும் கவிதையைக் கடவுள் என்று நான் போற்றுகின்றேன். ஒப்புயர்வில்லாத கவிதையைப் பாடியவர் சுப்பிரமணிய பாரதியார் என்று நான் உரக்கக் கூவுகிறேன். நாளொரு மேனியும் பொழுதொரு வண்ணமுமாக வளர்ந்து, உலகத்துக்குக் காட்சியளிக்கும் வளர்பிறை பாரதியார் என்று சொல்லுகிறேன். வானை நோக்கிக் கைகள் கூப்பித் தொழுது நிற்கும் பக்தர்களுக்கு உயிரும் உற்சாகமும் அளித்து உரப்படுத்தும் சூரியன் பாரதியார் என்று வணக்கத்துடன் தெரிவித்துக்கொள்ளுகிறேன். பண்டிதர்கள் உறுமினாலென்ன? பாமரர்கள் உறங்கினாலென்ன? இங்கிலீஷ் படித்த இளைஞர்கள் இறுமாப்பினால் உளறினாலென்ன? பாரதியார் இன்னல் வாய்ப்பட்டு அகால மரணம் அடைந்தாலென்ன?

"அவர் தொடாதது ஒன்றும் இல்லை. தொட்டதை அழகுபடுத்தாமலும் விட்டதில்லை" என்று டாக்டர் ஜான்ஸன்,

கோல்ட்ஸ்மித் என்ற மேதாவி எழுத்தாளரைப்பற்றிச் சொல்லி யிருக்கிறார். இதையே இன்னும் அதிகமான அழுத்தத்துடன் பாரதியாரைப் பற்றிச் சொல்ல முடியாதா? பாப்பா முதல் பாட்டி வரையில், காதலன் முதல் காதகன் வரையில், குரங்கு முதல் குயில் வரையில், பதிதன் முதல் பக்தன் வரையில், காலி முதல் கவி வரையில், கசடன் முதல் காந்தி வரையில், அன்பன் முதல் அரக்கன் வரையில், வம்பன் முதல் கம்பன் வரையில், பாரதியார் யாரை, எதைத் தொட்டு அழகு செய்யவில்லை?

பாரதியாரின் கவிதை, ஆழமும் கரையும் காணமுடியாத கடலாகும். பாரதியாரை, போகியும் போற்றுவான்; யோகியும் போற்றுவான். ஆகாயத்திலிருந்து விழும் நீர்த்துளிகள் யாவும் எப்படியோ கடலுக்குப் போய்ச் சேர்ந்துவிடுவதுபோல, பல்வேறு தன்மைகள் கொண்ட மனித உள்ளங்கள், மகாகவி என்ற அலையிலாப் பெருங்கடல் உள்ளத்தில் போய் அடங்கிவிடுகின்றன. ஆகவே, மகாகவி எல்லாருக்கும் சொந்தம்; எல்லா நாடுகளுக்கும் பொது. இங்கிலீஷில் எழுதியதால் ஷேக்ஸ்பியர் போன்றவர்கள் மகாகவிகள் ஆகவில்லை. எல்லார் உள்ளங்களையும் கவர்கின்ற தன்மை அவர்களிடம் இருப்பதால்தான் அவர்கள் மகாகவிகள்.

பாரதியாரின் கவிதையிலே நகைச்சுவை வேண்டுமா? இருக்கிறது. சோகம் வேண்டுமா? உண்டு. அற்புதம் வேண்டுமா? அபரிமிதமாக உண்டு. ஆத்திரம் வேண்டுமா? கொள்ளை கொள்ளையாய்க் கிடைக்கும். ஆறுதல் வேண்டுமா? ஏடு ஏடா யிருக்கிறது. வேதாந்தம் வேண்டுமா? பத்தி பத்தியாய்ப் பார்க்கலாம். வளர்த்திக்கொண்டு போவானேன்! எது இல்லை?

பாரதியாரை நினைத்தால் எனக்குப் பயமாயிருக்கிறது. ஏன்? நேற்றைக்குப் படித்த கவிதையை இன்றைக்குப் படித்தால் புதிது புதிதாக அழகும் பொருளும் சுவையும் கண்ணுக்குத் தென்படுகின்றன. நாம் எவ்வளவுக் கெவ்வளவு வளர்ந்துகொண்டு போகிறோமோ, அதற்குத் தகுந்தாற்போல, பாரதியாரின் கவிதை என்ற சங்கப் பலகை நீண்டுகொண்டே போய், நமக்குத் தங்குமிடம் கொடுக்கிறது. இது என்ன விசித்திரமான கவிதை!

மேற்சொன்ன மாதிரி, நான் எவ்வளவு காலத்துக்கு முன்பேயோ எழுதினேன். 1943ஆம் வருஷ பாரதியார் கொண்டாட்ட வைபவ வாரத்தில் ராஜாஜி சொன்னதாவது: "மாகாண பாஷைகளில், அதாவது வங்காளி, தெலுங்கு, குஜராத்தி, மராத்தி போன்ற பாஷைகளில், சென்ற முந்நூறு வருஷ காலமாக, பாரதியாரைப் போன்ற கவி தோன்றவில்லை. பாரதியார் தமிழ்நாட்டில் திருஅவதாரம் செய்தது தமிழர்களுக்குக் கிடைத்த பாக்கியமாகும்."

நிகரில்லாத தமிழ்ப் புலவர் திரு.வி. கலியாணசுந்தர முதலியார், "இது பாரதி சகாப்தம். தமிழர்களின் உள்ளத்திலும் வாழ்க்கையிலும் பாரதி, உன்னதமான புரட்சியை உண்டாக்கிவிட்டார். பாரதியின் கவிதை, டாகூரின் கீதாஞ்சலியைக் காட்டிலும் உயர்ந்தது. பாரதி உலக மகாகவி" என்று சொன்னார்.

பாரதியார் உலக மகாகவி என்று சொல்ல இந்தப் பெரியார்களுக்கு இருபது வருஷம் பிடித்தது. இப்பொழுதேனும், கூச்சப்படாமல், அவர்கள் வாய் விட்டுச் சொன்னார்களே!

பாரதியாரின் கவிதைகளைத் துண்டு துண்டாகவும், பிரிவு பிரிவாகவும் வகுத்து, நான் இந்த நூலில் ஆராய்ச்சி செய்யப்புகவில்லை. அதை வேறு புத்தகமாக எழுதினால்தான் நியாயமாக இருக்கும்.

பாரதியாரின் வாழ்க்கையில் சில குறிப்புக்களைத் தந்து, அவரைத் தமிழர்களுக்கு அறிமுகப்படுத்தவேண்டும் என்ற ஒரே நோக்கத்தைக் கொண்டுதான் இந்தப் புத்தகம் எழுதப்பட்டது.

ஒன்றை மட்டும் தமிழர்கள் அனைவரும் நன்றாகக் கவனிக்க வேண்டும். வங்காள பாஷையிலிருந்தும் ஹிந்தியிலிருந்தும், இப்பொழுது ஏராளமாகக் கதைகளைத் தமிழ்ப்படுத்தி வருகிறார்கள். அதற்குக் காரணம் என்ன? தமிழில் சிறந்த எழுத்தாளர்கள் இல்லை என்பதா? பாரதியாரின் வழி பற்றி, அதிசயிக்கத்தக்க திறமையுடன் எழுதும் எழுத்தாளர்கள் பலர் தோன்றியிருக்கிறார்கள். அப்படியிருந்தும் தமிழுக்கு ஏன் இன்னும் சரியான மதிப்பு ஏற்படவில்லை?

ஜாதிப் பிரிவினையும் சில்லறைப் பொறாமையுந்தான் இதற்குக் காரணங்கள் என்று திட்டமாகச் சொல்லிவிடலாம். தமிழ் இலக்கியத்தின் மூலமாகத்தான் தமிழர்களின் மனதைப் பண்படுத்த முடியும் என்பதை பாரதியார் வெகு அழகாக எடுத்துக் காண்பித்திருக்கிறார். அதற்காகத்தான், 'சென்றிடுவீர் எட்டுத் திக்கும்' என்று பாரதியார் தமிழர்களுக்கு உத்தரவு போட்டிருக்கிறார். அதைத் தலைமேல் கொண்டு, உலகத்திலுள்ள எல்லா ரஸமான விஷயங்களையும் தமிழில் கொண்டுவந்து சேர்க்க, நம்மில் ஒவ்வொருவரும் அரும்பாடு படவேண்டும். பாரதியார்தான் தமிழ். பாரதியாரிடம் பக்தி செலுத்துபவர்கள், தமிழுக்கும் தேசத்துக்கும் தொண்டு செய்யத்தான் வேண்டும்.

இதுதான் எனது வேண்டுகோள்.

26

பாரதியார் பிறந்த காலம், தமிழ்நாடு சம்பந்தப்பட்ட வரையில் வெகு விநோதமான காலம். நகர நெருக்கடி தோன்றாத காலம்; கிராமம் பாழாகாத காலம். பஞ்சமும் பருவ மழையும் ஆண்டவனது லீலைச் சோதனைகள் என்று ஆலோசனை செய்யாமல் மக்கள் அலறிக்கொண் டிருந்த காலம். காபி என்பதே தெரியாத காலம். காலணா நாணயத்தைக் கையில் வைத்துச் சுண்டிச் சுண்டி அழகு பார்த்த காலம். தானியங்களின் அகவிலை ஏறாத காலம். தேரும் திருவிழாவும் தெருக்கூத்துகளும் ஜனங்களுக்குப் பெரு மகிழ்ச்சியைக் கொடுத்த காலம். ஜோஸியம் சொல்லும் வள்ளுவர்கள், உயர்ந்த படிப்பாளிகளுக்குக்கூட தாசில் உத்தியோகத்துக்கு மேலே சொல்லத் தெரியாத காலம். 'ஐக்கோர்ட்டு பாரிஸ்டர்' என்று வெகு மரியாதையுடன், தேவலோகப் பிறவியைப்பற்றிப் பேசுவதைப்போல காதோடு காது வைத்து ரொம்ப ரகசியமாகச் சொல்லும் காலம். வைரங்கள், கைகளையும் காதுகளையும் மார்புகளையும் அலங்காரம் செய்யாத காலம். பருத்திப் புடவையைத் தவிர, பட்டுப் புடவையை அதிகமாக அறியாத காலம்.

கதாகாலக்ஷேபங்களின் மூலமாகக் 'கல்வியைக் கேட்ட' காலம். பரத நாட்டியத்தைப் பரத்தையர் மட்டும் ஆவலுடன் ஆதரித்துப் போற்றிவந்த காலம். போன உயிரைத் திருப்பிக் கொண்டுவரும் வித்தையைத் தவிர, வேறுஎல்லா வித்தைகளிலும் கைதேர்ந்த வெள்ளைக்காரன் என்று இங்கிலீஷ்காரனை வாயாரப் புகழ்ந்த காலம். விக்டோரியா மகாராணி காலத்தில் விபரீதம் எதுவாவது தோன்றமுடியுமா என்று ராஜபக்தி ஓங்கி

நின்ற காலம். கிராமத்தில், சேர்ந்தாற்போல ஆயிரம் ரூபாயைப் பார்க்கமுடியாத காலம். நோட்டுகள் மலியாத காலம். வயிற்றுப் பிழைப்புக்கு வேறு என்ன வழி என்று வயிற்றுப் பிழைப்பைப் பெரிய பிரச்சனையாகப் பேசி வந்த காலம். 'கோச்சு வண்டி, இரட்டைக் குதிரை சாரட்டு' பேர்வழிகளைச் சிறு குபேரர்களாக மதித்து மயங்கிய காலம்.

இந்தக் காலத்திலே தமிழர்களின் வாழ்க்கை எவ்வாறு இருந்திருக்கும் என்று நினைக்கிறீர்கள்? தாயுமானவர், 'யோசிக்கும் வேளையில் பசி தீர உண்பதும், உறங்குவதுமாக முடியும்' என்று பாடியிருக்கிறாரே, அவ்வாறே தமிழர்களின் வாழ்க்கை நடைபெற்றது. கலையைப்பற்றித் தமிழர்களுக்குக் கவலையா? கல்வியைப் பற்றிக் கவலையா? பொன்னைப் பற்றிக் கவலையா? அரசியலைப்பற்றிக் கவலையா? கவிதையைப் பற்றி அவர்கள் யோசித்ததுண்டா? தமிழ்மொழி, தோல்சுருக்கம் காணுவதைப்போல, சுருக்கம் கண்டு வந்ததைப்பற்றி அவர்கள் சிந்தனை செய்தார்களா? கைத்தொழில்களைப்பற்றி அவர்கள் கவலைப்பட்டார்களா? 'ஆண்டவனுடைய பிரதிநிதியாக, ஆங்கிலேயன் இந்த நாட்டின் அரசியல் பொறுப்பை ஏற்று, நீதித் தராசைக் கையில் பிடித்துகொண்டிருக்கும் வரையில், நமக்கென்ன கவலை?' என்று அவர்கள் பிதற்றிக்கொண் டிருந்தார்கள்.

கையில் நீதி தராசைப் பிடித்துக்கொண்டிருக்கும் இங்கிலீஷ்காரன், தன் பையில் பணம் நிரம்புகிறதா என்பதைத்தான் தனது லக்ஷியமாகக் கொண்டிருந்தான் என்று அப்பொழுது யாரேனும் தமிழர்களிடம் சொல்லி, தண்டப் பிரயோகம் பெறாமல் தப்பித்துக் கொள்ள முடியுமா? 'நம்முடைய மதத்தில் அவர்கள் தலையிடுகிறார்களா? நமது பெண்களை அவர்கள் கலியாணம் செய்துகொள்ள ஆசைப்படுகிறார்களா? நம்முடைய ஆசாரங்களை அவர்கள் கெடுக்கிறார்களா? ஏதோ கொஞ்சம் பணம் எடுத்துக் கொள்ளுகிறார்கள். அதனாலென்ன? தேன் எடுப்பவன் புறங்கையை நக்காமல் இருப்பானா?' என்று இங்கிலீஷ்காரர்களுக்குப் பரிந்து பேசும் கூட்டந்தான் இந்த நாட்டில் பெரும்பான்மையாய் இருந்தது. வெள்ளைக்காரர்களைப்போல இருக்கவேண்டும் என்று பொதுவாக எல்லாரும் ஆசைப்பட்டார்கள். அதற்கு ஆரம்ப அஸ்திவாரமாக, இங்கிலீஷ் படிப்பதில் அளவற்ற மோகங் கொண்டார்கள்.

நாட்டிலோ தரித்திரம் தாண்டவமாடுகிறது. இந்தச் சமயத்தில், சீமையிலிருந்து சுகபோக வாழ்வுக்கு ஏற்ற

சாமான்களை, இங்கிலீஷ்காரர்கள் இந்த நாட்டில் கொண்டுவந்து ஏற்றினார்கள். இவைகளை அனுபவிக்கும் ஆசை, தமிழர்களின் உள்ளத்தில் உதிப்பது இயற்கைதானே? ஆனால், 'சட்டியில் இருந்தால்தானே அகப்பையில் வரும்' என்பதை மட்டும் அவர்கள் மறந்துவிட்டார்கள். சாமான்களை வாங்குவதற்குச் செல்வ நிலை சரியாக இருக்க வேண்டாமா? ஆனால், இதைப்பற்றி அவர்கள் கவலைப்படவில்லை. ஆண்டவன் படைத்த இந்த மண்ணுலகில், மனுஷன் கவலைப்பட்டுச் செய்கிற காரியம் எதுவுமே இல்லை என்று சமாதானம் சொல்லிக் கொண்டு, தங்களைத் தாங்களே ஏமாற்றிக்கொண்டார்கள்.

இதன் பயன் என்ன? பொறுப்பு உணர்ச்சியும் யோசனைத் திறனும் தமிழர்களை விட்டுவிட்டுப் போய் விட்டன. எந்த வகையிலும், எதற்காகவும் பொறுப்பை ஏற்க மனம் இல்லாத நிலைக்குத் தமிழர்கள் வந்துவிட்டார்கள். 'முள்ளைத் தைத்துக்கொண்டேன்' என்று சொல்லுவதுதான் முறையும் உண்மையுமாகும். ஆனால், பொறுப்பை ஏற்க மனமில்லாத தமிழன், 'முள் தைத்துவிட்டது' என்று முள்ளின்பேரில் பழியைப் போட்டு, அந்த விஷயத்தில் தனக்குச் சிறிதளவுகூடப் பொறுப்பில்லாததுபோலப் பேசும் ஆச்சரியத்தைப் பாருங்கள்.

பொறுப்பற்ற, சுதந்தரமில்லாத வாழ்வுக்கு, சோம்பலே ஆட்சி புரியும் வாழ்வுக்கு, சுகவாழ்வு என்று பெயர் கொடுத்து அழைத்து தமிழன் அகமகிழ்ந்தான். சோம்பலுள்ளவன் செயல் செய்வானா? கைச் சுண்டுவிரலைக்கூட அவன் அசைக்கமாட்டான். உழைப்பின் மூலமாக எதையும் பெறமுடியும் என்பதில் அவனுக்கு நம்பிக்கை இருந்தால்தானே? ஆனால், அவன் உழைப்புக்கு ஒரு மாற்று கண்டுபிடித்து அகமகிழ்ந்தான். அதன் பெயர்தான் அதிருஷ்டம்.

இந்த அதிருஷ்டம் என்ற பொய்க்கு வேறு பெயர்களும் உண்டு. காலம் என்று ஒரு பெயர். திருவருள் என்று இன்னொரு பெயர். லக்ஷ்மி கடாக்ஷம் என்று மற்றொரு பெயர். ஈசன் கருணை என்று பிரிதோர் நாமதேயம். இவ்வாறு, அசடு என்ற படுகுழியில் அவன் வீழ்ந்தான். பிறனுடைய செயலால்தான், தான் நன்மை அடைந்து, முன்னேறிச் சுகவாழ்வு வாழ முடியும் என்று திடமாக நம்பின தமிழனை, விதிப் பிசாசு வேறு கெட்டியாகப் பிடித்துக்கொண்டது. இப்பேர்ப்பட்ட நிலைமையில் இருந்த தமிழர்களை யாரும் அடக்கி ஆளவேண்டிய அவசியமே இல்லை. அடக்குவதற்கு, என்ன எதிர்ப்பு இருக்கிறது? யார் உருட்டினாலும் பந்து உருண்டுகொண்டே போகும். இதைப்

போலவே, தமிழர்களின் வாழ்வும். கண்ட அன்னியர்கள் எல்லாம் தமிழர்களின் வாழ்வைப் பந்தாடிவிட்டார்கள்.

தங்களுடையது என்று உள்ளப் பூரிப்போடும் கர்வத்தோடும் தமிழர்கள் சொல்லிக்கொள்ளும்படியாக, எதுவும் அவர்களுக்குக் கிடையாது என்று தமிழ்நாட்டில் செய்யப்பட்ட பொய்யான பிரசாரத்துக்குத் தமிழர்கள் பலியானார்கள். இந்தப் பிரசாரம்கூட, இங்கிலீஷிலும் பிறமொழிகளின் மூலமாயுந்தான் செய்யப்பட்டது. தமிழ் பாஷையைத் தமிழர்களே அலக்ஷியம் செய்தார்கள். 'தமிழ் கற்றால், அது வயிற்றுக்குச் சோறு போடுமா? இடுப்புக்குக் கட்டத் துணிகொடுக்குமா?' என்று அசடு வழியும் ஆபாசக் குப்பைகளைக் கிளப்பினார்கள். காக்கைக்கும் தன் குஞ்சு பொன் குஞ்சு என்பதை அடியோடு மறந்துபோனார்கள். முக்திக்கு பதிலாக, சர்க்கார் உத்தியோகமே மோக்ஷம் என்று வாதாடத் துணிந்தார்கள்.

தன்னம்பிக்கையும் சுதந்தர தாகமும் சுயமரியாதையும் தமிழர்களின் இதயக்கண் முன்னே, காட்சி அளிக்க மறுத்துவிட்டன. பராதீனம் என்பது பழுத்த கனியாகிவிட்டது. கைவிரிப்பும் பெருமூச்சுந்தான் கண்ட பலன்கள்.

பாலைவனத்தில் காணும் நீர்ச்சுனைகளைப்போல, ஒரு சிலரின் உள்ளத்தில், தமிழன் என்ற பெருமை உணர்ச்சி, ஊற்றுப் பெருக்கெடுத்து ஓடிக்கொண்டிருந்தது என்பது உண்மைதான். ஆனால், அவர்கள் செயலற்ற சாதுக்களாக வாழ்ந்தார்கள்.

கடவுளை, விவேகானந்தர் தமது இளம்பிராயத்தில் நம்பவில்லை. இந்த மனப்பான்மையோடு அவர் ராமகிருஷ்ண பரமஹம்ஸரை நாடினார். கடவுள் இருக்கிறாரா என்று பரமஹம்ஸரைக் கேட்டார். இருக்கிறார் என்றார் அவர். 'தங்களால், எனக்குக் கடவுளைக் காண்பிக்க முடியுமா?' என்று கேட்டார் விவேகானந்தர். 'ஆனந்தமாய்க் காண்பிப்பேன்' என்று பரமஹம்ஸர் சொன்னதைக் கேட்டு, விவேகானந்தரின் பார்வை அடியோடு மாறிவிட்டது. பரமஹம்ஸர் வெறும் சன்னியாசி சாதுவாக இருந்திருந்தால், அவர் சுவாமி விவேகானந்தரின் மனதைச் சிறிதளவுகூட மாற்றியிருக்கமுடியாது.

தமிழன் என்று பெருமைப்பட்டுக்கொண்டிருந்த சிலர், வெறும் சாதுக்களாக வாழ்ந்ததால், அவர்களால் தமிழர்களின் இதயத்தைத் தொட்டு, பெருவாழ்வு என்ற இன்பவிளக்கை ஏற்றிவைக்க முடியவில்லை. 'ஏதோ, பொழுது போகவில்லை போலிருக்கு. தமிழனது பெருமையைப்பற்றிக் கதை கதைக்கிறார்கள்' என்று ஏளனக் குரலில், அந்த சாதுக்களைக் கேலி செய்தார்கள் மற்றவர்கள்.

வ.ரா.

தமிழர்களின் இத்தகைய பரிதாபகரமான மனநிலைமையை மாற்ற வெறும் சாதுக்களால் முடியுமா? முப்பாழும் பாழாகி, அதற்கப்பால் படர்ந்தொளி திகழும் பரமனின் பாதமே கதி என்று சொல்லும் வேதாந்தியும் உலகமே நிலையில்லாததென்று சொல்லித் தனக்கு மட்டும் அறுசுவை உண்டி வேண்டும் ஆண்டிப் பண்டாரமும் தமிழர்களைத் தட்டி எழுப்பமுடியாது. தமிழனைத் தட்டி எழுப்பி, அவனை முன்னேறச் செய்பவர் திடசங்கற்பமுள்ளவராக இருக்கவேண்டும்; தீர்க்கதரிசியாக இருக்கவேண்டும். இந்த உலகத்திலேயே நித்தியானந்தத்தை நாடு என்று சொல்லி அதற்கு வழிகாட்டியாக இருக்கவேண்டும். கண்ணிரண்டும் விற்றுச் சித்திரம் வாங்காத கலைஞனாக இருக்கவேண்டும். அவர், கவிதை வெள்ளத்தில் மிதந்து விளையாடவேண்டும். குழந்தைக்குத் தோழனாகவும், பெண்மைக்குப் பக்தனாகவும், அரக்கனுக்கு அமுக்குப்பேயாகவும், சுதந்தரத்துக்கு ஊற்றுக்கண்ணாகவும், 'சுற்றி நில்லாதே போ, பகையே' என்னும் அமுதவாய் படைத்த ஆண்மகனாகவும், கவிதைக்குத் தங்குமிடமாகவும், உள்ளத்தில் கனலும் கருணையும் ஒருங்கே எழப்பெற்றவனாகவும் எவன் ஒருவன் இருக்கிறானோ, அவன்தான் தூங்கும் தமிழ்நாட்டைத் தட்டி எழுப்பி, தலை நிமிர்ந்து நடக்கச் செய்யும் வல்லமை படைத்தவன்.

இப்பேர்ப்பட்ட மூர்த்திகரம் வாய்ந்த பாரதியார் தமிழ்நாட்டில் தோன்றியிராவிட்டால் என்ன ஆகியிருக்கும் என்று சிந்தனை செய்வதே சிரமமான வேலையாகும். அழுகிப்போன வாழைச்சிங்கம் வளர்வதை நீங்கள் பார்த்திருக்கிறீர்களா? 'அழுகின சிங்கமா இவ்வளவு வாளிப்போடு வளர்ந்திருக்கிறது!' என்று வியப்படையும்படியாக அது வளர்ந்திருக்கும். அந்த இயற்கை எழில் காட்சியைப்போல, பாரதியார் தமிழ்நாட்டில் தோன்றினார். தமிழர்களின் வாழ்க்கை அழுகிப் போனது, அது அடியோடு மறைவதற்காக அல்ல என்பதையும் அது மறுமலர்ச்சியின் ஆணித்தரமான விதையின் வீர்யம் என்பதையும் நாம் பாரதியாரின் தோற்றத்திலிருந்து கண்டுகொண்டோம்.

பொழுது புலர்ந்தது யாம் செய்த தவத்தால்
புன்மை இருள் கணம் போயின யாவும்

என்ற இன்னிசை கானத்தைக் கேட்டுத் தமிழ்நாடு விழித்துக் கொண்டது.

27

பொழுது புலர்ந்ததையும் புன்மை இருட்கணம் போனதையும் பாரதியார், தமது இளம்பிராயத்திலேயே, தாம் சம்பந்தப்பட்ட வரைக்கும் தெளிவாகத் தெரிந்துகொண்டார். அனாயாசமாக, கவிபாடும் திறன் தம்மிடமிருப்பதைக் கண்டு, அவர் அகம்பாவம் அடையவில்லை. அந்தத் திறனைத் தமது தாய்நாட்டின் உய்வுக்காக அர்ப்பணம் செய்யவேண்டும் என்று துணிவு கொண்டார்; தீர்மானம் கொண்டார். பள்ளிப் படிப்பில் அவருக்கு அக்கறை இல்லாமல் போனதற்கு இதுவே காரணம்.

இளம் பிராயத்திலேயே தமது லக்ஷியம் இன்னது என்று தேர்ந்துகொண்டதால், அதற்கான சாதனம் இன்னவைதான் என்று எளிதிலே தெரிந்து கொள்ளவும் அவரால் முடிந்தது. மனம், வாக்கு, காயம் என்ற மூன்றையும் அந்தத் திருப்பணியில் சேர்த்துப் பிணைத்துவிட்டார்.

தமிழர்களைத் தமிழ் மொழி மூலமாகத்தான் உயர்த்தமுடியும் என்ற உண்மையை ஓர்ந்தார். தமிழுக்குத் தம்மை அர்ப்பணம் செய்துகொண்டார். ‘மெல்லத் தமிழ் இனிச் சாகும்’ என்று யாரோ பேதை அவதூறு பேசியது அவரது உள்ளத்தில் சுருக்கென்று தைத்தது. அந்த அவதூறைப் பொய்யாக்கவேண்டும் என்று மனதில் உறுதிகொண்டார். இந்தக் கைங்கர்யத்திலேதான், அவர் மறையும் வரையில் ஈடுபட்டிருந்தார்.

உலக இலக்கியமனைத்தையும், உலக இயக்கங்கள் அனைத்தையும் கூர்ந்து கவனித்தார். பசையான ஒன்று அவைகளில் எதில் கண்ணில் பட்டாலும், அதைத் தமிழோடு சேர்த்து ஒட்டிக் கொள்ளும்படியாகச் செய்துவந்தார்.

தேக்கமடைந்து கிடந்த தமிழர்களின் சமூகம் ஏன் தேக்கமுற்று இருக்கவேண்டும் என்பதைப்பற்றிக் குடைந்து குடைந்து ஆராய்ச்சி செய்தார். அச்சமே முக்கிய காரணம் என்பதைத் தெரிந்துகொண்டார். அறிவுப் பெருக்க மில்லாமை மற்றொரு காரணம் என்பதையும் கண்டார். எனவே, அறிவை வளர்ப்பதற்கும் அச்சத்தைப் போக்குவதற்கும் பல துறைகளிலும் பாடுபட்டார்.

கவிதை எழுதினார்; கட்டுரை எழுதினார்; தர்க்கம் செய்தார்; தட்டிக் கொடுத்தார். வீணர்களைக் கண்டால், வெட்டிப் பேசுவார். பலவீனர்களிடம் கருணையையும் போக்கிரிகளிடம் கடுமையையும் காண்பிப்பார். தம்மை, ஆரம்பப்பள்ளி வாத்தியாகக் கருதிக்கொண்டு, பொறுமையை இழக்காமல் மக்களுக்குப் போதித்து வந்தார்.

தமிழுக்கு வசன நடை புதிது ஆனதாலும், பெரும்பான்மை யான தமிழர்களுக்குக் கல்விப் பழக்கம் இல்லாததாலும், அவர்களுக்கு, பண்டிதர்களின் உதவி யில்லாமல், படித்தவர்களின் தூண்டுதல் இல்லாமல், புரியும்படியான தமிழை எழுதினார். அப்படியே மற்றவர்களும் எழுதவேண்டும் என்று தமது வாழ்நாள் முழுதும் வற்புறுத்திவந்தார்.

மேநாட்டு அறிவு நூல்களைத் தமிழ்ப்படுத்துவதில் அக்கறை காண்பித்து, எவ்வளவு தம்மால் முடியுமோ அவ்வளவு வரையில் அவர் உழைத்தார். அர்த்தமற்றதும் அநியாயமானதுமான சமூகக் கட்டுப்பாடுகளைத் தமது வாழ்க்கையினின்றும் உதறித் தள்ளினார்.

பாரதியார் விதைத்த சிறுசிறு விதைகள் எல்லாம் பெரும்பயிர்கள் ஆயின. அவர் இறைத்த சிறு நீர்த்துளிகள், பெரிய வெள்ளமாக மாறிவிட்டன. ஓயாமல் உழைப்பதே மேதைக்கு லக்ஷணம் என்றும் அலுத்துக்கொள்ளாமல் செயல் செய்வதே பக்தனுக்கு அடையாளம் என்றும் சொல்லுவதுண்டு. பாரதியார் மேதாவி; அவர் அருமையான தேசபக்தர். எனவே சலிக்காத உழைப்புக்கும் தடையே இல்லாத செயலுக்கும் கேட்கவும் வேண்டுமா?

பாரதியார் தமது மூர்த்திப் பிரதாபத்தின் மூலமாகவே, பலருடைய சந்தேகங்களைத் தீர்த்துவிடுவார். நினைத்துக்கொண்டு வந்த சந்தேகமெல்லாம், அவரது திவ்யமான முகப்பொலிவைக் கண்டதும், எங்கேயோ மறைந்து ஒளிந்துகொள்ளும். நெறி தவறியவர்களும் அற்பர்களுந்தான் அவரைக் கண்டு அஞ்சுவார்கள். மற்றவர்களோ, அவருடைய தேஜோமயமான முகத்தைப் பருகிக்கொண்டேயிருக்கலாமே என்று எண்ணுவார்கள்.

வா, வா, என்று அழைக்கும் அவருடைய முகத்தைக் கண்டு, குழந்தைகள் கூத்தாடுவார்கள். நாணிக்கோணி நடக்கப் பழக்கிக் கொண்டிருக்கும் பெண்மணிகூட, பாரதியாரின் முன்னிலையில், நாணிக்கோணி நடக்கமாட்டாள். எதிலும் இயற்கை எழிலோடு நட என்று சொல்லுவது போல இருக்கும் அவரது முகம். சிக்கலான சந்தர்ப்பங்களில் அது சிறந்த வழிகாட்டியாக இருந்தது என்றால், மிகையாகாது.

இவ்வாறாக, பாரதியார், மக்களுக்குத் தெரிந்த, தெரியாத சாதனங்களின் மூலமாக, தமது லக்ஷியமாகிய 'பூரண மனிதனை'த் தமிழர்களின் உள்ளங்களில் உருவகப்படும்படியாகச் செய்து வந்தார். வெயில் பயிர்களுக்கு உயிர் கொடுப்பதைப்போல, பாரதியார், தமிழர்களின் உள்ளத்தை மலர்ந்து விரியச் செய்தார்.

தமிழர்களை, தக்க சமயங்களில், பட்டவர்த்தனமாக ஏசுவார். உடனே அவர்களை அணைத்துக் கொஞ்சுவார். 'இதைச் செய்ய மாட்டீர்களா?' என்று கெஞ்சுவார். செய்யாவிட்டால், அழிவு உறுதி என்று உறுமுவார். என்ன இருந்தாலும், தமிழனுக்கு நிகராக யார் இருக்க முடியும் என்ற உண்மையை, விளையாட்டுப்போல, அவனது உள்ளத்தில் 'இஞ்செக்ஷன்' செய்துவிடுவார். எத்தனையோ நூற்றுக்கணக்கான தமிழர்களை, நேர்முகமான சம்பாஷணை முறையால் அவர் அடியோடு மாற்றியிருக்கிறார்.

தாம் நடுவயதிலேயே மறைந்துவிடுவார் என்பது அவருக்குத் தெரியுமோ, என்னவோ, கையில் அகப்பட்ட சந்தர்ப்பங்களைக் கைநழுவிப் போகும்படியாக விட்டுவிட்டு, சந்தர்ப்பமே வாய்க்கவில்லையே என்று பொய்யாக உளறும் மனிதர்களைப் போல அவர் செய்ததே கிடையாது. செய்யவேண்டியதை இன்றே செய்வதும் அதிலே இன்னே (இப்பொழுதே) செய்வதுந்தான் பாரதியாரின் சுபாவம். நாளை என்பது நமது நாள் அல்லவென்றும் அது நமனது நாள் என்றும் அவர் கபிலரைப்போல முடிவு செய்துகொண்டார் போலும்!

அதனாலேதான், முப்பத்தெட்டு வயதில் அவர் மறைந்த போதிலும், அவர் செய்த வேலை அபாரமாகக் கண்ணில் படுகிறது.

பாரதியார் எழுதியது யாவும் தங்கமாக இருக்கவேண்டும் என்பதில்லை என்றும் அதில் தங்கம், தாமரம், தூசி, 'துடைப்பக்கட்டை' எல்லாம் சேர்ந்துதான் இருக்கின்றனவென்றும் பலர் ஏளனமாகப் பேசுவதை நான் பார்த்திருக்கிறேன். இருக்கலாம். அதனாலென்ன? ஒவ்வொன்றும் ஒவ்வொரு

வகையில் உபயோகமாகும்பொழுது ஏற்றத்தாழ்வு கற்பித்து, ஏளனம் செய்வதற்கு அர்த்தமுமில்லை, அவசியமும் இல்லை.

தங்கத்தைத் தூசியைப் போட்டு மூடி மறைத்தால்தான், தங்கம் பறிபோகாமல் இருக்கமுடியும். மேலும், ஜனசமூகத்தில் ஏற்றத் தாழ்வுகளால், பலவேறு ருசி படைத்த மக்கள் இருப்பார்களாகையால், குற்றமில்லாத வகையில் நாகரிகத்துக்கு பங்கம் ஏற்படாத முறையில், எல்லாருடைய ருசிகளுக்கும் ஏற்ற சுவைப் பொருள்களைக் கொடுப்பதுதான் நியாயமாகும்.

வேப்பிலை கசக்கிறது என்பதற்காக, அதைப் பயிர் செய்யலாகாது என்று தடுத்து, ஒட்டகத்தின் வாயில் மண்ணைப் போடுவதா? அவ்வாறாயின், ஒட்டக இனத்தையும் அழித்துவிடத்தான் வேண்டும். இந்த மாதிரி போய்க்கொண் டிருந்தால், படைப்பில், மனிதக் கூட்டந்தான் மிஞ்சும். மனிதக் கூட்டத்திலும், உண்டும் உணவு செரிமானமாகாத நோயாளிகள்தான் மிஞ்சுவார்கள்; அல்லது ஆகாரமே வேண்டாம் என்று அடம் பிடிக்கும் பேர்வழிகள்தான் மிஞ்சுவார்கள்.

தாம் எதை எழுதினாலும் எதைப் பேசினாலும் அதற்குத் தேவை இருப்பதை உணர்ந்துதான், பாரதியார் அவ்வாறு செய்திருப்பார். ஆட்டுக்கு வால், ஆண்டவன் அளந்துதான் வைத்திருப்பான் என்று சொல்லுவார்கள். அதைப்போலவே, பாரதியார், எதையும் நிதானித்து தீர்க்கமாக யோசித்துத்தான் செய்வார்.

உலகத்திலே மகான்கள் என்று போற்றப்படும் மனிதர்கள் எல்லாக் காரியங்களையுமே தவறு இல்லாமல் செய்துவிடுகிறார் களா? இமயத்தைப்போன்ற பிழைகளைச் செய்தேன் என்று காந்தி சொல்லவில்லையா? அதற்காக அவருடைய 'மகாத்மா' பட்டத்தை, அவரிடமிருந்து பறிமுதல் செய்துவிட்டார்களா? நோயாளிகள் பலரை குணப்படுத்த முடியாமல் போனதற்காக, வைத்தியரின்மீது கொலைக்குற்றம் சாட்டுவதா? சில சமயங்களில், உயிர் வாழ்தல் அவசியமாகும்; வேறு சில சமயங்களில், உயிர் வாழ்தல் அவமானமாகும்.

எனவே, மட்டம் என்றும் உயர்வு என்றும் பாகுபாடு செய்து, பாரதியாரின் கவிதைகளையும் கட்டுரைகளையும் சித்திரவதை செய்வதில் பயன் எதுவும் இல்லை; பொருளுமில்லை. சில பாட்டுக்கள் குழந்தைகளுக்கு ஆகும்; சில சோம்பேறிகளுக்குப் பிடிக்கும்; மற்றும் சில, வீரர்களுக்கு நல்விருந்தாக அமையலாம்; வேறு சில, பெண்மணிகளுக்குப் பஞ்சாமிருதமாக இருக்கலாம்; சிலவற்றை, சங்கீத ரசிகர்கள் பாடிப் பாடிப் பரவசமடையலாம்.

படைப்பு ஒரே முகம் கொண்டதாயிருந்தால், ருசியும் ஒன்றாக இருக்கலாம். அப்படி இல்லாத காரணத்தினாலே, பாரதியாரின் பல வகைப் பாடல்களும் அவ்வப்போது தேவையாக இருப்பதைக் கண்கூடாகப் பார்க்கலாம்.

பாரதியார் பிறந்த காலத்தில் தமிழ்மொழியும் ஜனசமூகமும் அவ்வளவாக நல்ல நிலைமையில் இல்லை. ஏங்கிக்கிடந்த தமிழர்கள், தூங்கிக்கிடந்த தமிழ்மொழி—இதுதான் பாரதியார் கண்டது. இந்த நிலையிலிருந்து தமிழர்களை மாற்றி, ஊக்கமும் உள்வலியும் ஏற்படும்படியாகச் செய்வது மிகவும் அசாத்தியமான வேலையாகும். ஆனால், இந்த வேலையை, பாரதியார் வெற்றிகரமாகச் செய்து முடித்தார்.

தமது கலைத்திறனாலும் கவிதை வெள்ளத்தாலும் பாரதியார் இந்தக் காரியத்தை எளிதிலே சாதித்துவிட்டார். உணர்ச்சிப் பெருக்கு என்ற வெள்ளத்தில் தமிழர்களை மிதக்கும்படியாகச் செய்தார். விவேகம் என்ற அரிய சாதனத்தைக் கொண்டு வாழ்க்கைச் சம்பவங்களை அளந்து எடைபோடவேண்டும் என்பதற்கு வழி காண்பித்தார்.

தமிழன் தலைநிமிர்ந்து நடக்கும்படியாக, அவனை ஆண் மகனாக ஆக்கிய பெருமை, பெரும்பான்மையில் பாரதியாரைச் சேர்ந்ததாகும்.

பாரதியாருக்கு மேநாட்டு இலக்கியத்தில் நிபுணத்துவம் உண்டு. நம் நாட்டு மக்களின் இயல்பையும் நன்கு அறிவார். எனவே, அவர் எழுதியதெல்லாம், ஒட்டு மாங்கனியைப் போல, அபரிமிதமான ருசி படைத்தவையாக ஆகிவிட்டன.

பாரதியாரின் கவிதைக்கு, உலக இலக்கியத்தில், எந்த இடம் கிடைக்கும் என்று நீங்கள் கேட்கலாம். மனிதனுடைய மூலாதாரமான உணர்ச்சிகளைக் கணக்கெடுத்து, அவைகளைப் பரிமளிக்கச் செய்யவேண்டும் என்பது பாரதியாரின் லக்ஷியமாகும். எனவே, அவருடைய கவிதைக்கு 'தேசியம்' என்ற எல்லையைக் கோலி, அதைக் கட்டுப்படுத்த முடியாது.

சிறப்பாகத் தமிழன் பாரதியார் கண்ணில் பட்டாலும், மனிதன் என்ற வகையிலேதான், பாரதியார் அவனைப் பார்த்தார். தமிழன் என்பதற்குப் பதிலாக, எந்த நாட்டினனுடைய பெயரைக் கொடுத்தாலும், பாரதியாரின் கவிதை, அந்த நாட்டுக்கும் பொருத்தமுள்ளதாக இருக்கும். எனவே, அவர் சர்வதேசக் கவி; அதாவது உலக மகாகவி. இந்த ஸ்தானம் அவருடைய கவிதைக்குக் கிடைக்கும் என்பதில் சந்தேகமே இல்லை.

இப்பொழுது மனிதவர்க்கம் மாறிக்கொண்டு போவதைப் பார்த்தால், பாரதி சகாப்தம் என்பதற்கு ஐந்நூறு வருஷத்துக்குக் குறையாமல் ஆயுள் காலத்தை நிர்ணயிக்கலாம்.

எந்த நாட்டானும் தனது என்று கொஞ்சிப் பாராட்டக் கூடிய பாரதியாரின் கவிதையைப்பற்றி, அதிகமாக என்ன சொல்லுவதற்கு இருக்கிறது?

வாழிய செந்தமிழ்! வாழ்க நற்றமிழர்!!
வாழிய பாரத மணித்திரு நாடு!!!
வந்தே மாதரம்.

பின்னிணைப்புகள்

சிங்கப்பனையன் வரலாறு

பின்னிணைப்பு: 1

புதுச்சேரியில் அரசியல் அகதிகள்
The Political Refugees in Pondicherry

To the Editor of the Hindu

Sir,—On the 4th April 1912, one of the refugees Mr V.V.S. Iyer was told by his servant that she let drop the pail into the well by carelessness, and when she had the pail dragged up she was surprised to see a rope coming out with a strange earthen jar tied to one end thereof. The seal of the jar was broken and the contents examined. A few Bengali pictures of a highly revolutionary character, some journals and some copies of a printed (forged) document—these constituted the treasure. The document which was couched in very bad English and full of mis-spelt names called itself a sanad or certificate of membership issued by an imaginary secret society of which almost all the refugees were alleged to be members. Mr Iyer immediately took the 'find' to the notice of the French authorities and he found a few days later that this providential discovery had not been made a moment too soon.

For, on the 7th April, perquisitions were made in the houses of all the refugees and they were told that this was due to a charge laid before the local magistracy accusing them of maintaining a culpable secret organisation in Pondicherry. It was also known that some copies of the above-mentioned forgery had been produced as proof of their guilt. The complainant, it has subsequently transpired, was a notorious informer. The Magistrates could easily see through the whole trick, but still as in duty bound they carried on stringent investigations against the refugees. Ultimately the magistracy was fully convinced that the whole thing was a piece of dirty police work and expressly regretted the amount of unnecessary annoyance the refugees had to undergo. In the meanwhile the complainant, fearing that the scales might easily turn against himself and not at all desiring the prospect of being made a martyr to the cause of the police, thought it wise to flee the town and take refuge in British India. It is interesting to add that warrants of arrest have since been issued against this man and his son by the French authorities.

Pondicherry
July 19

C. SUBRAMANIA BHARATI

THE HINDU, 22 July 1912.

(தமிழாக்கம்)

ஐயா, சென்ற 4 ஏப்ரல் 1912ஆம் தேதி ஸ்ரீமான் வ.வெ.ஸு. ஐயரின் வீட்டு வேலைக்காரி ஒரு குடத்தைக் கிணற்றில் தவறவிட்டு விட்டார்; அதனை வெளியே எடுத்தபொழுது கயிற்றுடன் ஒரு விநோதமான மண் ஜாடியும் வெளியே வந்துள்ளது. அதன் மூடியைத் திறந்து உள்ளேயிருந்த பொருள்களைப் பார்த்தபொழுது மிகத் தீவிரமான புரட்சிகர வங்காளப் படங்களும், சில பத்திரிகைகளும், (போலியாகத் தயாரிக்கப்பட்ட) ஓர் ஆவணமும் அதில் காணப்பட்டன. மிகப் பிழையான ஆங்கிலத்தில் ஏராளமான எழுத்துக் குற்றங்களுடன் அமைந்திருந்த அந்த தஸ்தாவேஜு புதுச்சேரியிலுள்ள அரசியல் அகதிகளெல்லாம் அங்கம் வகிப்பதாகச் சொல்லப்படும் கற்பனையானதொரு ரகசியச் சங்கத்தின் சன்னது என்று தன்னை அறிவித்துக்கொண்டது. உடனே ஸ்ரீமான் ஐயர் இந்தக் 'கண்டுபிடிப்'பை பிரெஞ்சு அதிகாரிகளிடம் எடுத்துச் சென்றார். தெய்வாதீனமான இந்தக் கண்டுபிடிப்பு தக்க சமயத்தில் சம்பவித்தது என்பதை வெகு சில தினங்களில் அவர் கண்டுகொண்டார்.

ஏனெனில் ஏப்ரல் 7ஆம் தேதி எல்லா அகதிகள் வீடுகளிலும் தீவிர சோதனை மேற்கொள்ளப்பட்டது. இவர்கள் அனைவரும் குற்றத்திற்குரியதொரு ரகசிய சங்கத்தைப் புதுச்சேரியில் நடத்தி வருவதாக உள்ளூர் மாஜிஸ்திரேட்டிடம் ஒரு பிராது கொடுக்கப்பட்டுள்ளதாகச் சொல்லப்பட்டது. மேற்குறித்த போலி தஸ்தாவேஜின் சில பிரதிகள் ஆதாரமாகச் சமர்ப்பிக்கப் பட்டுள்ளதாகவும் தெரியவந்தது. பிராது கொடுத்தவர் பெயர் பெற்ற ஒரு ஆள்காட்டி என்பதும் பின்னர் வெளிப்பட்டது. இந்தத் தந்திரம் மாஜிஸ்திரேட்டுகளுக்கு மிக வெளிப்படையாகத் தெரிந்தாலும் கடமை தவறாமல் அகதிகளின் மீது தீவிரமான விசாரணையை மேற்கொண்டனர். கடைசியில் இந்த முழு விவகாரமும் போலீஸாரின் கேவலமான காரியம் என்பதை முழுவதுமாக அறிந்துகொண்ட மாஜிஸ்திரேட், அவசியமில்லாமல் தொந்திரவுகளுக்காளான அகதிகளிடம் வருத்தப்பட்டுள்ளார்.

இவ்வேளையில், நிலைமை தனக்கு எதிராகப் போய்விடக்கூடும் என்று அஞ்சிய இந்த ஆள்காட்டி போலீஸ் தரப்புத் தியாகியாக விரும்பாமல் ஊரை விட்டு ஓடி, பிரிட்டிஷ் இந்தியாவில் தஞ்சம் அடைந்துள்ளார். இந்த நபரின் மீதும் இவரது மகனின் மீதும் பிரெஞ்சு அதிகாரிகள் கைது வாரண்டு பிறப்பித்துள்ளார்கள் என்பதையும் இங்கு சொல்ல வேண்டும்.

புதுச்சேரி, 19 ஜூலை **சி. சுப்பிரமணிய பாரதி**

தி ஹிந்து, 22 ஜூலை 1912

–பக். 46–48, பாரதி கருவூலம், பதிப். ஆ. இரா. வேங்கடாசலபதி, காலச்சுவடு, 2008.

இந்தக் கடிதத்தில் குறிப்பிடப்படும் விவகாரம் பற்றி வ.ரா. இந்நூலில் (19 இயல்) விரிவாக எழுதியுள்ளார்.

~~

பின்னிணைப்பு: 2

சுப்ரமணிய பாரதியார்
(பழனத்தான்)

பொழுது போகாமற் போனால், என்ன செய்கிறது? கையிலகப்பட்டால், "பொழுதை" தண்டிக்கலாம். அகப்படாத குற்றவாளியின் தலையின்பேரில், "ரூபாய் பரிசு" வைத்துப் பார்த்தாலும், பலகாலும் பயன்படுவதில்லை. பொழுதை, அதன் போக்கிலேயே விட்டுவிடுவதுதான் உத்தமமாகும். இல்லாவிட்டால், கண்டதைப் பேசிக் காலத்தைக் கழிக்கலாம். இந்த அருமையான வேலையைச் செய்யும் கூட்டத்திலே சேர்ந்தவர்கள் நானும் எனது நண்பர் கேசவனும்.

சிறு குழந்தைகள், அழகாய் ஆனந்தத்துடன் சொல்லிக் கொள்ளும் "கன்னாபின்னா, மன்னார்கோயில்" தோரணையில், எங்கள் பேச்சுப் போய்க்கொண்டிருந்தது. சட்ட மறுப்பிலே சுடச்சுட ஆரம்பித்து, தென்னிந்திய ரயில்வேக் கம்பெனியின் பேராசைப் படுகுழியில் விழுந்து எழுந்திருந்து பாதாம் ஹல்வாவை ருசிபார்த்து, பெண்களின் பதட்டத்தையும் விடுதலையையும் பற்றி அலசி அலசிப் பேசி, இன்னும் என்னவெல்லாமோ, முடிவு இல்லாமல், முடிவு காணாமல், கூச்சல் போட்டுவிட்டு, கவிராயர் என்ற சொல்லைத் தொத்திப் பிடித்துக்கொண்டு, எங்கள் பேச்சு போய்க்கொண்டிருந்தது.

சமயம் பார்த்து, எனது நண்பரின் அருமைப் புதல்வன், ஆறு வயதுச் சிறுவன், தங்கமணி (இது செல்லப் பெயர்) தோன்றினான். கடைசி வார்த்தை, கவிராயர் அவன் காதில் விழுந்ததுதான் தாமதம், "அப்பா! கவிராயர், நம்ம ஊர் சீனிவாஸ ராயருக்கு உறவா" என்று தெரியாத ஒன்றைக் கண்டுபிடித்தவனைப் போல, முகத்தையும் குரலையும் வைத்துக்கொண்டு கேட்டான். என் நண்பர் கலகலவென்று சிரித்தார்; ஆனால் அவனுக்கு ஒரு சிறு முத்தம் கொடுக்காமலிருக்கவில்லை. தங்கமணி முகம்

வாடிவிட்டது. தீனக்குரலில், "சொல்லு, அப்பா" என்றான், "கவிராயர் என்றால் ராயர் அல்ல, பாட்டு எழுதுகிறவர்" என்றார் என் நண்பர், "நம்ம பாரதியாரைப் போலவா?" என்று எனக்குத் திடுக்கிடும்படியாகக் கேட்டான். சிறிது நேரம் என் நினைவு, என்னிடமேயில்லை. தங்கமணி வீட்டுக்குப் போய்விட்டான். ஆனால், அவன் "வெடுக்கு" என்று சொன்ன, "நம்ம பாரதியாரைப் போலவா" என்பது, என் மனதை விட்டு அகலவேயில்லை.

எனது நண்பர் கேசவன், சுப்ரமணிய பாரதியாரின் பரம பக்தன். ஒரு காதலி, தான் பார்க்கும்பொருள்கள் யாவற்றிலும் தனது காதலனையேதான் பார்ப்பாள் என்று கவிகள் வர்ணிப்பதுண்டு. அது உண்மை என்றே எனக்குத் தோன்றுகிறது. எனது நண்பருக்கு, எப்பொழுதும் பாரதி நாம ஸ்மரணைதான். அவருடைய வீட்டுக்குப் போனால், ஒரு வினோதத்தைக் காணலாம். "பாரதி வாழ்க", "பாரதி புகழ் ஓங்குக", "பாரதி... பாரதி..." என்று "பாரதியில்" ஆரம்பித்து, விசித்திர விசித்திரமாய் முடித்திருக்கும் சூத்திரங்களை சுவர்களில், புஸ்தகங்களில், காகிதங்களில், பாத்திரங்களில்கூட, பார்க்கலாம். பாரதிப் பித்து தலைக்கேறிய இன்னொருவரை பார்ப்பது அருமை; முடியாது என்று நான் சொல்லவில்லை.

தங்கமணி வீட்டுக்குப் போனதும், நண்பர் என்னைத் துளைக்க ஆரம்பித்துவிட்டார். "உங்களைப் போல, 'மோசம்' நான் பார்த்ததேயில்லை. ஒரு சங்கதியை ஒத்திப்போட்டு, ஒத்திப்போட்டு, வாய்தா வாங்குவதில், எந்தப் பிரபல வக்கீலும் உங்களுக்கு ஈடாக மாட்டார். பாரதியாரை உங்களுக்கு நன்றாய்த் தெரியும்; அவரைப் பற்றிய வரலாறைச் சொல்லக் கூடாதா? பாரதியாரிடம் உங்களுக்கிருக்கிற அபிமானத்தை, எவ்வளவு காலந்தான் மறைத்துவைத்துக் கொண்டிருக்க முடியும்? தினம் தினம், கொஞ்சம் கொஞ்சம், எனக்குச் சொல்லுங்கள். எனக்கு ரொம்ப ஆவலாயிருக்கிறது" என்று, ஒரு குட்டிப் பிரசங்கம் செய்து விட்டார்.

தப்பித்துக்கொள்ள வழியில்லை. தப்பித்துக்கொள்ள மனமுமில்லை. "உம்முடைய ஆவல் சரிதான். உம்முடைய முகத்திலே, குரலிலே, பேச்சிலே, பாரதிமயமாய்த்தானிருக்கிறது. இந்த ஆவலைத் தடுக்க, என்னால் ஆகாது. ஆனால் உமது அதிசயிக்கத்தக்க ஆவலைப் பூர்த்தி செய்யக்கூடிய ஆற்றல் என்னிடம் இருக்கிறதோ என்பது என் சந்தேகம். என்ன சொல்லுகிறீர்" என்றேன். நண்பரின் கண்களில் கோபம் பொறிபறந்தது. "இந்த நாட்டைப் பிடித்த சனியன் என்றைக்குத்

தொலையுமோ? போலி அடக்கமும், பாவனை மரியாதையும் தொலைவது எக்காலம்? இருக்கட்டும். தனக்குத் தெரிந்ததைப் பிறருக்குச் சொல்லிக்கொடுக்காமல் இறந்துபோகும் வித்வான், மறுபிறப்பில் "வேதாளமாய்"ப் பிறந்து, மரக்கிளையில், தலை கீழாய்த் தொங்கி, சதாகாலம் பசி பசி என்று பறக்க வேண்டும். அது உமக்குத் தெரியுமா" என்றார் நண்பர். வேதாள மறு பிறப்பிற்கஞ்சி, "கவிராயர்" சுப்ரமணிய பாரதியாரைப் பற்றி, நண்பருக்குத் தொடர்ந்து சொல்லுவதாக ஒப்புக்கொண்டேன். நான் செய்தது சரிதானே?

— *காந்தி*, 1933 செப்டம்பர் 5

நூலில் இடம்பெறாத, இதழில் வந்த முதல் இயல்.
'பழனத்தான்' — வ.ரா.வின் புனைபெயர்.

பின்னிணைப்பு: 3

பாரதியார் வாழ்க்கை

'ரசிகன்'

கட்டுக் கதைகளை அற்புதமாய் எழுதிவிடலாம். கற்பனைக்கு, கட்டும் திட்டமும் கிடையாது. வாழ்க்கை வரலாறு என்றால், அப்படி முடியாது. உண்மையின் வரம்புகளுக்கு அது உட்பட வேண்டியிருக்கிறது. அதை அற்புதமாய் எழுதுவ தென்றால், அதற்கு அபூர்வமான திறமை வேண்டும். வ.ரா. அவர்கள் எழுதியுள்ள மகாகவி பாரதியார் (சக்தி காரியாலயம், ராயப்பேட்டை, சென்னை. விலை ரூ.3) அத்தகைய அபூர்வத் திறமையோடு எழுதப்பட்ட ஓர் அருமையான நூல் ஆகும்.

'தேமதுரத் தமிழ்' சொரிந்தார் பாரதியார். அவர் ஒரு மேதை. அவரது வாழ்க்கையே, உணர்ச்சிக் களஞ்சியமான ஒரு கவிதையாகும். உன்னத உணர்ச்சிகள், கவிதையையும் சித்தரிக்க முடியுமோ? உண்மையில் வ.ரா. பாரதியாரின் கவிதை வாழ்வை, பரிபூர்ணப் பொலிவுடன் சித்தரித்துவிடுகிறார்.

வ.ரா.வுக்கு எப்போதுமே ஒரு கீர்த்தி உண்டு. காணும் மனிதர்களின் குணாதிசயங்களை, அவர்களுடைய பேச்சினின்றும் நடையினின்றும், முத்துக் குளிப்பதுபோல் ஆழத்தினின்று வெளிக்கொணர்ந்து சித்தரித்துக்காட்டும் வல்லமை, அவருடைய தனிக்கலையாகும். வ.ரா. ஒரு மனோதத்துவ நிபுணர் என்பார் திரு. வி. க. அவர் பேச்சில் வல்ல தென்னிந்திய பெர்ட்டிராண்ட் ரஸ்ஸல் என்பார் ஒரு தஞ்சைத் தலைவர். விறுவிறுப்பாய் எழுதும் தமிழ்நாட்டு பெர்னாட் ஷா அவர் என்கிறார் தலைசிறந்த ஓர் எழுத்தாளர். இந்த மூன்று திறமைகளையும், 'மகாகவி பாரதியா'ரில் நாம் அபரிமிதமாகக் கண்டு அனுபவிக்கிறோம்.

பாரதியாரோடு கூட வாழ்ந்தவர் வ.ரா. ஆனால், கூட வாழந்தவரெல்லாம், பாரதியாரின் மேதையைச் சித்தரித்துக்

காட்டிவிடமுடியாது. பாரதியாருடன் ஒரு வ.ரா. கூட வாழ்ந்தது, தமிழ்நாட்டின் பாக்கியமாகும். இந்தப் புத்தகம், அந்த பாக்கியத்தின் பலனாகும். இது சம்பிரதாய ஜீவிய சரித்திரமல்ல. கலைஞனின் உள்ளத்தோடு ஒரு மேதையின் ஜீவ சொரூபத்தைக் கட்டியணைத்து நேருக்கு நேரே கொணர்ந்து காட்டும் ஒரு சிருஷ்டியாகும்.

பாரதியாரின் புருஷாகாரத்தை, அது தோன்றி வளர்ந்து உருவான கதையை, கண்ணுக்குக் கண்ணெதிரே நாம் காணும்படியாக, சினிமாக் காட்சியில் வரும் படங்களைப்போல, தொடர்ச்சியாய், ஜீவ சம்பந்தம் பெற்ற பல சித்திரங்களின் கோவையாய்த் தொகுத்து இசைத்துத் தருகிறார் வ.ரா. பாரதியார் வாழ்க்கையின் ஒவ்வொரு படியிலும், ஒவ்வொரு கட்டத்திலும், அவருடைய மேதை எப்படிப் பிரகாசித்தது என்பதை, நமதுள்ளம் குதூகலிக்கக்கூடிய நிகழ்ச்சிகளின் வாயிலாக, வ.ரா. வர்ணித்துச் சொல்கிறார்.

ஒவ்வொரு சம்பவத்துக்கும் பின்னுறையும் மனோதர்மத்தை மதித்து அளவிட்டுச் சொல்ல, கூர்மையான திருஷ்டியும் ஆழ்ந்த சிந்தனையும் சொல் வன்மையும் வேண்டும். வ.ரா. வின் பாரதியாரிலே, பக்கத்துக்குப் பக்கம், வரிக்கு வரி, இந்த அம்சங்களை நாம் காண்கிறோம். 'தேடிச் சோறு நிதம் தின்று' வீழும் சின்னஞ் சிறு மனிதர்களின் வாழ்க்கையை, பிறந்தான், வாழ்ந்தான், மடிந்தான் என்று செங்கல் அடுக்குவதுபோல் சம்பவங்களை அடுக்கிச் சொல்லிவிடலாம். பாரதியாரோ, அற்புதத் தத்துவங்களும் அதிசய குணங்களுமே உடம்பெடுத்ததுபோன்ற மகாபுருஷனாவார். பாரதியாரின் தோழனும் பக்தனுமான வ.ரா., அவருடைய ஜீவியகுணாதிசயங்களை விஸ்தரிக்கும்போது, இடையிடையே மகத்தான உண்மைகளைப் பொழிந்துவிடுகிறார்.

பாரதியாரின் குழந்தை உள்ளத்தை வ.ரா. வர்ணிக்கும் சில சம்பவங்கள், முக்கியமாக வ.வெ.சு. ஐயருடன் அவர் சீட்டாடியதுபோன்ற நிகழ்ச்சிகள், நமதுள்ளங் குழையச் செய்வதோடு, வாய்விட்டுச் சிரிக்கும் நகைச்சுவையையும் நமக்கு மூட்டிவிடுகின்றன. பாரதியார் கவிதை சிருஷ்டிக்கும்போது நிகழும் அனுபவத்தை வ.ரா. சித்தரிக்கையில், நாமும் பரவசமடைந்து, பிரமித்து நிற்க வேண்டியிருக்கிறது. மனமகிழும் நிகழ்ச்சிகள், உருக்கமான சம்பவங்கள், கம்பீரமாக நிமிர்ந்து நிற்கும் வீரச் செயல்கள் இவையெல்லாம் நிரம்பியது மகாகவி பாரதியாரின் வாழ்க்கை வரலாறு.

பாரதியாரின் கவிதையை, மெத்தப் படித்த பண்டிதர்கள், தங்கள் புத்தகங்களின் பலத்தைக் கொண்டு, எப்படி எப்படியோ

அளவுகள் போடலாம். 'அறிவிலே, அற்பமும் மகத்தும் கலந்து நிற்கின்றன. இயற்கையின் சூதை, அற்ப அறிவினால் அளக்க முடியாது. அளப்பதற்குக் கவிதை உள்ளம் வேண்டும்' என்று தத்துவ தர்சனத்தோடு கூறும் வ.ரா., 'படைப்பில் எல்லா ஜீவராசிகளோடும் அவைகளின் சலனத்தோடும் ஒட்டிக்கொள்ளும் தன்மைக்கு, கவிதை உள்ளம்' என்று அதை விளக்குகிறார். 'ஒப்புயர்வில்லாத கவிதையைப் பாடியவர் சுப்பிரமணிய பாரதியார்' என்று வ.ரா. உரக்கக் கூறுகிறார். 'ஆம்; உண்மையே' என்று நாம் தலைவணங்கி, ஏற்றுக்கொள்வோம். பாரதியாரின் கவிதைகளும் கட்டுரைகளும் சேர்ந்து, இதுவரை பாரதி இலக்கியமாய் இருந்துவந்தன. அவைகளைச் சிருஷ்டித்த மேதையைச் சித்தரித்துக்காட்டும் வ.ரா.வின் மகாகவி பாரதியாரும் அந்த இலக்கியத்திலே ஒரு பாகமாக, இனி என்றென்றும் விளங்கும் என்று நாம் நிச்சயமாய் நம்புகிறோம்.

— *சக்தி*, 1944 அக்டோபர்
நூல் மதிப்புரை

பின்னிணைப்பு: 4

மகாகவி பாரதியார்
(வரலாறு)

உலக மகாகவிகளில் ஒருவராகிய மகாகவி பாரதியாரின் வாழ்க்கை வரலாறுகளை அவருடன் கூட இருந்து பழகிய அறிஞர் வ.ரா. இந்த நூலில் படம் பிடித்துக் காட்டி இருக்கிறார். அறிஞர் பலராலும், பத்திரிகைகள் பலவாலும் பாராட்டப்பெற்றது இந்த நூல். பாரதியாரின் மூவர்ணப் படம் இந்தப் புத்தகத்தை அலங்கரிக்கிறது. இந்தப் புத்தகம் மூன்றாவது பதிப்பு. டெம்மி அளவில் 128 பக்கங்கள்.

இதன் விலை
ரூ. 1–8–0 தபால் செலவு தனி

சக்தி காரியாலயம்
ராயப்பேட்டை சென்னை – 14

சக்தி காரியாலய வெளியீடுகள் அனைத்தும் ஹிக்கின்பாதம்ஸ் புத்தக சாலைகளிலும் சுதேசமித்திரன் புத்தக சாலைகளிலும் கிடைக்கும்.

— *சக்தி*, 1950 மார்ச்
இதழில் வந்த விளம்பரம்

பின்னிணைப்பு: 5

பாரதியாரின் எழுத்துகள்
வ.ரா.

ஸ்ரீ சுப்ரமணிய பாரதியாரின் பெயர் தமிழ்நாடு எங்கும், இப்பொழுது பரவிவிட்டது. அவரது ஜீவிய காலத்தில் அவருக்கு இயற்கையாக ஏற்பட்டிருக்க வேண்டிய மதிப்பும் பெருமையும் ஏற்படவில்லை. பாரதியார் இருக்கும்பொழுதே அவருக்கு ஆயிரக்கணக்கில் பக்தர்களும் நண்பர்களும் இருந்திருந்தால், அவர் இளவயதில் மறைந்துபோயிருக்க மாட்டார். மறைந்தது தமிழர்களின் சொல்ல முடியாத துர்ப்பாக்கியமாகும்.

பாரதியார் இறந்து போவதற்கு முன், ஏராளமான கவிதைகளும், கட்டுரைகளும் எழுதியும் பிரசுரிக்கவும் செய்து, இறந்துபோனார். இவைகள் இந்தியா, கர்மயோகி, சுதேசமித்திரன் இந்த மூன்று பத்திரிகைகளில் பெரும்பாலும் வெளிவந்தன. அவருடைய கையெழுத்துப் பிரதிகள் சில திருட்டுப் போனதில் முக்கியமானது "சின்னச் சங்கரன் கதை." போனதை நினைத்துத் துக்கப்படுவதில் பயனில்லை,

பாரதி பிரசுராலயத்தார் நாலைந்து பகுதிகளாகப் பிரித்து, பாரதியாரின் எழுத்துகளைப் பிரசுரித்திருக்கிறார்கள். அவைகள் பின் வருவன :

1) கீதங்கள் (2) பகவத் கீதை (3) ஞானரதம் (4) சந்திரிகை என்ற முடிவு பெறாத கதை (5) சிறுகதைகள் முதலியன.

இடையே 'சுதேசமித்திரன்' 'காரியாலயத்தார்' 'கதா மாலிகா' என்ற பெயருடன், பாரதியார் சுதேசமித்திரன் பத்திரிகைக்கு எழுதிய எழுத்துகள் சிலவற்றைத் தொகுத்து, ஒரு புஸ்தகம் வெளியிட்டார்கள்.

ஆனால் பாரதியாரின் எழுத்துகள், மேற்சொன்ன பிரசுரங்களோடு பூர்த்தியடைந்துவிட்டதாக எவரும் எண்ண வேண்டாம். புஸ்தக வடிவமாகப் பிரசுரமாகாத அபூர்வமான எழுத்துகள் எவ்வளவோ பாக்கியிருக்கின்றன. பாரதியாரின் அகால மரணநஷ்டத்தோடு, இந்தப் பிரசுரமாகாத நஷ்டமும் தமிழ் நாட்டுக்கு ஏற்படலாகாதே என்று நினைத்து நினைத்து நான் ரொம்பவும் வருத்தப்பட்டதுண்டு.

பாவம்! பாரதி பிரசுராலயத்தார் என்னதான் செய்வார்கள்! பிரசுராலயத்தின் பொறுப்பாளிகள் யாவரும் நல்லவர்கள், உற்சாகிகள்தான். ஆனால் அந்த நிர்வாகிகளில் ஒவ்வொருவருக்கும் தங்கள் தனி வேலைத் தொந்திரவினால், பாரதி நூல் பிரசுர சங்கதியில் தங்கள் முழு கவனத்தையும் செலுத்த முடியவில்லை. இதைப்பற்றி அவர்களைக் குறைகூற முடியாது; தேவையுமில்லை.

பாரதியாரின் எழுத்துப் பெருமையை, பொதுவாக உலகத்துக்கும், சிறப்பாகத் தமிழ் நாட்டுக்கும் எடுத்துக் காண்பிக்க வேண்டியது தமிழபிமானிகளின், தேசாபிமானிகளின், கவிதை ரஸிகர்களின் கடமையாகும். இந்த அரிய தொண்டு, இப்பொழுது நடை பெற்றுவருகிறது. ஆனால் ஒரு பிளானுடன் (திட்டத்துடனும்) நடை பெறவில்லை.

வெள்ளைக்கார தேசங்களில், மிகச் சிறிய தேசத்தில், பாரதியாரைப் போன்ற உலக கவி தோன்றியிருந்தால், நம்மைப் போல அந்த தேசத்தார் சும்மாயிருந்திருக்க மாட்டார்கள். உலக கவிகளுக்குள், ஒரு மதிப்புற்ற இடம் பாரதியாருக்குக் கிடைக்கும்படி அவர்கள் செய்திருப்பார்கள். ஆனால் நாமோ, பாரதியாரின் இணையற்ற பெருமையை, இன்னும் சரியாகத் தெரிந்துகொள்ளவில்லை. இதைப்பற்றி நொந்துகொள்ளுவதிலும் பயனில்லை.

பாரதியாரின் அநேக எழுத்துகள் பிரசுரமாகாமலே போய்விடுமோ என்ற பயம் எனக்கு உண்டாயிற்று. இந்த நிலைமையை என்னால் மனதில் எண்ணக்கூட முடியவில்லை. என்னைப் போலவே பாரதியாரின் பக்தர்களான எங்கள் கோஷ்டிப் பத்திரிகாசிரியர்களுக்கெல்லாம் தாங்க முடியாத துக்கம். எனக்கு ஒரு யோசனை தோன்றிற்று.

'கதா மாலிகை' முதலிய நூல்களில் பிரசுரமானது போக பாக்கி சுதேசமித்திரனில் வந்த எழுத்துகளை ஒன்று திரட்டி நான் ஏன் வெளியிடக் கூடாது என்று தோன்றிற்று. பல வருஷங்கள், பாரதியாரோடு புதுச்சேரியில் வாழ்ந்த நான், அதுகூடச்

செய்யாமற்போனால் அவருக்குத் துரோகம் செய்தவனாவேன் என்ற எண்ணமும் ஏற்படவே, சுதேசமித்திரன் ஆசிரியர் ஸ்ரீமான் ஸி. ஆர். சீனிவாசன் அவர்களை இது விஷயமாகக் கேட்டேன்.

நான் கேட்டதுதான் தாமதம். கற்பனை செய்ய முடியாத பெருந்தன்மையுடன், அவர் என் வேண்டுகோளுக்கு உடனே இசைந்தார். இந்தச் செய்தி சில பத்திரிகைகளில் வந்தது.

சீக்கிரமாக வெளியிட வேண்டுவதற்கான முயற்சிகளைச் செய்துகொண்டிருக்கையில், பாரதி பிரசுராலய நிர்வாகிகளில் ஒருவரான, பாரதியாரின் தம்பி ஸ்ரீமான் ஸி. விசுவநாதய்யர் சில தினங்களுக்கு முன் என்னிடம் வந்தார். நாங்கள் பழைய சினேகிதர்கள். எனவே, பிரசுர விஷயமாக, சந்தோஷமான முடிவுக்கு வந்தோம்.

பாரதியாரின் எழுத்துகளனைத்தையும் சோதித்து, பரிசீலனை செய்து, தொகுக்கவும் முகவுரை விமர்சனம் முதலிய பொறுப்பை என்னிடம் தந்து பாரதியாரின் பெருமையைத் தமிழ் நாட்டுக்கு நன்கு எடுத்துக் காண்பிக்குமாறும் எனக்குக் கட்டளையிட்டார். இது எனக்கு, பருத்தி புடவையாகக் (வேஷ்டியாகவும்) காய்த்த சந்தோஷச் சங்கதி.

வாழ்வின் ஒவ்வொரு அம்சத்தைப் பற்றியும் தீர்க்காலோசனை செய்து, கவிதை உணர்ச்சியும் தரிசனமும் கலந்து, பாரதியார் எழுதியிருக்கும் கட்டுரைகள் நிரம்ப அகப்பட்டிருக்கின்றன.

சுதேசமித்திரனின் பழைய பயிலை நான் புரட்டிப் பார்க்கையில், எனக்குப் பசி தாகம் ஒன்றுமே எடுக்கவில்லை; எழுத்துகள் அவ்வளவு ஸ்வாரஸ்யமாயிருக்கின்றன. அவைகளையும் மற்றும் சிலவற்றையும் ஒன்றுதிரட்டும் வேலை இப்பொழுது நடந்துவருகிறது,

அடுத்த செப்டம்பர் மாதம் பாரதியார் மறைந்துபோன நாள் வருகிறது, அதற்குள் இந்தப் புதிய பிரசுரங்களை வெளிக்கொண்டு வர வேண்டும் என்பது எங்களுடைய ஆசை, வெள்ளைக்கார தேசப் பிரசுரங்களுக்கு எந்த வகையிலும் சளைக்காத முறையில் இவைகளை வெளிக்கொண்டுவருவதற்கான வழிகளில் நாங்கள் பாடுபட்டு வருகிறோம்.

பாரதியாரின் பெயர் தமிழ்நாட்டுக்கு ஒரு ஆவேச உற்சாக மந்திரம்போல. பாரதியாரின் எழுத்துகள் சரியான முறையில் இதுவரையில் வெளிவரவில்லையே என்று நூற்றுக்கணக்கான இலக்கிய ரஸிகர்கள் மனம் துடித்துக்கொண்டிருந்தது பலருக்குத் தெரிந்திருக்கலாம். எனக்கே பல கடிதங்கள் வந்தன.

அந்தக் குறை நீங்கிவிடும் என்று நான் உறுதி கூறுகிறேன். இந்த விஷயத்தில், பாரதி அபிமானிகளின் தயவும் சகோதரப் பத்திரிகாசிரியர்களின் தயவும் வேண்டும். அவர்களை நான் வணக்கமாய் வேண்டிக்கொள்ளுகிறேன்.

அரசியல், ஆசாரச் சீர்திருத்தம் முதலிய அம்சங்களில், நம்மவர்களுக்குள் அபிப்பிராய பேதமிருக்கலாம். ஆனால் பாரதியாரின் பெருமையைப் பற்றி அபிப்பிராய பேதம் இருக்க இடமேயில்லை. இந்தத் தொண்டை நல்ல முறையில் பூர்த்தி செய்வதற்கு நாம் எல்லோரும் பூரண மனத் திருப்தியுடன் ஒத்துழைக்க வேண்டும் என்பது அடியேனுடைய வணக்கமான வேண்டுகோள். பிரசுர வேலை நடந்துவரும் வகையைப் பற்றி தேவையான பொழுது, அறிக்கை வடிவமாக, தமிழ்நாட்டுக்கு அறிவிக்கப்படும்.

மீண்டுமொருமுறை, பத்திரிகாசிரியர்களையும் ஏனைய இலக்கிய ரஸிகர்களையும் வேண்டிக்கொள்ளுகிறேன், அவர்களுடைய பேராதரவுக்காக.

- *சுதந்திரச்சங்கு*, 8.6.1934.
இதே அறிக்கை *சுதேசமித்திரன்* (7.6.1934) இதழிலும் வெளியாகியுள்ளது.

~~

பின்னிணைப்பு: 6

அச்சமில்லை
ராஜாஜி

ஆணிவேர்

"இச்சகத்துளோரெலாம் எதிர்த்து நின்று, துச்சமாக எண்ணி நம்மைத் தூறு செய்தபோதினும், இச்சை கொண்ட பொருளெலாமிழந்து, பிச்சை வாங்கி யுண்ணும் வாழ்க்கை பெற்று விட்டபோதினும், நச்சை வாயிலே கொணர்ந்து நண்பர் ஊட்டு போதினும், பச்சை ஊன் இயைந்த வேற்படைகள் வந்த போதினும், உச்சி மீது வான் இடிந்து வீழுகின்றபோதினும், அச்சமில்லை அச்சமில்லை, அச்சமென்ப தில்லையே" என்று பாரதியார் பாடினார். இந்த அச்சமின்மையைத் தருவது வேதாந்தம். இந்தியப் பண்பாட்டுக்கு மூலவேர் வேதாந்தம். முற்காலத்திலும், இக்காலத்திலும் இந்நாட்டின் சரித்திரத்தில் கண்ட தைரியம், வீரம், தியாகம், பெருமை எல்லாவற்றிற்கும் மூலசக்தி, வேதாந்தம். ஒவ்வொருவன் உள்ளத்திலும் வேதாந்தம் இப்போதும் ஊன்றி நிற்கிறது. புது நாகரிகம், புது உணர்ச்சிகள், புதுச் சம்பிரதாயங்கள் எவ்வளவு புகுத்தினாலும், வேதாந்த மூலவேர் அழியவில்லை. நகர வாழ்க்கை, கிராம வாழ்க்கை, பணக்காரன் வாழ்க்கை, ஏழைகளின் வாழ்க்கை, படித்தவர்களின் வாழ்க்கை, மூடர்களின் வாழ்க்கை, யோக்கியர்கள், அயோக்கியர்கள் எல்லாருடைய வாழ்க்கையிலும் வேதாந்த வாசனை வீசுகிறது. வேதாந்தமே இந்நாட்டு மக்களின் வாழ்க்கைக்கு ஆணிவேர்.

முதனூல்

வேதாந்தத்திற்கு முதல் நூல் உபநிஷத்து. உபநிஷத்து படிக்காதவன் இந்தியப் பண்பாட்டைப் பூரணமாய் அறிந்ததாகச் சொல்லிக்கொள்ள முடியாது.

பழைய நூல்களைப் படிக்கும்போது, நேற்று எழுதின புத்தகங்களைப்போல் அவை இருக்கும் என்று எதிர்பார்த்து ஏமாற்றம் அடையக் கூடாது. அவை தோன்றிய காலத்தில் உலகமும், தேசமும் மக்கள் வாழ்க்கையும், தேசாசாரமும் முற்றிலும் வேறு நிலையிலிருந்தன. இதை மறந்துவிட்டு, தற்காலத்தில் விவாதிக்கப்பட்டுவரும் விஷயங்களை மனதில் வைத்துக் கொண்டு, மூவாயிரம் வருஷங்களுக்கும் முன்பு எழுதப்பட்ட பழைய நூல்களை விமரிசனம் செய்யக் கூடாது. ஒவ்வொரு நூலும், அது தோன்றிய காலத்து வாழ்க்கையை ஒட்டித்தான் பேசும். நம்முடைய கற்பனை சக்தியையும் அறிவையும் செலுத்தி அக்காலத்து வாழ்க்கையை வைத்து முன்னோர் எழுதிய நூல்களைப் படிக்க வேண்டும்.

உபநிஷத்துக்களின் முக்கிய கருத்து என்னவென்றால், இவ்வுலகத்தில் பொருள் சம்பாதித்துப் பெறக்கூடிய போகங்களி னாலும், அக்காலத்தில் முற்றிலும் உண்மை என்று கருதப்பட்ட வேதத்தில் சொல்லிய வேள்விகளைச் செய்து அவைகளின் பயனாக அடையும் சுவர்க்க போகங்களினாலுங் கூட, மனிதன் நிலையான சுகம் பெற மாட்டான்; ஆத்ம ஞானமே நம்மைப் பரம்பொருளுடன் ஒன்றுபடுத்திக் கரும பாசத்திலிருந்து விடுவிக்கக் கூடியது. அதுவே உலகத்திற்குப் பழுதற்ற சாசுவதமான நல்வழி என்று போதிப்பதாகும். இந்த உண்மையைப் படிப்படியாக உபதேசிக்கும் நோக்கத்துடன் சொல்லப்பட்ட உபநிஷத்து மந்திரங்கள் சில இடங்களில் ஒன்றுக்கொன்று முரண்படுவதாகத் தோன்றும். ஆனால், படிப்படியான உபதேச முறையைக் கவனத்தில் வைத்துப் பூரண முறையில் ஆராய்ந்தால், முரண் தீர்ந்து பொருள் விளங்கும். உபநிஷத்து தோன்றிய காலத்தில் ஆசாரியனுடைய கூட்டுறவும் வாய்மொழி உபதேசமுமின்றிப் படிப்பே கிடையாது. வெறும் புத்தகப் படிப்பு அப்போது இல்லை. அச்சடித்த புத்தகப் பிரதிகள் தாமாகப் பரவும் சங்கதியே அக்காலத்தில் சாத்தியமில்லை.

பிரபந்தங்கள்

வேதாந்தத்தில் சைவம் வைஷ்ணவம் முதலிய சமய பேதங்கள் இல்லை. பரம்பொருளை எந்தப் பெயர் வைத்துத் தியானித்தல் நலம் என்கிற வாதங்கள் அதில் இல்லை. ஸ்ரீ சங்கராச்சாரியார் எழுதிய வேதாந்த நூல்களில் நாராயணன் என்றே ஈசனைக் குறிப்பிடுவார். சைவ சித்தாந்த நூல்களில் பரம்பொருளை சிவன் என்றே குறிப்பிடுவார்கள். பெயர்களும், தியானத்திற்காக நாம் மனதில் கற்பித்துக்கொள்ளும் அங்கங்களும் சின்னங்களும், பூஜை செய்யும் மூர்த்திகளும், ஓங்காரமுங்கூட, நம்முடைய உள்ளத்தைப்

பரம்பொருளின் வழிச்செலுத்துவதற்கு உபயோகப்படும் சாதனங்களேயொழிய வேறல்ல. பொருள் ஒன்று, பெயர் பலவாயிருக்கும் அப்பொருளை,

ஏக மூர்த்தி இரு மூர்த்தி
மூன்று மூர்த்தி பல மூர்த்தி
யாகி ஐந்து பூதமாய்
இரண்டு சுடராய் அருவாகி
நாகம் ஏறி நடுக் கடலுள்
துயின்ற நாராயணனே!

என்றும்

முனியே! நான்முகனே!
முக்கண்ணப்பா! என்பொல்லாக்
கனிவாய்த் தாமரைக்கண்
கருமாணிக்கமே! என்கள்வா!

என்றும் திருவாய்மொழியில் சடகோபன் பாடினார்.

எந்த சமயத்தில் வளர்ந்தவர்களுக்கும் வேதாந்தம் பொது. சைவ வைஷ்ணவப் பிரபந்தங்கள் வேதாந்தத்தைத்தான் பல வழியில் விளக்குகின்றன. உபநிஷதங்களைப் படிக்க இயலாதவர்கள் சைவ வைஷ்ணவப் பிரபந்தங்களைப் பக்தியுடன் படிக்க வேண்டும். அதுவும் செய்யவில்லையானால், தற்காலத்து **வேதாந்தக் கவி**யாகிய பாரதியார் பாடிய ‘விநாயகர் நான்மணிமாலை’யைப் படிக்கலாம்; அது ஓர் உயர்ந்த வேதாந்த நூல். அதுவும் வேண்டாம், தேசபக்தர்கள் பாடும் ‘அச்சமில்லை’, ‘ஜயமுண்டு’, ‘சங்கு’, ‘ஜயபேரிகை’ முதலிய விடுதலைப் பாட்டுக் களை அவைகளிலுள்ள ஆழ்ந்த பொருளை நிதானமாக யோசித்துத் தெரிந்துகொண்டு நிறுத்திப் பாடினால் அதுவும் வேதாந்தமே. பொருளைக் கவனியாமல் உரத்த குரலில் வெறுந்தாள இன்பத்திற்காகப் பாடுவதற்கென்று அல்ல, அந்தப் பாடல்களை பாரதியார் பாடியது. வேதாந்த விதையை அனைவருக்கும் தந்து நாட்டைப் பண்படுத்தி விலையுயர்ந்த பெரும்பயிரை வளர்க்கவே பாரதியார் பழைய வேதாந்தத்தைத் தேசீயப் புதுமணத்துடன் கலந்து அந்த அற்புதமான பாட்டுக்களைப் பாடித் தந்தார். உண்மை என்பது, சமயமும் கலையும் பண்பாடும் தைரியமும் ஊக்கமும் தேசியமும் அனைத்தும் ஒன்றோடொன்று பிணைக்கப்பட்ட ஒரு பொருள். வேதாந்தத்தின் முடிவு உலகத்தை விட்டுவிடுவது அல்ல. சுயநலத்தையும் சுகபோகப் பற்றுக்களையும் அபிமானத்தையும் தைரியமாகக் களைந்தெறிந்து எல்லாக் கடமைகளையும் அஞ்சா நெஞ்சுடன் செய்து வாழ்க்கையை நடத்துவதற்குச் சாதனமான ஆத்ம சக்தியை வேதாந்தம் தரும்.

இதற்கு, சுவாமி விவேகானந்தர், கீதா ரகசிய ஆசிரியரான லோகமான்ய திலகர், சுப்பிரமணிய சிவம், அரவிந்தனார், பாரதியார், மகாத்மா காந்தி இவர்களே சான்றாவார்கள்.

சத்திய வாழ்வில் உழைக்க வேண்டிய உழைப்புக்கு உறுதியும் அச்சமின்மையும் தரக்கூடிய வேதாந்தத்தை அனைவரும் எளிதில் உணரும் முறையில் விளக்குவது இச்சிறு நூலின் நோக்கம். பேரருளும் அறிவும் பரம்பரை உபதேசமும் பெற்ற பெரியோர்களுக்குமே பல சிக்கல்களைத் தந்த இவ்விஷயத்தை, ஒரு சிறு நூலில் எளிய நடையில் விளக்கப் பார்ப்பது வியப்பாக இருக்கலாம். ஆயினும் முயற்சியினால் நஷ்டமில்லை. வடமொழியில் மூடிக்கிடந்த உபநிஷத்துக்களை அனைவரும் ஆடியும் பாடியும் அனுபவிக்கக்கூடிய உருவத்தில் தமிழில் ஆழ்வார்களும் மாணிக்கவாசகரும் மற்றவர்களும் எடுத்துத் தேன்மாரியாகப் பொழிந்தார்கள். இக்காலத்திற்கு ஏற்ற ஒரு பணி, தத்துவ சாத்திரப் பரிபாஷைச் சொற்களைப்போட்டுக் கலவரப்படுத்தாமல் வேதாந்தத்தை விளக்கி வசன நூலாக எழுதி அச்சடித்துப் பரப்புவதேயாகும். குறைகள் பல இருப்பினும் ஓரளவு பயன்படும்.

உடல் வேறு நான் வேறு

ஞானத்திற்கு முதற்படி நான் வேறு, தேகம் வேறு என்ற உறுதியான உணர்ச்சிபெற வேண்டும். உடலுக்குள் உடலைத் தவிர ஆத்மா என்ற ஒரு தனிப்பொருள் உண்டா? அது உடலினின்றும் வேறுபட்ட ஒரு பொருளா? அல்லது உடலின் லக்ஷணங்களையே ஒரு தனிப் பொருளாக அமைத்துக்கொண்டு தவறாகப் பேசிவருகிறோமா? உடல் அழிந்ததும் அதனுடன் அதன் லக்ஷணமான ஆத்மாவும் முடிந்ததா, அல்லது தனிப் பொருளாகி வேறுபடுகிறதா? தனிப் பொருளாயிருப்பினும், அது உடலைப் போல் அழிந்துபோகும் பொருளா, அல்லது ஓர் அழியாப் பொருளா? இந்த விஷயத்தைப் பற்றி மக்களுக்கு உறுதியான கொள்கை இல்லாதிருப்பதே உலகத்தில் காணப்படும் எல்லாக் குறைகளுக்கும் காரணம். சந்தேகம் தீரத் திருப்திசெய்து கொண்டாலுங்கூடத் திரும்பத் திரும்ப அஞ்ஞானம் வந்து மூடிக்கொள்கிறது. உடலும் புலன்களும் அல்லாது, வேறு ஒரு பொருள், உடல் உணர்ச்சி உயிர் எல்லாவற்றையும் ஊடுருவித் தனக்குள் இருக்கிறது என்பதை அறிவுள்ள மனிதன் உறுதியாக உணர்ந்தானானால், ஞானமும் பக்தியும் பற்றற்ற வாழ்க்கையும் சத்தியமும் உண்டாகிக் குறைவுபடாமல் நிற்கும்; உலகம் கடைத்தேறும். அதற்காகவே உபநிஷத்துக்களில் பரமாத்மாவைப் பற்றிச் சொல்லுவதோடு ஜீவாத்மாவைப் பற்றிப் பலவேறு

விதமாகத் திரும்பத் திரும்ப விவகரிக்கப்படுகிறது. உடலைத் தவிர்த்து வேறு ஏதுமில்லை என்றால், வேதாந்தமில்லை. சரீரம் வேறு சரீரி வேறு என்று சந்தேகமற உணர்ந்தால், வேதாந்த வாழ்க்கை தானாகத் தோன்றிவிடும்.

அறிவு மட்டும் போதாது

உள்ளத்தில் மறைந்து நிற்கும் ஆத்மாவைக் காண வேண்டும். காண்பது என்றால் சந்தேகம் முற்றிலும் அழிந்து உண்மையைப் பூரணமாக உணர்வது. உண்மையைக் காண அறிவும் ஆராய்ச்சியுமே போதாது. நற்குணமும் சீலமும் வேண்டும்.

எதிரில் நிற்கும் சுவரையோ மலையையோ பார்க்கும்போது, யோக்கியன் அயோக்கியன் இருவருக்கும் அது காணப்படும் அல்லவா? ஒரு பொருளைப் பார்க்கப் புலனடக்கம் அமைதி இவையெல்லாம் என்னத்திற்கு? ஆசாரியன் உதவியும் படிப்புமே அல்லவா அறிவுக்கு வேண்டியவை? இவை இருந்தால் வேறு குற்றங்கள் என்ன செய்யும்? இந்தக் கேள்விகளுக்கு விடையே வேதாந்த உபதேசத்தில் முக்கியமான பாகம்.

ஆத்மா என்பது உடலில் ஓர் அவயவத்தைப் போன்றதல்ல. அதற்குத் தனி இடமில்லை. உடலையும் உள்ளத்தையும் ஊடுருவிக் கலந்து நிற்கிறது. உள்ளம் தெளிவு அடைந்தாலொழிய அதனுள் இவ்வாறு கலந்து மறைந்திருக்கும் பொருள் உருக்கொண்டு கோசரமாகாது. புறத்தில் நிற்கும் ஒரு பொருளைப் பார்க்கும் முறை வேறு, உள்ளத்திற்குள் ஊடுருவி நிற்கும் ஒரு பொருளைக் காணக்கூடிய முறை வேறு. மனம் தெளிந்தாலொழிய உள்ளத்திற்குள் ஊடுருவி நிற்கும் பொருள் வெளிப்படாது. மனம் தெளிவுபடுவதற்குச் சீலமும் பற்றற்ற நிலையும் அமைதியும் வேண்டும். இந்தக் காரணத்தை நன்றாக ஆராய்ந்து உணர்ந்தால் உடலிலுள்ள ஆத்மாவைக் காண, ஏன் நல்லொழுக்கமும் சுத்தமான உள்ளமும் வேண்டும் என்பது விளங்கும். ஞான மார்க்கம் பக்தி மார்க்கம் கரும மார்க்கம் என்று மூன்றாகச் சொல்லப்பட்ட முறைகள் எல்லாம் ஒன்றே என்பதும் விளக்கமாகும்.

ஆகவே, மனமும் இந்திரியங்களும் சரிவர அடங்கப் பெற வேண்டும். இதற்கு விவேகம் வேண்டும். புத்தி கலக்கமற்று ஒளி பெற வேண்டும். ஒளி பெற்ற புத்தியின் வேகம் மனதின் மேல் செல்ல வேண்டும்.

இவ்வாறு அமைதிநிலையை அடையாவிடில் திரும்பத் திரும்பக் கலக்கம் ஏற்படும். இடையறாத கவனத்துடன் புத்தி, மனம், இந்திரியங்கள் இவைகளை அடக்கி ஆள வேண்டும். இந்த முயற்சிக்குத்தான் யோகம் என்று பெயர். இந்த நிலையை

அடைந்தால் உள்ளத்தில் மறைந்து நிற்கின்ற ஆத்மாவைக் காணப்பெறலாம்.

யோக முயற்சியால் கண்ட ஞானமானது எப்போதும் ஒரே நிலையில் நிற்காது. உள்ளத்தின் நிலையை மிக்க கவனமாய்க் காப்பாற்ற வேண்டும். உதயாஸ்தமனத்தைப் போல் ஒரு சமயம் தெளிவடைந்து தோன்றியது பிறகு மறைந்து போகும். மறுபடியும் உதயமாகி மறுபடியும் மறையும். யோக நிலையை ஒரே படியாக அடைந்துவிடுவது கடினம். ஆயினும் முயற்சியைத் தளரவிடக் கூடாது.

உலகம் பொய் அல்ல

உலகம் சர்வேசுவரனுடைய மாயை என்பதை யாவரும் சொல்லக் கேட்டிருக்கிறோம். உலகம் உண்மையே. பொய்யல்ல.

மாயையைப் பற்றியும் ஆத்மாவைப் பற்றியும் பரம் பொருளைப் பற்றியும் உபதேசம் செய்த பெரியோர்கள் அனைவரும் உலகம் உண்மை என்றே தங்கள் வாழ்க்கையை நடத்தி வந்திருக்கிறார்கள். உபதேசத்துக்கு மாறாக நடக்கும் பொய்யர்களைப் பற்றிச் சொல்லவில்லை. பூரணமெய் வாழ்க்கை நடத்திய ஞானிகளின் வாழ்க்கையை ஆராய்ந்து பார்த்தாலே, உலகமும் வாழ்க்கையும் வினைப்பயனும் உண்மை என்றே அவர்கள் எண்ணினார்கள் என்பது உறுதியாகிறது. இப்படியிருந்தும் அவர்கள் கொள்கையானது எல்லாம் மாயை, எல்லாம் ஈசுவரனுடைய உருவமே, எல்லாம் ஈசுவரன் செயலே என்றால், இதற்குப் பொருள் என்ன?

ஈசனே சகலமும் என்றால் அனைத்தின் உயிரும் அவனே என்று பொருள். உடலுக்கு ஆத்மா எவ்வாறோ அவ்வாறு எல்லாப் பொருள்களுக்கும் எல்லா உயிர்களுக்கும் உள்ளே இருக்கும் அந்தர்யாமி ஈசன். நான் போனேன், நான் வந்தேன், நான் செய்தேன் என்றால், அது கேவலம் உடலின் செயலான போதிலும், உடலினுக்குள் எல்லாவற்றையும் நடத்தும் ஆத்மாவின் கருமமேயாகும். அது போலவே ஆத்மாவுக்கு ஆத்மா ஈசன். ஆத்மாவின் செயல் ஈசன் செயல். சகலமும் ஈசன் செயல், சகலமும் ஈசன் உருவம். ஈசனும் உண்மை, ஈசன் ஊடுருவி நிற்கும் சகல உயிர்களும் உண்மையே.

வெயிலினால்தான் நிழல் உண்டாகிறது. ஆனால் நிழல் பொய்யல்ல, உண்மையே. உடல் உண்மையேயாயினும், உடலுக்கு உயிரும் உண்மையும் தருவது கண்ணுக்குக் காணாத உயிரே அல்லவா? அந்த உயிருக்கு உயிரும் உண்மையும் தருவது பரம் பொருள். ஆத்மா இன்றி உடல் உயிரற்ற சவமாகிவிடும். அதைப்

போலவே, உடலுக்குள் நிற்கும் ஆத்மாவுக்குப் பரம்பொருளே இன்றியமையாத அந்தராத்மா.

உலகத்திலுள்ள ஜீவன்கள் பரமாத்மாவுக்குச் சரீரங்களைப் போலாகும். சர்வ வியாபகமான பரம்பொருளுக்கு ஜகத்து முழுதும், ஒவ்வொரு தனிப்பொருளும், சரீரமாகும். அனைத்தும் சேர்ந்து பரமனுக்கு ஒரு சரீரமாகும். அவையே அவனுக்குத் தனித்தனியான சரீரங்களுமாகும். அந்தராத்மா இன்றி எல்லா உயிரும் வெறுஞ் சவம்போலாகும். அசேதன இயற்கைச் சக்திகளுக்கும் மூலாதாரமாயுள்ளது, எல்லாப் பொருள்களிலும் ஊடுருவி நிற்கும் பரம்பொருளே.

மாயை என்றால் அனைத்தும் பொய், நாம் ஏதேனும் செய்துகொண்டு போகலாம் என்றல்ல. வேதாந்த உபதேசம் இதுவன்று. அனைத்தும் உண்மை, அனைத்தும் நியதிக்குட்பட்டது என்பதே வேதாந்த உபதேசம்.

அனைத்திலும் ஓர் உயிர்

ஆகவே, உடலுக்குள் அதற்கு உயிர் தரும் ஆத்மா; ஆத்மாவுக்குள் அதற்கு உயிர் தரும் பரம்பொருள்; இது உலகத்தின் அமைப்பு. ஒரே ஆத்மாவானது பல விதமான உடல்களைப் பல பிறவிகளில் தரிக்கிறது. அப்படித் தரிக்கும் காலத்தில் தன் தேகமே தானாக நினைத்து வாழ்கிறது. இதைப்போல், பரம்பொருளும் பல ஆத்மாக்களில் ஒரே காலத்தில் அந்தராத்மாவாக ஊடுருவி நிற்பதை ஒருவாறு உணரலாம். ஒரே காலத்தில் எல்லா ஜீவன் களும் பரமாத்மாவுக்குச் சரீரங்களாகின்றன. அந்தராத்மா ஒன்றேயாயினும், ஜீவன்கள் தனி ஜீவன்களாக வாழ்கின்றன. இதைத்தான் மாயை என்பது. கல்வி கற்றவன், பாமரன், வீரன், கோழை, பலவான், நோயாளி, உயர்ந்தோன், தாழ்ந்தோன், இன்னும் எல்லா ஜீவகோடிகளிலுமே அந்தராத்மாவாக எல்லாவற்றையும் நடத்திக்கொண்டு நிற்பது ஒரே பரம்பொருள்.

நமது ஆசாபாசங்கள், சுக துக்கங்கள் இவைகளில் ஆத்மாவானது மறைந்துபோய்க் கிடக்கிறது. அவ்வாறு மறைந்திருக்கும் ஆத்மாவினுக்குள் அதன் ஆத்மாவாகி நிற்கும் அந்தராத்மா நம் அறிவுக்கு முற்றிலும் மறைந்துபோகிறது. புனிதப் பரப்பொருளான அந்தராத்மா மாசுபடாது; ஆனால் மாசுகளின் மத்தியில் மூடிக் கிடக்கிறது. மனதை ஒருமைப்படுத்திப் புலன்களை அடக்கி புறப் பொருள்களினின்று உள்ளம் மீண்டு மாயை நீங்கினால், உள்ளத்தில் குடிகொண்டுள்ள ஆத்மாவையும் ஆத்மாவுக்கு ஆத்மாவான பரம்பொருளையும் காணலாம். பரமாத்மாவே அனைத்தினுள்ளும் நின்று நடத்துவது என்பதை

உணர்ந்துவிட்டால் இன்ப துன்பங்கள் மறைந்து போகும். இதுவே வேதாந்தம்.

இந்தத் தத்துவம் வேறொரு விதமாகவும் உபநிஷத்தில் விளக்கி உபதேசிக்கப்படுகிறது. வெயிலையும் நிழலையும் பார்க்கிறோம். வெயிலின் வழியில் நிற்கும் பொருளானது நிழலை உண்டாக்குகிறது. வெயிலுக்கு ஏற்பட்ட தடை அல்லது குறையே நிழலின் வடிவத்தை உண்டாக்குகிறது. வெயிலுக்கு வடிவம் இல்லை. அது சமப்பிரகாசம் வீசுகிறது. நிழலுக்கு வடிவம் உண்டு. ஆனால் ஒளிப் பொருளாகிய வெயிலின் குறைக்குத்தான் நிழல் என்று பெயர். வெயிலே நிழல் ஆகிறது. குறையும் தடையுமின்றி நின்றால், வெயில் சமப்பிரகாசமாக வீசும். தடைப்பட்ட இடத்தில் நிழல் தோன்றுகிறது. இவ்வாறே ஜீவாத்மாக்கள் பரமாத்மாவின் சமப்பிரகாசத்தினிடையில் தோன்றுகிற நிழல்களாகும். தடையை நீக்கியவுடன் நிழலும் வெயிலும் ஒன்றாகிவிடும். மனிதனுடைய கரும பலன்கள் நிழல்களை உண்டாக்குகின்றன. ஆனால் நிழலின் உயிரும் அதன் உண்மைப் பொருளுமாக இருப்பது வெயில்தான். அந்த நிழலையே ஜீவாத்மா என்று வைத்துக்கொண்டு பேசுகிறோம்.

விடுதலை

மோக்ஷம் என்றால் பரம்பொருளை அடைவது. அது ஓர் ஊரிலிருந்து வண்டி ஏறி அல்லது நடந்துபோய் இன்னொரு ஊரை அடைவதுபோல் அல்ல. அந்தராத்மாவும் தானும் ஒன்றே என்ற ஞானம் உண்டாகி, வெயிலும் நிழலும் ஒன்றாதல் போல் உண்மையை அடைதலே மோக்ஷம்; வேற்றுமை உணர்ச்சி தீர்ந்து அனைத்தும் ஒரு பரமாத்மாவின் உடல் என்பதை உணர்தல். மோக்ஷம் என்றால் வடமொழியில் விடுதலை என்றே பொருள். மோக்ஷம் என்ற மொழியின் பகுதிக்கு 'விடு' என்று பொருள். விடு என்ற தமிழ்மொழியினின்று விடுதலை அல்லது வீடு என்ற மொழி உண்டாவதுபோல், 'மோக்ஷம்' என்கிற சமஸ்கிருத பதமும் உண்டாகிறது. மோக்ஷம் அல்லது விடுதலை என்பது ஒரு நிலை; ஓர் ஊரோ, உலகமோ, கட்டிடமோ, மாளிகையோ தோட்டமோ, அல்ல. ஆகையால் நம்மாழ்வார்,

> நன்றாய் ஞானம் கடந்து போய்
> நல்லிந்திரிய மெல்லாம் ஈர்த்து
> ஒன்றாய்க் கிடந்த அரும் பெரும் பாழ்,
> உலப்பி லதனை உணர்ந்துணர்ந்து
> சென்று, ஆங்கு இன்ப துன்பங்கள்
> செற்றுக் களைந்து பசை அற்றால்,

அன்றே, அப்போதே வீடு,
அதுவே வீடு, வீடு ஆமே!

என்றும்

அதுவே வீடு, வீடு பேற்று
இன்பந்தானும் அது; தேறி
எதுவே தானும் பற்றின்றி
யாதுமிலிக ளாகிற்கில்:
அதுவே வீடு; வீடு பேற்று
இன்பத்தானும் அது; தேறாது,
எதுவே வீடு? ஏது இன்பம்? என்று
எய்த்தார், எய்த்தார், எய்த்தாரே!

என்கிற பாசுரங்கள் பாடினார்.

விடுதலைக்கு வழி

பரம்பொருளுக்கும் நமக்கும் உள்ள சம்பந்தத்தை உணர்ந்தோமானால் ஜீவனுக்கும் ஜீவனுக்குமுள்ள வேற்றுமை உணர்ச்சி அற்றுப் போகும். வேற்றுமை உணர்ச்சி நீங்குவது தூக்கத்தினின்று விழிப்பதுபோல். இரவில் ஒருவன் கனவு காண்கிறான். அதில் தோன்றும் சம்பவங்களினால் கஷ்டப்படுகிறான். அவனுக்கு எவ்வாறு கஷ்ட நிவாரணம் உண்டாகும்? தூக்கத்திலிருந்து விழித்தெழுந்து, கனவைக் கனவென்று காண்பதே நிவாரணம். அதுபோல், ஆத்மாவைப் பிடித்து நிற்கும் வேற்றுமை உணர்ச்சியினின்று விழித்தெழுந்து துக்கங்களினின்று விடுவித்துக் கொள்ள வேண்டும். ஆகையால், “எழு! எழு! விழித்தெழு!” என்று உபநிஷத்துக்கள் முழங்குகின்றன. உள்ளத்தில் உள்ளது பரம்பொருள் என்றறிவது நல்ல தூக்கத்தினின்று விழிப்பது போன்ற ஒரு நிலை மாறுபாடு. அடுத்த அறையில் சுப்பன் இருக்கிறான் என்று சொல்லக் கேட்டு விஷயத்தைச் சும்மா தெரிந்து கொள்வதுபோல் அல்ல.

மனோ நிலையே முற்றும் மாறவேண்டும். தூக்கத்தினின்று விழிப்பது சுலபம். ஆனால் சம்சார மாயை என்ற பெருந் தூக்கத்தினின்று விழிப்பது எளிதன்று. விழிக்க வேண்டும் என்கிற விருப்பம் உள்ளத்தில் முதலில் பொங்க வேண்டும். இரண்டாவதாக, அந்தரத்தில் கயிற்றைக் கட்டி அதன்மேல் கழைக் கூத்துக்காரன் நடப்பது போல் இடைவிடாத ஜாக்கிரதை வேண்டும். புலன்களையும் மனதையும் அடக்கி, ஒழுக்கத்தைக் காப்பாற்றி, உள்ளத்தை மாசற்றநிலையில் நிறுத்திக்கொள்ள வேண்டும். மறுபடி வேற்றுமை உணர்ச்சியில் வீழாமல் காத்துக்கொண்டே இருக்கவேண்டும்.

அறியாமையால் தூண்டப்பட்டு அநித்திய சுகங்களை அடைய விரும்புகிறோம். அதற்காகப் பல காரியங்கள் செய்கிறோம். விரும்பிய சுகங்களை அடையாததனால், அல்லது அடைந்து பிறகு இழந்ததனால், கோபம் துவேஷம் துக்கம் இவைகளை உண்டாக்கிக் கொள்கிறோம். இதனால், முன்னைவிட அறியாமை அதிகரிக்கிறது. 'தான்' என்கிற அகங்காரமும் 'தனது', 'தனக்கு' என்ற பொருட்பற்றும் ஆசையும் முன்னைவிட அதிகமாகின்றன. இவ்வாறு உண்மையினின்று வர வர வெகுதூரம் விலகிப்போய் விடுகிறோம். அப்படிப் போகாமல், உண்மையை அணுகுவதே விடுதலைக்கு வழி. அடக்கமும் சீலமும் அவசியம். உள்ளத்திலும் நம்மைச் சுற்றிலும் இருப்பது பரம்பொருள் என்றறிந்து அப்பரம்பொருளைச் சிரத்தையுடன் தியானித்தல் அவசியம்.

> காக்கை, குருவி எங்கள் ஜாதி,–நீள்
> கடலும் மலையும் எங்கள் கூட்டம்
> நோக்கும் திசை யெல்லாம் நாமன்றி வேறில்லை,
> நோக்க நோக்கக் களியாட்டம்!

என்று பாரதியார் ஆடிப் பாடியது இதைத்தான்.

பூரணமான ஞானம் அடையாமற் போனாலும் முயற்சியை விடலாகாது. அரைகுறையாக அடைந்த ஞானமும் நன்மை தரும். முயற்சியினாலேயே மாசுகள் ஓரளவு நீங்கப்பெற்று நற்குணங்களை அடைவோம். வாழ்க்கையில் நாம் செய்யப் பார்க்கும் பல பாவச்செயல்களினின்று தப்புவோம். முயற்சியே நம்மை மேல்நிலைக்கு உயர்த்தும்,

வினைப்பயன் விதி

உடல் என்பது ஒரு கருவி. நல்ல அழகிய கருவி. கருவியும் கருவிக்கு எஜமானனும் ஒன்றாக மயங்கி நிற்கும் ஒரு வியப்பான கருவி. அவ்வாறே உடலுக்கு எஜமானனான ஜீவாத்மாவும் ஒரு கருவியே. அந்தக் கருவியை ஆள்வது அதனுள் அந்தர்யாமியாய் நிற்கும் கடவுள். அதுவும் ஒரு வியப்பான நிலை. ஆள்வோனும் ஆளப்படும் கருவியும் மயங்கி நிற்கும் நிலை. உடலும் உடலில் சூக்ஷ்மமாக வேலை செய்யும் புலன்களும் உடலுக்குள் பொறுப்புடன் நிற்கும் ஆத்மாவுக்குத் துரோகம் செய்யாமல் நற்பணி செய்ய வேண்டும். அதைப் போலவே அந்த ஆத்மாவும் தனக்குள் கோயில் கொண்டிருக்கும் பகவானுக்கு ஒரு நற்கருவியாக அமைந்து ஒழுக வேண்டும்.

உடல், வாக்கு, மனம் இவைகளைக் கொண்டு வினைகள் செய்யப்படுகின்றன. இந்த வினைக்கு இந்தப் பயன் என்பது இயற்கைச் சாசனம். காரண காரிய சம்பந்தம் என்பது மாறா

நியதி. பயன் என்பது வினையில் மூடிக் கிடக்கிறது; அந்தந்த விதையில் அந்தந்த மரம் மூடிக் கிடப்பதுபோல். வெயிலில் நீர் உலர்ந்து ஆவியாகிப்போகும். இதை மாற்றமுடியாது. வெயிலும் நீரும் சேர்ந்தால், பயன் அந்தச் சேர்க்கையிலேயே கிடக்கிறது. இதைப் போலவே அனைத்தும். ஆழ்ந்து யோசித்து உணர்ந்தால் உலகமெல்லாம் இப்படியே மாறாத நியதிப்படி வினையும் பயனுமாக நடைபெறுவதைக் காண்போம். இதுவே 'விதி' என்று சொல்லப்படும் வேதாந்த தத்துவம். 'விதி' என்றால் நியதிக்கு அடங்காத ஒரு அநியாய நிகழ்ச்சி என்று பொருள் கொள்ளுவது தவறு.

ஆத்ம சுதந்திரம்

விதி வசம் என்றால் செய்த வினையின் பயனைத்தான் எதிர்பார்க்க வேண்டும் என்பது. ஒருகாலும் வினை தன் பயனை விளைவிக்காமல் போகாது. செய்த வினையினால் அதன் உண்மைப் பயன்தான் உண்டாகும். வேறொன்று உண்டாகாது. அனைத்திலும் ஈசன் இருக்கிறான். ஆகையினால் நியதி தவறாமல் ஒவ்வொன்றும் விதி அல்லது நியதிப்படிதான் நடக்கும். இதை மாற்றவே முடியாது. பயனை வேண்டின் அதைத் தரும் வினையைச் செய்ய வேண்டும். ஒன்று செய்து வேறொரு பயனை அடையமுடியாது. செய்ய வேண்டிய செயலைச் செய்தால் பயனுண்டு. இல்லாமற் போகாது. இதுவே ஆத்மாவின் சுதந்திரம். மனோ வாக்குக் காயம் மூன்றுமே வினை செய்யும். எண்ணிய எண்ணங்கள் பேசிய பேச்சுக்கள், செய்யும் செய்கைகள் எல்லாம் தத்தம் பயனை விளைவிக்கும். இதை ஏமாற்ற முடியாது.

எல்லாம் விதிவசம் என்றால் அறிவும் புருஷ யத்தனமும் பயன்படாது, சும்மா இருத்தலே நலம் என்பதல்ல. "ஆமடா, விதிவசந்தான். அறிவில்லாதவர்களுக்கு இன்பமில்லை என்பது ஈசனுடைய விதி. சாத்திரமில்லாத தேசத்திலே நோய்கள் விளைவது விதி" என்று பாரதியார் சொன்னார்.

காரணங்கள் இருக்க அதை அறியாதபோது நாம் விதி, விதிவசம், அதிருஷ்டம் என்கிறோம். ஆனால் இது அறிவைச் செலுத்தாத குற்றத்தை ஒப்புக்கொண்டு பயனைக் கண்டு வருத்தப்படுவதேயொழிய வேறன்று. 'அதிருஷ்டம்' என்றால் காணப்படவில்லை என்று பொருள். அவ்வளவேயொழிய, நியதிக்கு உட்படாதது என்றல்ல.

நாம் செய்யும் ஒவ்வொரு செயலுக்கும் மூன்று விதமான பயன் உண்டாகும். வெளியுலகத்தில் உண்டாகும் விளைவு

ஒன்று. நம்முடைய உடல், புலன், உள்ளம் இவைகளுக்கு அச்செய்கையினால் உண்டாகும் பயற்சிப் பயன் இரண்டாவது. மூன்றாவதாக உள்ளத்தினுள் இருக்கும் ஆன்மாவுக்கு அதனால் உண்டாகும் முன்னேற்றம் அல்லது பிற்போக்கு. செய்யும் செயலைப் போலவே எண்ணும் எண்ணங்களும், பக்தியும், பிரார்த்தனையும், பச்சாதாபமும்; இவை அனைத்துக்கும் இயற்கை நியதிப்படி இந்த மூன்று விதமான விளைவுகள் உண்டாகும். மூன்று விளைவுகளும் நல்ல விளைவாக இருக்கலாம் அல்லது நஷ்ட விளைவாக இருக்கலாம். அது செயலின் தன்மையைப் பொறுத்தது.

முன் ஜென்மங்களில் செய்த கருமங்களினாலும் கொண்ட பற்றுக்களினாலும் நாம் சில சுபாவ குணங்களுடன் பிறக்கிறோம். இந்தச் சுபாவங்களை முழுதும் அடக்கிவிடலாம் என்று எண்ணித் துறவியாகப் போவதில் பயன்பெற மாட்டோம். பக்குவமடையாமல் துறவியாவது வெறும் வேஷமாய் முடியும்.

ஒருவன் பழவினைகளினின்று விடுதலை அடைவது, அல்லது முன்னிருந்த பந்தத்திற்கு இன்னும் கூடச் சேர்த்து அதிகமான பந்தங்களை ஏற்படுத்திக் கொள்ளுவது, இது அவன் எப்படி நடந்து கொள்கிறானோ அதைப் பொறுத்திருக்கிறது. ஆனால், சுபாவ குணங்களை வென்று விடுதலைக்கு வேண்டிய முயற்சி செய்யும் சுதந்திரமும் சக்தியும் ஜீவனுக்கு உண்டு.

ஜயமுண்டு பயமில்லை, மனமே,
பயனுண்டு பக்தியினாலே,
புயமுண்டு குன்றத்தைப் போலே,
மதியுண்டு செல்வங்கள் சேர்க்கும்.
விதியுண்டு, தொழிலுக்கு விளைவுண்டு.
அலை பட்ட கடலுக்கு மேலே,– சக்தி
அருளென்னும் தோணியினாலே
கரையுற்றுத் துயரற்று விடுபட்டு
ஜயமுண்டு பயமில்லை, மனமே.

என்று பாரதியார், கரும நியதியினால் ஏற்பட்டிருக்கும் ஆத்ம சுதந்திரத்தை எடுத்துக்காட்டிப் பாடினார்.

உபதேசமுறை வேறுபாடுகள்

உடலும், ஆத்மாவும், ஆத்மாவுக்கு ஆத்மாவான பரமாத்மாவும் ஆகிய மூன்று பொருள்களின் பரஸ்பர சம்பந்தம் என்ன என்பதை உபதேசிக்கும்போது, மூன்றாம் பொருளான பரமாத்மாவின் இலக்கணங்கள் மாயையில் கிடக்கும் நம்முடைய அறிவுக்குப் பூரணமாக எட்டாதபடியினால், ஆசாரியர்கள் பல வேறு உபதேச முறைகளைக் கையாள்கிறார்கள்.

உடலுக்கு உடல் தன்மையைத் தருவது ஆத்மா. ஆத்மாவுக்கு ஆத்மத் தன்மையைத் தருவது பரமாத்மா. உடலில் அதன் உயிரைத்தாங்கி நிற்பது ஆத்மா; ஜீவாத்மாவின் ஒப்பற்ற திவ்விய சொரூபத்தைத் தாங்கி நிற்பது பரமாத்மா. ஜீவலோகத்தில் உடலும் உயிரும் சேர்ந்து சுகமாகவும் ஆனந்தமாகவும் ஒன்றாய் இருப்பது போல, ஜீவாத்மாக்கள் தம் உயிராகிய பரமாத்மாவுடன் யாதொரு குறைவும் அறியாமையும் வேற்றுமையுமின்றி ஒன்றாகிச் சுகமாகவும் ஆனந்தமாகவும் இருப்பது மோக்ஷம். இவ்வாறு பரமாத்மாவுடன் ஒன்று சேர, சீலமும் அடக்கமும் பக்தியும் வேண்டும். இது சில ஆசாரியர்களின் விளக்கம்.

பரமாத்மாவின் நிழலே ஜீவாத்மா. அறியாமையால் நிழல் வேறு பொருள் வேறு என்கிற உணர்ச்சி உண்டாயிருக்கிறது. ஆசை, பற்று, கோபம், துவேஷம் இவைகளால் இந்த வேற்றுமை உணர்ச்சி பெருகிக்கொண்டேபோகிறது. அறிவு உண்டானால் இரண்டும் ஒன்றாகிவிடும். சூரியனும் தண்ணீரில் காணும் சூரிய பிம்பங்களும்போல் வேற்றுமை. தண்ணீரை எடுத்துவிட்டால் சாயைகள் இல்லை. பிம்பம் சூரியனுடன் ஒன்றுபட்டுப்போகிறது. அவ்வாறே ஜீவாத்மாக்களான பிம்பங்கள் பரமாத்மாவுடன் ஒன்றுபட்டுப்போகும். இதுவே விடுதலை. இதற்கு வேண்டிய பூரண அறிவை அடைய சீலமும், பக்தியும் அடக்கமும், அமைதியும் வேண்டும். புலன்கள் அவ்வளவும் இரவில் தூங்கும்போது எவ்வாறு உயிரில் அடங்கி முற்றிலும் மறைந்துபோகின்றனவோ அவ்வாறு, அறிவடைந்த ஜீவன்கள் பரம்பொருளில் அடங்கி ஒன்றுபட்டுப் போய்விடுகின்றன. இது சில ஆசாரியர்கள் விளக்கும் முறை.

இவ்வளவே துவைத அத்துவைத விசிஷ்டாத்துவைத சைவசித்தாந்த முறைகளிலுள்ள விளக்க வேறுபாடுகள். இதனால் கலவரப்பட வேண்டிய காரணமில்லை. விளக்க முறைகள் வேறுபட்டாலும் விடுதலைக்கு வழி என்று சொல்லப்பட்ட வேதாந்த வாழ்க்கை அனைத்திலும் ஒன்றே.

வேதாந்தியின் வாழ்க்கை

வேதாந்த உணர்வு அடைந்தவன் அதாவது 'எப்பொருள் எத்தன்மைத்தாயினும் அப்பொருள் மெய்ப் பொருள்' கண்டவனுடைய வாழ்க்கை எவ்வாறு இருக்கும்?

(1) தன் உள்ளத்திலும் சுற்றியுள்ள உலகத்திலுள்ள ஒவ்வொரு சேதன அசேதனப் பொருளிலும் பரம்பொருள் இருப்பதை எப்போதும் நினைவில் வைப்பான்.

(2) காமம், குரோதம், ஆசை என்ற வேகங்களுக்கு உள்ளத்தில் இடங் கொடுக்க மாட்டான்.

(3) பிறப்பினாலோ அல்லது சந்தர்ப்பத்தினாலோ அல்லது தான் அடைந்த ஸ்தானத்தின் பயனாகவோ சமுதாயத்தில் தனக்கு ஏற்பட்ட கடமைகளை சுயநலப் பற்றின்றிக் கண்ணும் கருத்துமாகக் குறைவின்றிச் செய்வான்.

(4) இந்திரியங்களைக் காத்து, வேலை, ஆகாரம், ஓய்வு, விளையாட்டு, தூக்கம் இவைகளில் நியமத்தோடு பரிசுத்த வாழ்க்கை நடத்துவான்.

(5) கஷ்டங்களைக் கண்டு மனம் கலங்காமல், துயரம் மகிழ்ச்சி எது வரினும் தைரியமும் அமைதியும் இழக்காமலிருப்பான்,

வேத வாழ்வு ஏன்?

இந்த அட்டவணை எனக்கு என்ன பயன்படும் இவையெல்லாம் ஞானிகளுக்குத்தான் சாத்தியம் என்று திகைக்க வேண்டாம்.

"இந்த முறையில் எடுத்த சிறு முயற்சிக்கும் நல்ல பலனுண்டாகும். நஷ்டம் கிடையாது. பத்தியம் தவறினால் மருந்தானது தீமையே விளைவிக்கும் என்கிற வைத்திய சாத்திர நியதியைப்போல் அல்ல. குற்றங்குறைகள் ஏற்பட்டதனால் அபாயம் ஏதும் இல்லை. இந்தத் தருமத்தில் சிறிது நடத்தினாலும் நன்மை உண்டாகும்" என்பது வேதாந்தத்தைப் பற்றிய சாத்திர உறுதி.

மறுமைக்கு நல்லதாகும் என்பதில் ஒருவனுக்கு என்ன ஊக்கம் பிறக்கும்? அடுத்த ஜென்மத்தில் பழைய நினைவுகள் ஒன்றுமில்லாமல் அல்லவோ நாம் பிறப்போம்? முன் ஜென்மத்து விஷயங்கள் இப்போது நினைவில்லை இந்த ஜென்மத்து நிகழ்ச்சிகளின் நினைவு அடுத்த ஜென்மத்தில் இருக்கப் போவதில்லை. ஆகவே, நன்மை செய்தால் என்ன? தீமை செய்தல் என்ன? தற்கால இன்பத்தைத் தேடிச் சுகமாக வாழ்வோமே! அடுத்த பிறவியில் நான் பிறந்தால், அப்போது வேறு மனிதன். அவனுக்கும் எனக்கும் என்ன சம்பந்தம்? நினைவு இருந்தாலல்லவோ அவனும் நானும் ஒன்று? அவனுக்காக நான் ஏன் சிரமப்பட வேண்டும்? மரணத்தோடு இந்த வாழ்க்கையின் நினைவுகள் முடிவு அடையுமல்லவா? இவ்வாறெல்லாம் ஆட்சேபிக்கலாம்.

இந்த ஆட்சேபணையில் உண்மையில்லை. சுயநலமும் தற்கால இன்பமும் மனிதனுக்குத் திருப்தி தருவதேயில்லை. எல்லாரும் தருமத்தை விட்டுவிட்டால் உலகம் வரவரக்

கெட்டுப்போய்ப் பாழாக முடியும். இதைப்பற்றிச் சந்தேக மில்லை. ஆனால், மனிதர்களின் போக்கு அவ்வாறில்லை. ஒரு குடும்பத்திலுள்ளவர்கள் ஊரின் நன்மையைக் கருதிப் பாடுபடுகிறார்கள். தாங்கள் ஒரு நாளும் பாராத தங்கள் ஊரைச் சேர்ந்தவர்களின் நன்மைக்காகத் தங்கள் சுகபோகங்களை மக்கள் குறைத்துக்கொள்வதைப் பார்க்கிறோம். ஊர் எக்கேடு கெட்டால் என்ன என்று இருப்பதில்லை. அவ்வாறே நாட்டுக்கும் தேசத்திற்கும் சுகமுண்டாக்கக் கருதி, சுயநலத்தை இழந்து, மக்கள் கஷ்டப்படுவதையும் பார்க்கிறோம். சாலையிலுள்ள மரங்களின் நிழலை அனுபவிக்கப்போகும் ஜனங்கள் யாரோ நாம் காண்பதில்லை. ஆனாலும், வருங்காலத்து மக்களுக்கு நிழல்கொடுக்க, இப்போது செடிகளை நட்டு வளர்க்கிறோம். இந்த விசால புத்தியை இன்னும் ஒருபடி பெருக்கி, உலகத்தின் நன்மையையும் வருங்கால சுகத்தையும் உத்தேசித்து, நம்முடைய முன்னோர் கண்ட உண்மையை உணர்ந்து, பாவங்கள் உலகத்தில் வளராதபடி அனைவரும் வேத வாழ்க்கை நடத்தித் தங்கள் ஆத்மாக்களை இந்த ஜென்மத்தில் உயர்த்திக்கொள்ள வேண்டும். வருங்கால உலகத்தின் நன்மை இந்த ஜென்மத்தில் நம் கையில் இருக்கிறது. இந்தப் பொறுப்பை உணர்ந்து நடப்பதே ஞானம்.

ஒப்புரவு ஊரைக் காக்கும். அரசும் தேசபக்தியும் நாட்டைக் காக்கும். வேதாந்தம் உலகத்தைக் காக்கும்.

ஓம்

O

அச்சமில்லை, 1943, *தமிழ்ப்பண்ணை*, மலர் 8, சென்னை 17

பின்னிணைப்பு: 7

பெயர் அகராதி

அம்மாகண்ணு, 116–118

அம்ருதா (ஆராவமுது), 45

அரவிந்தர் (அரவிந்த பாபு), 36, 43, 45, 71, 72, 78, 79–82, 93, 105, 106, 111, 113, 115, 126, 129–137, 146, 148, 156, 157

அருளையர், 155

அன்னி பெஸண்டு, 92

ஆதி நாராயண செட்டியார், 165

ஆர்யா, சுரேந்திரநாத் ஆரியா, 62, 123

ஆறுமுகம் பிள்ளை, 112

ஆஷ், 105, 112

எலிக்குஞ்சு செட்டியார், 156

ஓட்டப்பிடாரம் மாடசாமி பிள்ளை, 112

ஓட்டக்கூத்தர், 35, 102

க்ரிப்பித், 80

கண்ணன், 147

கபர்தே, 82

கர்ஸன் பிரபு, 65

கலவலா சங்கர செட்டியார், 130

கலவை சங்கர செட்டியார், 82

கலியாண சுந்தர முதலியார், திரு.வி., 176

கனக ராஜா, 119

கனகலிங்கம், 146, 147

காந்தி (மகாத்மா காந்தி), 51, 56, 61, 64, 66, 77, 115, 149, 165, 166–167, 175, 185

கிருஷ்ணசாமி அய்யர், வி. (கனம் அய்யர்), 36, 37

கிருஷ்ணசாமி அய்யர் ஏ., 36, 64

கிருஷ்ணசாமி செட்டியார் (வெல்லச்சு), 94, 95, 98, 100, 103, 104, 161

கிருஷ்ணன், 101

குருவப்ப நாயுடு, 112

குவளைக் கண்ணன் 160, 163

கெய்ஸர், 85, 127–128

கொடியாலம் வா. ரங்கசாமி அயங்கார், (ரங்கசாமி ஐயங்கார்), 36, 141

கோகலே, 66, 71, 82, 93

கோல்ட் ஸ்மித், 46, 175

கோவிந்தன், 116, 148–149

சங்கர ஐயர் (அய்யர்), 45

சங்கர செட்டியார் (சீமான் சங்கர செட்டியார்), 42

சத்திய மூர்த்தி, 164–166

சர்க்கரை செட்டியார் வி., 62

சாமிநாதன், 155

சாமுவேல் (ஜான்ஸன்), 96, 97

சின்னசாமி அய்யர், 46–47, 49

சீனிவாஸாச்சாரியார், 41, 45, 83, 88, 114, 129, 130, 134, 150

சுந்தர ராமய்யர், 92–93

சுந்தரமய்யர், 143

சுந்தரேச அய்யர், 115, 160–161

சுப்பிரமணிய அய்யர் (புரொபஸர் சுப்பிரமணிய அய்யர்) 107, 146, 152, 155–156

சுப்பிரமணிய ஐயர் ஜி., 57, 59, 65, 66–67, 82

சுப்பிரமணிய சிவம் (சிவம்), 44, 141

சுரேந்திரநாத் பானர்ஜி, 82

சுவாமி விவேகானந்தர் (விவேகானந்தர்), 80, 180

செல்லம்மாள் 45, 117

சேலம் விஜயராகவாச்சாரியார், 82

சைகோன் சின்னையா, 154

சோழராஜன், 102

டாக்டர் எம்.ஸி. நஞ்சுண்டராவ், 63

தாதாபாய் நவரோஜி, 66

தாயுமானவர் (தாயுமான ஸ்வாமிகள்), 101, 124, 178

திருமலாச்சாரியார், எம்.பி., 62

திருமலாச்சாரியார், எஸ்.என்., 62

தீனபந்து ஆண்ட்ரூஸ், 64

துரைசாமி அய்யர் (எஸ். துரைசாமி அய்யர்), 45, 58, 62, 68

நந்த கோபாலு செட்டியார், 113–114

நந்தனார், 93

நப்போலியன் (நெப்போலியன்), 150

நீலகண்ட பிரம்மசாரி (நீலகண்டர்), 90, 135

பரலி.சு. நெல்லையப்ப பிள்ளை, 45

பாரதிதாஸன் (சுப்புரத்தினம், கனக சுப்புரத்தினம்), 45, 104, 116–118

பாரிஸ்டர் ஸாவர்க்கர், 105

பாலு, 38

புகழேந்தி, 102

புஷ்பவனம், 156

பெருமாள் செட்டி, 85

பெரோஸ்ஷா மேத்தா, 82

பொன்னு முருகேசம் பிள்ளை, 115–116, 118–119, 131, 148, 156, 161

போல் ப்ளுசன், 131

ப்வாங்கரே, 131–132

மகா வைத்தியநாதய்யர், 156

மகாதேவபாய், 166

மண்டயம் சீனிவாஸாச்சாரியார், 45, 63, 74

மார்லி, மார்லி பிரபு, 79

மின்டோ பிரபு (மின்டோ), 71

முருகேசன், 110, 139–141

ரங்கசாமி அய்யங்கார் (போலீஸ்), 111–112

ரங்கசாமி அய்யங்கார், ஏ., 154, 155, 161, 162, 165

ரவீந்திரர் கவி (டாகூர்), 71, 176

ராதை, 101

ராமகிருஷ்ண பரமஹம்சர் (ராமகிருஷ்ணர்), 101

ராமசேஷய்யர், 92

ராமானுஜம், 93, 150, 151

ராமேஷ் சந்திர தத்தர், 80

ராஜா பகதூர், 115

ராஜாஜி, 156-157, 159, 165-167, 175

லா போர்த், 131

லாலா லஜபதி ராய் (லாலா லஜபதி), 71, 82

லோகமான்ய திலகர் (திலகர்), 61, 68, 69-72, 93, 144, 156, 157, 208

வ.உ.சி., (வ.உ. சிதம்பரம் பிள்ளை), 68, 89

வ.ரா. ராமஸ்வாமி, 136

வ.வே.சு. அய்யர் (அய்யர்), 80, 111, 133-135, 141, 149

வள்ளுவர், 77, 80, 177

விக்டர் ஹ்யூகோ, 88

விசுவநாத அய்யர், 45

விபின் சந்திர பால் (விபின் பாபு, விபின் சந்திர பாலர்), 58, 67, 82, 102

விளக்கெண்ணெய் செட்டியார் (செட்டியார்), 39, 77, 78

ஜமீன்தார் (ராஜா), 45, 54-55

ஜான் மார்லி, 71

ஸர்தார் அஜித்சிங், 71

ஸ்ரீனிவாசன், சி.ஆர்., 155

ஷேக்ஸ்பியர், 173, 175

ஹனுமான், 101

ஹார்டி, 93

ஹென்றி காட்டன் சர், 60

பின்னிணைப்பு: 8

பாடல் அகராதி

(நூலில் குறிப்பிடப் பெற்ற பாரதி பாடல்களுக்கானவை)

அழகுள்ள மலர் கொண்டு வந்தே, 171

இன்னல் வந்துற்றிடும்போது, 170

என்று தணியும், 75

கண்ணிரண்டும் விற்று, 170

கரவினில் வந்து உயிர்க், 171

கருதிக் கருதிக் கவலைப்படுவார், 171

கவிப் பெருக்கும், 157

காக்கை குருவி எங்கள், 102, 170

காதலடி நீ எனக்கு, 172

காற்றடிக்குது, 104

சின்னஞ்சிறு கிளியே, 171

சொல் வேண்டும், 80

தனி ஒருவனுக்கு, 171

தாதர் என்ற நிலைமை மாறி, 170

துன்பமே இயற்கை யெனும், 171

நடிப்புச் சுதேசிகள், 90

நல்லறம் நாடிய மன்னரை, 170

நாயும் பிழைக்கும், 108

பாரத ஸமுதாயம் வாழ்கவே, 164–165

பானையில் தேனிருந்து, 171

புயற்காற்றுச் சூரை தனில், 170

பொழுது புலர்ந்தது, 181

மறவன் பாட்டு, 40

மறைவாக, 44

மெல்லத் தமிழ் இனி, 182

மோதிமிதித்து விடு பாப்பா, 96

லஜபதிராய் பிரலாபம், 71

லா மார்ஸேல்ஸ், 86

வாழிய செந்தமிழ், 187

பின்னிணைப்பு: 9

படங்கள்

மகாகவி பாரதியார் (சக்தி காரியாலயம்) நூலில்
இடம்பெற்ற ஆர்யா வரைந்த படம்

வ.ரா.

அம்மாக்கண்ணு

அரவிந்தர்

அமுதன் என்ற டி. ஆராவமுதன்

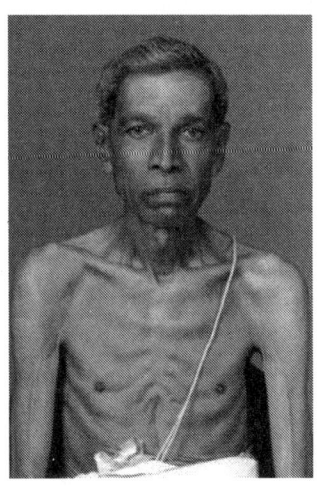
ரா. கனகலிங்கம்

வி. கிருஷ்ணசாமி ஐயர்

'வெல்லச்சு' கிருஷ்ணசாமி செட்டியார்

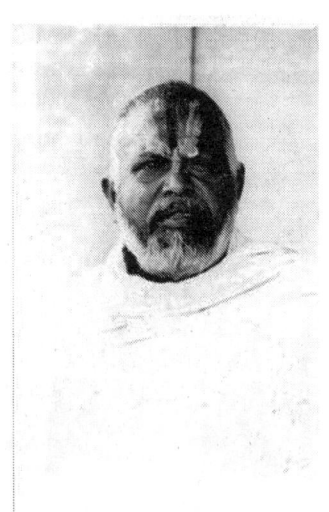
குவளைக் கண்ணன்

வி. சக்கரை செட்டியார்

கலவை சங்கர செட்டியார்

வ.உ. சிதம்பரம்

மண்டயம் சீனிவாஸாச்சாரியார்

சுந்தரேசய்யர்

புரொபஸர் சுப்பிரமணிய ஐயர். 'பிரம்மராய ஐயர்'

வ.வே.சு. ஐயர்

சுப்பிரமணிய சிவம்

ஜி. சுப்பிரமணிய ஐயர்

சுரேந்திரநாத் ஆரியா மனைவியுடன்

செல்லம்மாவுடன்

எஸ்.என். திருமலாச்சாரியார்

சா. துரைசாமி ஐயர்

டாக்டர் எம்.சி. நஞ்சுண்ட ராவ்

நீலகண்ட பிரம்மச்சாரி

பரலி சு. நெல்லையப்பர்

பாரதிதாசன்

பொன்னு முருகேசம் பிள்ளையும் மனைவி சௌந்தரம்மாளும்

மாடசாமி

ஏ. ரங்கஸ்வாமி ஐயங்கார்

மூன்றாவதாக உள்ளவர்: கொடியாலம் (கே.வி.) ரங்கஸ்வாமி ஐயங்கார்,
மற்ற இருவர்: லாலா லஜபதி ராய், மதன் மோகன் மாளவியா

எட்டயபுரம் மன்னர்: 'ராஜா மகாராஜா' ராம வெங்கடேசுர எட்டப்ப நாய்க்கர்

தம்பி சி. விசுவநாதன்

லாலா லஜபதி ராய், பால கங்காதர திலகர், விபின் சந்திர பால்

சேதுபதி உயர்நிலைப் பள்ளி, மதுரை

பாரதி புதுவை வீடு

கலவை சங்கர செட்டியார் இல்லம்

குயில் பாட்டுத் தோப்பு

பாரதி கடைசியாக வாழ்ந்து உயிர் நீத்த சென்னை இல்லம். இது டாக்டர் நஞ்சுண்ட ராவ் கட்டியது.